संधिकाली या अशा...

दिलीपराज प्रकाशन प्रा.लि.™

२५१ क, शनिवार पेठ, पुणे - ४११०३०

दिलीपराजची पुस्तके आता फक्त १ क्लिक वर उपलब्ध!!!

लगेच लॉग ऑन करा...आमची वेबसाईट

Website : www.diliprajprakashan.in

Email :diliprajprakashan@yahoo.in

info@diliprajprakashan.in

दूरध्वनी क्रमांक (फॅक्ससहित) - २४४७१७२३,

२४४८३९९५, २४४९५३१४

संधिकाली या अशा...

(सेवानिवृत्तीनंतरच्या कथा-व्यथा व मार्गदर्शन)

(वैचारिक लेखन)

सदानंद सिनगारे

दिलीपराज प्रकाशन प्रा. लि.^{TM}
२५१ क, शनिवार पेठ, पुणे - ४११ ०३०.

संधीकाली या अशा... / Sandhikali Ya Asha...

ISBN - 978 - 93 - 82988 - 67 - 0

प्रकाशक । राजीव दत्तात्रय बर्वे **।** मॅनेजिंग डायरेक्टर,
दिलीपराज प्रकाशन प्रा. लि. २५१ क, शनिवार पेठ, पुणे - ४११०३०
दूरध्वनी (सर्व फॅक्ससहित)
२४४७१७२३, २४४८३९९५, २४४९५३१४

प्रथमावृत्ती । २५ डिसेंबर २०१३

प्रकाशन क्रमांक । २०८७

मुद्रितशोधन । मिलिंद बोरकर

मुखपृष्ठ । सुहास चांडक

आयुष्याच्या अखेरच्या काळात
या ना त्या कारणाने एकटेपण सोसणे
नशिबी आलेल्या तमाम ज्येष्ठ नागरिकांना...

–सदानंद सिनगारे

प्रस्तावना

सदानंद सिनगारे हे कथा-कादंबरी लेखनात विदर्भातील नावारूपाला आलेलं नाव आहे. ललित निबंध आणि वैचारिक लेखनही ते त्याच ताकदीने करीत आहेत. 'संधिकाली या अशा' या प्रस्तुत लेखनाचे हस्तलिखित वाचताना एका आशयगर्भ व चिंतनशील साहित्यकृतीचा आस्वाद घेता आला.

काळ झपाट्याने बदलतो आहे. माणसांच्या जगण्यात प्रचंड वेग आला आहे. जागतिकीकरणाच्या वादळात मानवी जीवन ढवळून निघाले आहे. यांत्रिकीकरणामुळे जगण्याच्या मूळ संकल्पनाच बदलल्या आहेत. पाश्चिमात्य संस्कृतीचा भोगवाद, चंगळवाद चांगलाच फोफावला आहे. त्याचा परिणाम या भूमीतील संस्कृतिमूल्ये, जीवनमूल्ये ढासळण्यात होतो आहे. कौटुंबिक, सामाजिक पर्यावरणाचा समतोल बिघडविण्यास हे वातावरण पोषक बनले आहे. माणसांना आपल्या रक्तनात्यांचाही विसर पडावा, अशी परिस्थिती उद्भवली आहे. हे घडायला जेमतेम तीन दशकांचा काळ लागला आहे.

स्वार्थलोलुप झालेल्या या आत्मकेंद्रित जगण्याच्या सांस्कृतिक बदलाला नव्या-जुन्या पिढीतले सदस्यत्व जबाबदार आहेत. या दोन-पिढ्यांमधील अंतर म्हणजेच 'जनरेशन गॅप.' श्री. सदानंद सिनगारे या संवेदनशील मनाच्या लेखकाने प्रस्तुत पुस्तकात ती विस्ताराने मांडलेली आहे. या लेखकाने त्यांच्या पिढीचे कौटुंबिक, सामाजिक जीवन प्रत्यक्ष उपभोगलेले आहे. त्याचबरोबर नव्या पिढीच्या वास्तवातल्या वर्तमान जगण्याचे ते प्रत्यक्षदर्शी साक्षीदार आहेत. अर्थातच, या लेखनाला अनुभवाचे अधिष्ठान आहे. श्री. सिनगारे आपल्या प्रदीर्घ सेवेनंतर केंद्र सरकारच्या नोकरीतून उच्च पदावरून सेवानिवृत्त झाले आहेत. नोकरीनिमित्ताने महाराष्ट्रभर फिरताना वेगवेगळ्या काळांत निरनिराळ्या प्रदेशांतील लोकसमूह व त्यांच्या वृत्ती-प्रवृत्तींचा त्यांनी जवळून अभ्यास केला आहे. त्यांच्या याआधीच्या ललित लेखनातून, कथा-कादंबऱ्यांमधून मानवी नातेसंबंधांवर त्यांनी अभ्यासपूर्ण प्रकाश टाकला आहे.

मी आधी म्हटल्याप्रमाणे अलीकडच्या काळात माणूस स्वार्थलोलुप,

पैसाकेंद्रित झालेला आहे; होत आहे. या स्वार्थमूलक वृत्तीमुळे तो माणसांपासून तुटत चालला आहे. नाती-गोती, रूढी-परंपरा यांपासून दूर होत आहे. तो स्वत:शीही संवाद साधत नाही. 'हम दो, हमारा एक' अशी संकुचित वृत्ती त्यातून जन्माला आली. प्रत्यक्ष जन्मदात्यांनाही आपल्या कुटुंबाच्या व्याख्येतून त्यांनी वगळले आहे. परिणामी, आजी-आजोबा ही घरातली संस्कार केंद्रे नाहीशी होत आहेत. या अभागी जन्मदात्या मात्या-पित्यांच्या नशिबी वृद्धाश्रमाच्या चार भिंतींच्या खोलीत राहणे आले आहे.

श्री. सिनगारे यांनी या वृद्धांचे (ज्यांना आपण ज्येष्ठ नागरिक हे गोंडस नाव दिले आहे.) अखेरच्या काळातील जीवघेणे एकटेपण विस्ताराने रेखाटले आहे. हे करताना त्यांनी फक्त नव्या किंवा जुन्या पिढीला दोषी धरलेले नाही. या दोन्ही गटांच्या मानसिकतेचे पैलू उलगडून दाखविताना परस्परसंवाद व सौहार्द टिकविण्याच्या दृष्टीने काही टिप्ससुद्धा दिलेल्या आहे.

श्री. सदानंद सिनगारे हे सरकारी पेंशनर मंडळीच्या क्लबचे म्हणून काम पाहतात. समवयस्क लोकांशी त्यांचा संबंध येतोच. त्यांच्या समस्या, त्यांची दु:खे त्यांनी जवळून पाहिली-ऐकली आहेत; ती सोडविण्याचा प्रयत्नही केला आहे. असे अनेक प्रसंग व घटना प्रस्तुत पुस्तकात विस्ताराने मांडल्या आहेत. जुन्या-नव्या पिढीचे स्वभावविशेष व वैगुण्य हे या पुस्तकात परखडपणे मांडलेले आहे. नव्या-जुन्या पिढीतील संघर्ष मिटून त्यांच्यातील दरी कमी होईल, असा मला विश्वास वाटतो.

'जनरेशन गॅप' दिवसेंदिवस वाढतच आहे. या गॅपमळे ससेहोलपट होत आहे ती वृद्धांची. एकटेपण येत आहे ते या वृद्धांच्याच नशिबी. वृद्ध जोडप्यातील एक सदस्य हे जग सोडून गेल्यास मागे राहिलेल्यास काही आधारच उरत नाही. अशा वेळी पुनर्विवाहाचा विचारही प्रस्तुत लेखकाने मांडला आहे. तो विचार एकट्या वृद्ध व्यक्तीला आश्वासक, आधाराचा ठरू शकतो; म्हणून तो स्तुत्य आहेच. अर्थात, प्रत्येक बाब ही तिचा सकारात्मक विचार करून स्वीकारावी, हेही आलेच.

मानवी जगण्यातले झपाट्याने झालेले बदल आपण कळत-नकळत स्वीकारलेले आहेतच. ते अपरिहार्यच होते. मात्र, यातूनही ज्येष्ठांना व नव्या पिढीला समन्वय साधून कौटुंबिक समतोल सांभाळता येऊ शकतो, हे प्रस्तुत लिखाणातून आत्मसात करता येते, हे खात्रीपूर्वक सांगता येते.

– गो. या. सावजी,

बुलडाणा

मनोगत

'संधिकाली या अशा' हे माझे १५ वे पुस्तक. मानवी आयुष्यात जगण्याच्या ओघात अपरिहार्यपणे येणाऱ्या नात्यागोत्याचा विचार या पुस्तकात मांडला आहे, प्रामुख्याने आयुष्याच्या उत्तरार्धाचा!

जागतिकीकरणाच्या वादळाने मनुष्यजीवनाचा सर्वच भाग व्यापला आहे. जग आणि पर्यायाने जगणे अतिशय वेगवान झाले आहे. जग अधिकाधिक जवळ आणण्याची किमया माहिती तंत्रज्ञानाच्या स्फोटाने घडविली आहे. माणूस चंद्राला मागे टाकून आता मंगळावर जाण्याच्या तयारीत आहे. सगळे जग हे हाकेच्या अंतरावर आले आहे. अर्थात, ते एक 'ग्लोबल व्हिलेज' झाले आहे. माणसांच्या जगण्यातले झपाट्याने झालेले, होत असलेले बदल सहज, अपरिहार्यपणे स्वीकारले गेले आहेत; जात आहेत. यालाच आपण सकारात्मकतेने स्वीकारून प्रगतीकारक मानले आहे. हे सगळे खरे व मान्य असले, तरी जगण्याच्या या भन्नाट वेगात आपण जीवनमूल्ये, संस्कृती, परंपरा, नाती-गोती हेसुद्धा विसरत चाललो आहोत काय? हा अस्वस्थ करणारा प्रश्नही सतावतो आहे, हे ही तेवढेच खरे आहे. वेगवान झालेल्या जगात माणसाच्या पायाला बांधलेला भोवरा केवळ भोग आणि चंगळ या भोवतीच फिरत आहे आणि त्यामुळे माणसे आत्मकेंद्रित होत आहेत, असे चित्र दिसत आहे. हे प्रगतीचे किंवा विकासाचे चित्र निश्चितच नाही.

वैयक्तिक सुखामागे लागताना कुटुंबाची व्याख्या संकुचित होत 'हम दो, हमारे दो'वरून आता 'हम दो, हमारा एक'वर येत आहे. संयुक्त कुटुंब ही व्यवस्था मोडकळीस आली आहे. अर्थातच,

कुटुंबातील ज्येष्ठांचे— वृद्धांचे स्थान घरातून ओसरीत आणि ओसरीतून वृद्धाश्रमाच्या खोलीत हलविले जात आहे. अनुभवाची परिपक्वता लाभलेल्या आजी-आजोबा या संस्कार केंद्रांना असे हद्दपार करून आम्ही कोणता विकास साधतो आहोत? परंतु, असे घडते आहे.

घरा-घरांतील वृद्ध आणि नव्या पिढीचे सदस्य यांच्यात 'जनरेशन गॅप' आहे. हे खरे. त्यांच्यात मतभेद असू शकतात; परंतु ते विकोपाला जाऊन मना-मनांत भेद निर्माण होणे आणि तेच जपत आपले रक्ताचे संबंध विच्छेद करणे, हे कोणत्या प्रगतीचे लक्षण?

वृद्ध माता-पित्यांचा जुन्या पद्धतीला चिकटून राहण्याचा आग्रह आणि नव्यांचा आत्मकेंद्रितपणा या गॅपला आणखी रुंदावत नेतो. परिणामी, त्या दोन पिढ्यांमधील संवाद संपुष्टात येतो. नाती विसरली जातात. माझ्या प्रत्यक्ष अनुभवातून, समकालीन ज्येष्ठ मित्रांच्या जगण्याच्या अनुभवातून, वाचनातून जे काही जाणले, टोचले, बोचले आणि मला भावले; ते व्यक्त करावयाचा प्रयत्न मी या पुस्तकातून केला आहे. यासाठी माझ्या पेन्शनर्स क्लबच्या सदस्यांची, मित्रवर्य गो. या. सावजी, प्रा. धांडे सर, शालिग्रामजी धनभर, गोळेसाहेब अशा अनुभवी व्यक्तींची मते उपयुक्त ठरली.

या पुस्तकाद्वारे कुण्या एका पिढीची, गटाची वा समूहाची चूक दाखवण्याचा उद्देश मुळीच नाही. सुखाची, आनंदाची, समाधानाची अथवा दुःखाची ज्याची-त्याची परिभाषा व्यक्तिपरत्वे बदलू शकते. सर्वसामान्यपणे परस्परांत सौहार्द प्रस्थापित व्हावे असा प्रामाणिक उद्देश डोळ्यांसमोर ठेवून मी हे लिखाण केले आहे. यात कुणाला उपदेश करण्याचा माझा हेतू नाही; तेवढी माझी पात्रता नाही व माझा तो अधिकारही नाही.

प्रस्तुत पुस्तकाचे प्रकाशक श्री. राजीवजी बर्वे यांनी ते स्वीकारून सुबक स्वरूपात प्रकाशित केले, त्याबद्दल त्यांचे आभार

– सदानंद सिनगारे
जिजामाता मार्ग, खामगाव,
जि. बुलडाणा,
मो. ९४२२५६८१२७

अनुक्रम

१.	सेकंड इनिंग	११
२.	सांज गोकुळातली	२०
३.	कुटुंबव्यवस्था आणि ज्येष्ठ	३४
४.	ज्येष्ठ नागरिक संघ : अर्थात पेन्शनर्स असोसिएशन	४८
५.	जळो जिणे लाजिरवाणे	७७
६.	नवे कुटुंब नवा तोल : अर्थात कुटुंबव्यवस्थेतील बदल	८६
७.	नवे कुटुंब- नवे उपाय, नवे बोल	१०१
८.	निष्पर्ण वटवृक्षाच्या सावलीत भर दुपारी	१०५
९.	कृतघ्नतेच्या परिसीमा	१११
१०.	वाळवंटातील हिरवळी	१३८
११.	अनुभवांचे संचित	१४५
१२.	मातृ देवो भव !	१६६
१३.	वाट आंधळी, प्रवास खडतर	१७३
१४.	पेन्शन जीवाभावाचा आधार	१७७
१५.	हात असू दे हातामध्ये...	१९४
१६.	देणाऱ्याचे हात हजार	२२१
१७.	सकारात्मक दृष्टिकोन	२४५
१८.	आरोग्यम् धन-संपदा	२४८
१९.	शेवटचा दिवस गोड व्हावा...	२५५

१
सेकंड इनिंग

अप्पा सेवानिवृत्त झाले, तेव्हा उगाचच थकल्यासारखे वाटायला लागले त्यांच्या मनाला. शरीराच्या इतर कुठल्याही अवयवाची कसलीही काही तक्रार नव्हती. मन तेवढे कमकुवत झाल्यासारखे वाटले— उदास आणि निराश; परंतु तेही क्षणभरच. अप्पा नाबाद ६०. पहिली इनिंग नुकतीच संपली, तिचा हा वरवरचा थकवा. दुसरी इनिंग आता खेळायची— नव्या उमेदीने.

'अप्पा सेवानिवृत्त झाले', यावर कुणाचाच विश्वास बसला नाही. अप्पांची शरीरयष्टी मजबूत. उत्साह दांडगा. कुठल्याही नव्या कामात झोकून देण्याची तयारी. एवढे भांडवल असल्यावर कशाची निवृत्ती? अप्पा मनाने समाधानी आहेत आणि प्रकृतीने तंदुरुस्त.

आतापर्यंतच्या ६० वर्षांच्या आयुष्यातली ३८ वर्षे सरकारी दप्तरात काम करण्यात गेली. केंद्र सरकारी नोकरी आणि तीही पोस्टातली. फायलीत डोकं खुपसून आठ-आठ, दहा-दहा तास खुर्चीवर बसून, बुडाला कित्येकदा मुंग्या आल्या.

खिडकीच्या आत अप्पा आणि बाहेर मनिऑर्डर किंवा रजिस्टर करणाऱ्याचे डोके. जुन्या-बसक्या कौलारू भाड्याच्या घरात थाटलेले भारतीय डाक घराचे कार्यालय. कोंदट जागेत अंधार भरलेला. ग्रामीण खातेदार आणि गबाळे पोस्टमन यांच्याशी रोजचे तेच ते व्यवहार. खेडोपाडी अशा गिऱ्हाइकांशी डोके लावता लावता कित्येकदा मेंदूचा पार भुगा झालेला अप्पांच्या. हिशोब मिळवता-मिळवता पोस्टातच रात्र झाली. अप्पांनी कधीच कुरकुर केली नाही. अप्पा आताही चिंतामुक्त आहेत.

सतत कामात असल्यामुळे काही कामचुकार मित्र त्यांना 'पोस्टातला किडा' म्हणायचे. 'काम करून-करून यांना काय राष्ट्रपती पुरस्कार मिळणार आहे काय?' असे कुत्सितपणे टोमणे हाणायचे. मात्र इतरांचेही व अशा कुत्सित

बोलणाऱ्यांचेही चुकलेले हिशोब मिळवण्याचे काम अप्पा संध्याकाळी उशिरा बसून पूर्ण करायचे. हिशेबातली चूक शोधायचे व पोस्टमास्तरांकडून शाबासकी मिळवायचे. त्यांची तोंडभरून स्तुती व्हायची. ते दिवस कधीचेच पसार झाले.

या नोकरीत घरादाराची काही वेळा आबाळही झाली. मात्र सरकारी नोकरी इमाने-इतबारे केली. जुना काळ होता तो. फार काही जुनाही म्हणता येणार नाही. विसाव्या शतकातली अखेरची आणि एकविसाव्या शतकाच्या सुरुवातीची काही, अशी मिळून ३८ वर्षे. म्हणजे साध्या-सोप्या भाषेत सांगायचे, तर १९७१ ते २००८ चा काळ होता तो.

हे सगळे सहज म्हणत आणि सहन करीत, अप्पा सन्मानाने, सहीसलामत, निष्कलंक बाहेर पडले. "या निष्कलंक सेवेकरिता जपावे लागते स्वत:ला. कोणत्याही प्रलोभनाला बळी पडावे लागत नाही. उगाच कुणी तरी काहीबाही करते आणि आपल्याला भोगावे लागते, असाही प्रकार होतो." असे अप्पा म्हणायचे.

"आताचे एक-एक उघडकीस येत असलेले घोटाळे बघताय ना? सरकारी दप्तरात आपल्याच मताने काही नाही करता येत आणि कुणाच्या मनात काय दडलेले आहे याचाही नाही अंदाज येत. म्हणून चौकस राहावे लागते." ही वाक्येही अप्पांचीच.

अप्पा चौकस आहेत आणि चाणाक्षही. अप्पा क्षमाशील आहेत आणि कठोरही. अप्पा बहुतेकांची अंतरे राखतात, परंतु तत्त्वांशी तडजोड करीत नाहीत. म्हणून काही वेळा काही माणसे दुखावतात. 'माणसे जोडावी', या मताचे आहेत ते; परंतु माणसे तुटतात कधी कधी. अप्पांना त्याचेही वाईट वाटते.

सरकारी नोकरांची सेवापुस्तिका Service Book लिहिली जाते, त्याच वेळी पहिल्या पानावर सेवानिवृत्तीचीही तारीख मांडली जाते. या रिवाजानुसार एक दिवस पायउतार होणे, हे क्रमप्राप्तच असते. कायदाच आहे तसा. त्यात वाईट वाटून घेण्यासारखे काय?

कायदा म्हणाला— 'पळा, दमछाक होइस्तोवर' अप्पा धावत राहिले. कायदा म्हणाला— 'थांबा आता;' अप्पा थांबले. माणसाचे आयुष्य हे असे निरनिराळ्या कायद्यांनी बांधलेले असते— कौटुंबिक, कार्यालयीन आणि सामाजिक. काही कठोर आणि काही प्रेमळ कायदे. यात जखडून घ्यावेच लागते स्वत:ला. तिथे आपल्या इच्छे-अनिच्छेचा प्रश्न नसतो. पळायलाही मैदान असते आणि थांबायला अनेक थांबे असतात. कुठे निवारा असतो आणि कुठे नसतोही.

'वयाची साठ वर्षे सरली की तुमची कार्यक्षमता कमी होते', असे मानणारा

हा सरकारी सेवेतला कायदा. अप्पांना तो मान्य नाही. त्यांच्या मते, सरकारी कामासाठी केवळ शारीरिक बळ लागते, हे खरे नाही. कामात जीव ओतण्यासाठी मानसिक बळ पाहिजे. म्हणजे मन तरुण असावयास पाहिजे. घेतल्या पगाराचा मोबदला दिला गेला पाहिजे, हे तर खरेच.

आणि ज्याचे मन तरुण असेल, त्याला सरकारी नोकरीतून निवृत्त करू नये. काही पाश्चिमात्य देशांत तसे आहे म्हणे. तुमच्याकडून शक्य होईल तेवढे दिवस काम करीत राहायचे. वयाची अट नाही. कामात कुचराई अर्थात नकोच.

अप्पा शरीराने निरोगी व मनानेही तरुण आहेत. शिवाय काम करण्याची त्यांची तळमळ आणि प्रामाणिकपणा हा एखाद्या तरुणालाही लाजवणारा. परंतु एवढ्या भांडवलावर आणखी पुढे सरकारी नोकरी रेटणे, या देशात शक्य नाही व तसा कायदाही नाही. वयाची साठ वर्षे भरली की, पायउतार व्हावेच लागते. तसे अप्पा झालेत. सगळेच होतात. त्याला सेवानिवृत्ती म्हणतात.

वयाची साठ वर्षे भरली तरी अप्पा तसे वाटत नाहीत. त्यांचे फारच थोडे केस पांढरे झालेत आणि जास्तीत जास्त केस काळे आहेत. नजर चांगली आहे. कान शाबूत आहेत. आत्मविश्वास ढळलेला नाही. ते रोज सकाळी उठून प्राणायाम करतात. संध्याकाळी फिरायला जातात. केसांना काळा रंग कधीच लावत नाहीत. सभा-संमेलनाला हजेरी लावतात. वर्तमानपत्रांचे नियमित कॉलम लिहितात.

परंतु, आता आपण सरकारी कामाच्या क्षमतेचे अथवा उपयोगितेचे राहिलेलो नाही, हा शिक्का आपल्यावर बसला, याची सूक्ष्म जाणीव त्यांचं मन पोखरायला लागली. परंतु, ही अवस्था काही फार काळ टिकली नाही. कौटुंबिक, आर्थिक, सामाजिक या सर्वच स्तरांवर सुस्थितीत असलेले अप्पा, प्रकृतीने धडधाकट असलेले अप्पा— मनानेही तसे खंबीर आहेत. या क्षणी त्यांना कुठल्याही विवंचना नाहीत. या वयातही त्यांना आठ तास शांत झोप लागते.

नोकरी सरताना ज्या प्राथमिक गोष्टी किंवा कर्तव्ये पार पाडावयाची, ती त्यांनी यशस्वीरित्या पूर्ण केली. घराचं बांधकाम, मुला-मुलींची लग्ने, त्यांच्या चरितार्थासाठी त्यांना सरकारी नोकऱ्या— यातलं सर्व यथासांग पार पडले.

मुलांचा संसार फळायला लागला आहे. ते आपल्या पायावर भक्कमपणे उभे आहेत. अप्पांच्या मनातले सगळे कोपरे सर्वार्थाने समृद्ध आहेत. काळजाच्या काठाकाठाने आनंद पेरलेला आहे. त्याला सगुण फुले धरली आहेत. लोक म्हणतात— अप्पांच्या सगळ्याच अपेक्षा पूर्ण झाल्यात, मग काळजी कसली?

अप्पा नोकरीला लागले, तेव्हाची स्थिती अप्पांना आठवली. त्या गोष्टीला

आता चाळीस वर्षे झालीत. अप्पांच्या आयुष्यात या मधल्या काळाने भरपूर दान टाकले. झोळी तर कधीच भरत नाही. मात्र मिळाले त्यात समाधान मानले की, काहीच कमी पडत नाही. आताच्या स्थितीतला झालेला फरक हा नजरेत भरण्यासारखाच— अप्पांच्याही आणि इतरांच्याही.

आर्थिक असो की कौटुंबिक, सामाजिक असो की वैयक्तिक— अप्पांना सर्व पातळ्यांवर सुखाचे टोक सापडले. नकळत त्याची तुलना त्यांनी भूतकाळाशी मनोमन केली. शून्यातून निर्माण केलेलं विश्व आणि त्यासाठी खाल्लेल्या खस्ता, यांचा पाढाच त्यांनी भावनेच्या भरात वाचला.

सेवानिवृत्तीच्या सत्काराला उत्तर देताना अनेकदा ते भावुक झाले. त्यांचा एक-एक शब्द आपुलकी आणि जिव्हाळ्यातून निथळून येत होता. घरात, गल्लीत, ऑफिसात आणि अवती-भोवतीच्या परिसरातील जे-जे कुणी संपर्कात आले; त्यांचे ऋण मान्य करून, त्या ऋणातून मुक्त होण्याचीच भाषा त्यांच्या ओठांवर होती.

काळ कसा भराभर निघून जातो, कळत नाही. तो चोरपावलांनी निघून जातो, यावर अप्पांचा विश्वास नाही. आपल्या देखत, आपल्याच मनगटाला घड्याळ बांधून त्याच्या काट्याच्या गतीसोबत तो धावत असतो. आपल्यासारख्याच अनेकांना लोकलच्या किंवा एक्स्प्रेसच्या खचाखच गर्दीत भरून कसाबसा श्वास घेत तो पळत असतो. आपल्यालाही तो सोबत येण्यासाठी खुणावतो. नव्हे, आपल्याला तो फरफटत सोबत नेतो. त्याच्यासोबत पळावेच लागते. न जाऊन सांगणार कुणाला?

मातीवरून, रेतीवरून, ढेकळांतून, हिरवळीवरून, रेल्वे रुळांवरून, फायलीच्या पानापानांतून, दर वर्षाला पडणाऱ्या पावसाच्या धारांतून, कडक उन्हाच्या काहिलीतून, सर्वच ऋतूंतून धावताना काळ दमत नाही. त्याला धापही लागत नाही.

अप्पांनी या सर्व मार्गांवरून धावताना त्याला पाहिले, ते त्याचा पदर धरून त्याच्यासोबत धावत राहिले आणि आता या अर्ध्या मुक्कामावर येऊन पोहोचले, याचे त्यांना समाधान वाटते. अप्पांच्या सोबतचे काही जण काळाच्या उदरात गडप झाले. काळाच्या पडद्याआड गेले, असे म्हणण्याचा प्रघात आहे. काळ तरीही धावतच आहे. तो सतत धावत होता, तो सतत धावत राहील!

एखाद्या तरुणाला लाजवेल अशा पद्धतीने कार्यालयीन कामात अग्रेसर असायचे अप्पा. आता वयाची साठ वर्षे झाली, परंतु रक्तदाब किंवा मधुमेह त्यांच्याजवळ फिरकला नाही. गुडघ्यांची किंचित कुरकुर जाणवत असली, तरी

सरकारी नोकरीत मिळत असलेल्या प्रवास सवलतीत त्यांनी शेवटी-शेवटी जेजुरीचा गड आणि सप्तशृंगीचा पहाड लीलया पादाक्रांत केला. मुखातला एखादा दात साथसंगत सोडून गेला असला, तरी त्यामुळे फारसे काही बिघडले नाही.

केस अर्धे-अधिक पांढरे झाले असले तरी तेच शोभून दिसतात, म्हणून त्यांनी ते काळे करण्यासाठी कृत्रिम रंगाचा वापर केला नाहीच. निसर्गनियमाच्या विरोधात जाऊन काहीही करावयाचे नाही, हा त्यांचा स्वभाव सर्वांनाच ज्ञात आहे.

'दिसामाजी काही तरी ते लिहावे आणि प्रसंगी वाचीत जावे' हा रामदासांचा उपदेश त्यांनी कटाक्षाने अंगी बाणवला आणि कृतीतही उतरविला. म्हणूनच वैचारिक प्रगल्भता टिकून राहिली आणि ते जीवनाकडे दिवसेंदिवस आणखी गंभीरतेने पाहू लागले. हे सगळे तसे साहजिकच म्हणावयाचे.

अप्पांचा सेवानिवृत्तीचा निरोप समारंभ मोठा जोरदार साजरा झाला. त्या वेळी त्यांचे जे गुणवर्णन झाले आणि पुढील आयुष्यात पुरून उरतील एवढ्या शुभकामनांचे हार मिळाले, त्यामुळे ते गहिवरले आणि भारावले.

त्याच वेळी "अप्पा काय करतील आता सेवानिवृत्त उर्वरित जीवनात? कसा वेळ घालवतील?" वगैरे नेहमीच्या शंका किंवा प्रश्नही उपस्थित केले गेले. आता त्यांना वेळ घालविण्यासाठी काय काय करता येईल, याचीही चर्चा झाली.

जो-तो आपल्यापरीने अप्पांना उपदेशवजा टिप्स देऊ लागला. जे स्वत: त्यातलं काही करू शकत नाहीत, त्यांनीही काही ढोबळ टिप्स दिल्या. अप्पांनी सगळ्यांचे ऐकून घेतले.

अप्पांच्या जीवनाची प्रथम इनिंग संपली आणि आता ही दुसरी इनिंग त्यांना खेळावयाची आहे, अशी सूचना काहींनी केली. तर आता ही इनिंग खेळताना आयुष्याचे पीच बरेच उखडले गेले आहे; तेव्हा चेंडू जरा जपून टोलवायला हवेत, असेही कुणी तरी म्हणाले.

अप्पा हे सगळे ऐकत असताना गालातल्या गालांत हसले होते. सरकारी आणि सहकारी मित्रांच्या आपुलकीचा भाग होता तो. जो-तो आलेल्या संधीचा फायदा घेऊन उपदेशाचे डोस पाजत होता. अप्पांकडून भावी आयुष्यात सामाजिक कार्याची अपेक्षा करीत होता.

'भविष्यात त्यांना निरोगी जीवन लाभो', अशी कामना करण्यात येत होती. अप्पा निर्व्यसनी आहेत याचा निर्वाळा देण्यात येत होता आणि "निर्व्यसनी आयुष्य हीच त्यांच्या ठणठणीत प्रकृतीची पावती आहे", देशपांडेसाहेब म्हणाले.

कुणी म्हणाले, "आज अप्पा सेवानिवृत्त होत आहेत... उद्या-परवा आणखी

दुसरा-तिसरा याच मार्गाने जाणार आहे. ते चुकत नाही. हे रहाटगाडगे असेच फिरत राहणार. सरकारी कामे सुरूच राहतील. आयुष्याची सारवट गाडी अशीच चालत राहील. आपल्या खांद्यावरचे ओझे दुसरा कुणी तरी त्याच्या खांद्यावर घेईल. अप्पा आपल्यातून जात आहेत, त्याचे दुःख करू नये''— अशी निर्वाणीची भाषाही बोलली गेली. कुठे, काय व किती बोलावे, याचेही भान ठेवत नाहीत लोक!

अप्पा आपल्या भाषणात म्हणाले, ''थकल्याची भावना झुगारून द्यावी आणि नव्या कामाला लागावे. माणूस निवृत्त होत नाहीच कधी. सरकारी कामाचे कंत्राट संपले, म्हणून काय झाले? कौटुंबिक आणि सामाजिक किती कामे वाट बघत असतात आपली. मी मुळीच थकलेलो नाही आणि तुमच्यातून गेलोही नाही. मी समाजकार्यात रस घेईन. आपल्या कुटुंबाच्या गोकुळात रमेन... सरकारी कामाचा असो की आयुष्याचा— शो मस्ट गो ऑन.''

अप्पांनी आपल्या पुढील आयुष्याचे नियोजन आधीच केले होते. लिखाणाचा व पर्यायाने वाचनाचा छंद जोपासला. ग्रंथांचा संग्रह केला. माणसे जोडली. जी जोडली, ती टिकवली. ही श्रीमंती त्यांच्या काळजाला आश्वस्त करणारी आहे... हा आधार मन:शांती प्रदान करणारा आहे.

अप्पांनी कथा-कीर्तनाची आवड जोपासली. समाजसेवी संस्थांशी स्वत:ला जोडून घेतले. सेवानिवृत्तांची संस्था काढावयाचे ठरविले. आधीच काढलेली साहित्यसंस्था आणखी जोमाने कार्यान्वित करण्याचा मनोदय व्यक्त केला. शेता-वावरात झाडे लावली, ती जगवली. त्यांच्या मुळाशी पाणी घालताना अप्पांना कृतकृत्य झाल्यासारखे वाटते. अंगणात उन्हाच्या तप्त झळांनी बेजार झालेली पाखरे येतात; अप्पा त्यांच्यासाठी पाणी भरून ठेवतात, दाणे टाकतात.

निसर्गाचे मुळातच वेड असल्यामुळे, वृक्षारोपण आणि संवर्धनासाठी क्षेत्र तयार ठेवले आहे. हा सगळा व्याप लक्षात घेता, अप्पांच्या वेळापत्रकात आठ तास झोप सोडली तर उरलेले १६ तास कमी पडतात. 'वेळ कसा जाईल वगैरे' प्रश्नच त्यांना पडत नाही.

जेवणाच्या टेबलाभोवती मुले, नातवंडे, सुना, यांच्याशी अप्पा मनसोक्त गप्पा मारतात. गप्पांच्या ओघात आपले आणि इतरांचे अनुभव सांगतात. म्हणतात,

''वयाची पन्नाशी ओलांडली आणि साठीचे वेध लागले की, आपण आता वृद्धत्वाकडे झुकलो आहोत, अशी सर्वसाधारणपणे आपली आपल्यालाच जाणीव व्हायला लागते. त्याच वेळी ज्येष्ठ नागरिक, वयोवृद्ध, म्हातारे, आजोबा, (आताच्या भाषेत सिनिअर सिटिझन) वगैरे उपाध्या अथवा बिरुदे आपल्या

नावाच्या मागे लागतात. विरळ होत जाणारे डोक्यावरचे पांढरे केस आणि भूतकाळातील गोष्टींचे होत चाललेले विस्मरण, वृद्धत्वाची आठवण करून देण्यास पुरेसे कारण असते.''

अप्पांचा पिंड साहित्यिकाचा असल्यामुळे त्यांच्या भाषेला एक प्रकारचा गोडवा आहे. साध्या-सोप्या गोष्टीही आलंकारिक स्वरूपात प्रतिमा आणि प्रतीकांच्या महिरपीत ठेवून ते सजवतात. ऐकत राहावे, असेच त्यांचे बोलणे असते. ते खुलले म्हणजे सांगतात—

''म्हातारपणाच्या सुरुवातीचा हा काळ असतो माणसांच्या आयुष्यातला संधिप्रकाशाचा काळ... माणसांच्या आयुष्यातला उत्तरार्धाच्या काठावरचा काळ! झाले-गेले विसरून नव्याने जगायला सुरुवात करावी असाही आणि अपेक्षेपेक्षाही खूप काही मिळाल्याचा आनंद व्यक्त करण्याचाही काळ! ही खरे तर सांज खुललेली असते माणसांच्या आयुष्यात. तिच्या सप्तरंगांत न्हाऊन निघण्याचा हा काळ असतो.

''...जिथे दिवसाचा उजेड संपत चालला आहे व रात्रीचा अंधार पडायला सुरुवात झालेली आहे, असा हा काळ. असा सीमारेषेवरचा काळ प्रत्येक माणसाच्या अथवा व्यक्तीच्या म्हणा; आयुष्यात येतोच येतो. ना धड दिवस, ना धड रात्र म्हणता येईल— असा!''

आणखी स्पष्ट करून सांगताना ते म्हणतात— ''म्हणजे लोप पावत चाललेला क्षीण उजेड आणि आकारास येत असलेला अस्पष्ट अंधार यांचा मेळ असलेला तो काळ— संधिकाल. आयुष्याची संध्याकाळ अशी जवळ येत असताना मन कातर होते.'' अप्पा मग क्षणभर भावुक होत आणि स्वत:ला सावरत पुढल्याच क्षणी असा प्रगल्भ विचार मनात येई. ते स्वत:शीच म्हणत—

'आपण सांज खुलत्यावेळीचा उजेड तेवढा टिपून, अधू होत चाललेल्या डोळ्यांत साठवून घ्यावा; झालंच तर तो इतरांना वाटावा. वाट्याला आलेले ते कोवळे निरभ्र दिवस आठवून उगाच पापण्यांच्या कडा भिजवू नयेत. आयुष्याभोवती वेढून असणारा अटळ विनाशाचा शाप सहज स्वीकारण्याची तयारी ठेवावी आणि येऊ घातलेल्या अंधाराची पर्वा करू नये.'

अप्पा आपल्या सत्काराला उत्तर देताना म्हणाले होते...

''तसाही माणसाच्या आयुष्यात दिवसा-उजेडीही अंधारच तर असतो. आयुष्याचे क्षण एकमेकांना चिकटून असतात; तरीही पुढच्या क्षणात काय दडलेले आहे, ते कळत नसते. म्हणजे प्रत्येक क्षण हा अंधाराचाच असतो. कितीही जवळून डोकावले व डोळे ताणून पाहिले, तरी त्यात काहीच दिसत

नाही. मात्र, तोच अंधार कधी आपल्याला मिठीत घेईल, ते नाही सांगता येत. सगळीच अनिश्चितता असते व ती स्वीकारावी लागतेच.

"एकूणच मानवी आयुष्य आणि त्यातल्या त्यात म्हातारपण म्हणजे अनिश्चिततेचाच काळ असतो माणसांच्या आयुष्यातला. कदाचित सरपटत का होईना; आणखी जगत राहायला मिळेल, या क्षीण आनंदाचा दिलासा देणारा अथवा मरणही येईल अचानक, याची भीती वाटणारा... संमिश्र!

"उजेड आणि अंधाराच्या सीमारेषेवरचा हा काळ असतो संधिप्रकाशाचा; अत्यंत सीमित असा काळ. खरे तर ही आयुष्याच्या खेळातल्या दुसऱ्या इनिंगची सुरुवात.

"आयुष्याचे पीच आधीच खराब झालेले असते आणि आता नव्या, ताज्या दमाच्या भिडूने टाकलेले गुगली किंवा फास्ट बॉल आपल्याला खेळायचे असतात. ते चेंडू असतात कधी आखूड टप्प्याचे, कधी वाइड, तर कधी बाउन्सर!

"परंतु, फिल्ड हे मूळचे आपलेच असते. म्हणून, आयुष्याच्या पीचवर खेळताना आलेले अनेक अनुभव आता कामी येतील. पीचवर पडलेले खड्डे आणि उडणारी धूळ चुकवीत खेळायला आलेले आपण, नाइट वॉचमन असतो खरे तर. शिल्लक राहिलेल्या ओव्हर्स तर खेळाव्याच लागतात ना!"

अप्पांनी आयुष्याला दिलेली क्रिकेटची उपमा, सुनील गावसकरच्या 'जीवन म्हणजे क्रिकेट राजा' या गाण्याची आठवण करून देऊन गेली. आयुष्याला दिलेली क्रिकेटची उपमा मनाला भावली होती सगळ्यांच्या.

तसे पाहता क्रिकेट या खेळामध्ये दोन पक्ष असतात आणि ते प्रतिस्पर्धी असतात. माणसाच्या आयुष्यात आपला एकच पक्ष असतो किंवा असावा. अप्पांच्या आयुष्यात प्रतिस्पर्धी पक्ष असणे शक्यच नाही.

याचा अर्थ 'जे-जे होईल ते-ते पाहावे.' अशाही मताचे ते नाहीत. सत्याला स्मरून सडेतोड मत व्यक्त करणारेही ते आहेत; शिवाय ते सहिष्णू आणि सोशिक आहेतच.

"आता एक इनिंग खेळून झाली आणि लगोलग दुसरी इनिंग खेळायची वेळ आली— असा हा एकतर्फी खेळावयाचा आयुष्याचा खेळ आहे, हे ध्यानात घ्यायला हवे. तो खेळ आपला आपणच खेळायचा, हे ठरलेलेच असते. धावा काढीत राहायचे. हर्ट झाले तरी खेळत राहायचे. इथे रनर घ्यायची सोय नाही." हे अप्पांचेच शब्द.

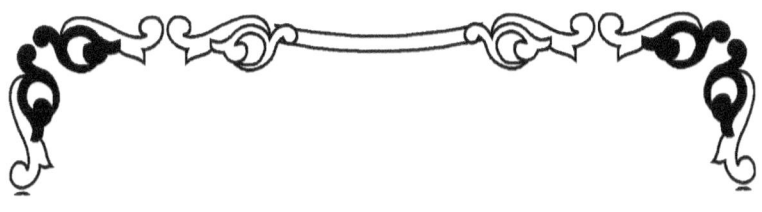

२
सांज गोकुळातली

आपल्या घराचं गोकुळ झालेलं पाहण्यासाठी माणसाचा आटापिटा असतो. अप्पांचाही तसाच होता व आहे. अप्पांच्या बालपणी शेणा-मातीच्या घरात कुडाच्या भिंतीला टेकून त्यांनी केलेली आयुष्याची सुरुवात, गोकुळाच्या समृद्ध कल्पनेला स्वप्नातही थारा देणारी नव्हती. हाता-तोंडाची दोनदा गाठ पडण्यासाठी माय-बापांचे होणारे हाल ते डोळ्यांनी बघत होते.

आपलं केवळ अस्तित्व टिकवण्यासाठी, दारिद्र्याशी लढण्यातच माय-बापांच्या आयुष्याची संध्याकाळ झाली आणि उगवलेला सूर्य कधी पश्चिम क्षितिजावर कलला व अखेरीस मावळला, हे कळलंच नाही. ते अखेरीस 'सुख' नावाच्या वस्तूला हात न लावताच या मातीला मिळाले. त्या गोष्टीवरही आता काळाच्या धुळीची पुटे चढली.

अप्पांच्या बालपणीचे दिवस अठरा विश्वे दारिद्र्यातले. शेजारच्या घरातलं फुकट मिळालेलं पाणीदार ताकसुद्धा त्या वेळी अमृतासमान वाटायचे आणि ते मिळालं की, त्या दिवसापुरतं कोरड्यासाचं भागायचे. न मिळालं, तर चटणी-भाकरी खाऊन आला दिवस ढकलायचा. 'उद्याचं उद्या बघू', असं म्हणत दिवसाला दिवसाची ठिगळं जोडायची! असे होते ते दिवस...

पुस्तकात वाचलेलं 'घराचं गोकुळ होणं, म्हणजे नेमके काय?' असा प्रश्न पडलेला होताच; परंतु त्याचे उत्तर दृष्टिपथात नव्हते. काळाने मनावर घेतले आणि उकिरड्याची दशा पालटावी तसे भराभर बदलत गेले. धूळ साचलेल्या दारिद्र्याला एकाच जागी थांबण्याचा जणू कंटाळा आला. ते हळूहळू निघून गेले. घरादाराचा नूर जसा बदलला, तसाच अप्पांच्या आयुष्याचाही. हे घडले केवळ शिक्षणाच्या प्रभावामुळे. अप्पा आपल्या भाषणातून गाडगेबाबांचं उदाहरण देतात. गाडगेबाबा म्हणायचे— "ऐपत नसली तर घरातले जेवणाचे ताट मोडा, तुम्ही

हातावर भाकरी घेऊन खा, मात्र मुलांना शाळा शिकवा.''

अप्पा शरीराने मजबूत. बोलणे रोखठोक. कामात शिस्त. प्रत्येक कामाचे नियोजन अभ्यासपूर्वक केलेले. आळसाला थारा नाही. अप्पा तंबाखू खात नाहीत, सिगरेट ओढत नाहीत. त्यांच्या घरातील कुणीही तंबाखू खात नाही. वडील गेले तेव्हाच त्यांच्यासोबत त्यांची तंबाखूची चिलीम गेली, ती कायमचीच.

सेवानिवृत्त होण्याच्या किती तरी आधीच अप्पांच्या मुलीचे शुभमंगल झाले. ती चांगल्या घरात पडली. अप्पांचा मोठा मुलगा इंजिनिअर झाल्यानंतर लगेचच कंपनीत मोठ्या पदावर आणि पाच आकडी पगारावर चिकटला. त्याची बुद्धिमत्ता अफाटच म्हणायला हवी; त्याहीपेक्षा कष्ट आणि जिद्द. गरिबीची त्याला जाणीव आहे.

दुसरा मुलगा बँकेत लागला. त्यालाही बरा पगार आहे. त्याचेही लग्न झाले. बायको सुंदर मिळाली, शिकलेली मिळाली. त्याचा संसार सुखात सुरू आहे. अप्पांचे एकत्र कुटुंब आहे.

सेवानिवृत्तीच्या आधी अप्पांचे लहानसे घर झाले. चार-दोन एकरांची शेती झाली. आपल्या माता-पित्याचे कष्ट फळाला आले, त्यांच्या घामाला छान फुले आली— असे अप्पा नेहमी म्हणतात.

एकत्र कुटुंबपद्धती ही आदर्श कुटुंबव्यवस्था आहे, असे अप्पांना वाटते. ते या कुटुंबपद्धतीचा पुरस्कार करतात.

आपले लहानसे परंतु सर्व सोईंनी युक्त असलेले घर, ही निढळाच्या घामाची कमाई आहे, म्हणून अप्पा ते सोडावयास तयार नाहीत. लहान मुलाच्या कुटुंबात एकत्र राहताना नातवाच्या सोबत खेळता-बागडता येते. अप्पा सकाळी नातवाला शाळेत सोडतात आणि दुपारी घरी आणतात. घरातलं काय हवे, काय नको ते बघतात. सकाळ-संध्याकाळ सर्वांच्या सोबत एका टेबलावर बसून जेवतात. त्यांना काय हवे-नको, ते घरातील माणसं आपुलकीने बघतात. आकाराने मोठे घर तरी कशासाठी हवे? या घरातील माणसांचे मन मोठे आहे.

अप्पांची बायको जुन्या वळणाची, परंतु फार कामसू बाई. ती सावळ्या रंगाची व कमी शिकलेली असली तरी सर्वांना समजून घेणारी आहे. ती घरादाराची झाडलोट, भांडीकुंडी, स्वयंपाक— सारं-सारं करते. सुनेला घाई असली, तर स्वतःच स्वयंपाकघराचा ताबा घेते आणि सुनेला रिकामा वेळ असला, तर तीसुद्धा सासूबाईंच्या हातात चहाचा आयता कप देते.

हा करार त्यांच्यात कधी झाला, हे कुणालाच कळले नाही. त्या दोघी

मिळून सणासुदीला गोड पदार्थ घरीच तयार करतात. पदार्थ तयार करून त्यांना ते इतरांना खाऊ घालण्यात मौज वाटते. अप्पा म्हणतात— "हे घराघरांतून दिसलं पाहिजे."

अप्पांची बायको देवा-धर्माचं करते, उपासतापास करते. गुरुवारी गजानन-महाराजांच्या मंदिरात जाते. तिथे बसून पोथी वाचते. प्रसाद आणते. त्यांची सूनबाई तसंच करते. अप्पा तसं काहीच करीत नाहीत. सुनेलासुद्धा हे देवा-धर्माचं करायला आवडते. अप्पा आस्तिक नसले तरी नास्तिक नाहीत. ते देवाला मानतात, परंतु त्याच्या पूजेसाठी केलेले कर्मकांड त्यांना आवडत नाही.

अप्पा देवा-धर्माच्या बाबतीत सामान्यांच्या विरुद्ध मताचे आहेत. त्यांना पूजा-अर्चांचे अवडंबर अजिबात खपत नाही. देवळात जाऊन पूजा-अर्चा करण्यात वेळ दवडलेला त्यांना आवडत नाही. देव सर्वत्र असताना हे कशासाठी, असा त्यांचा सवाल आहे. अप्पा म्हणतात, 'परमेश्वर आहे. ती एक सर्वशक्तिमान शक्ती आहे,' ही गोष्ट त्यांना पटते. तो सर्वत्र भरून राहिला आहे, हेही त्यांना पटते. त्यासाठी मंदिरच कशाला हवे?

अप्पा सर्वच प्राणिमात्रांत ईश्वर पाहतात. झाडांना पाणी घालून जगवण्यात त्यांना पुण्यलाभ होतो. त्यासाठी मंदिरात जाण्याची गरज त्यांना वाटत नाही. शेवटी हे ज्याच्या-त्याच्या समजुतीवरच अवलंबून आहे. ज्याच्या मनाला जे-जे समाधान देईल, ते-ते त्याने करावे. शेवटी मन:शांती मिळवणे, यासाठीच तर सगळा आटापिटा असतो.

अप्पांच्या बायकोने गणपतीपुळ्याहून तीन गणपती आणले. एक छोट्या मुलाच्या कारच्या डॅशबोर्डावर लावायला दिला. एक मोठ्या मुलाच्या कारसाठी ठेवला. एक मुलीला तिच्या देवघरात ठेवायला दिला. अप्पांनी त्याला विरोध केला नाही. त्या गोष्टीला जास्त महत्त्वही दिले नाही. शेवटी हा ज्याच्या-त्याच्या भावनेचा प्रश्न आहे.

मुलं चांगले ड्रायव्हिंग करतात, हे सर्वांना माहिती आहे. तरीही गाडीच्या डॅशबोर्डवर गणपती हवाच, अशी बायकोची श्रद्धा आहे. घरातले सगळे तिच्या श्रद्धेला जपतात. गाडीच्या डॅशबोर्डवर गणपती असलाच पाहिजे, असे अप्पा मानत नाहीत. मुलं आपल्या आईच्या भावनेची कदर करतात, ही गोष्ट अप्पांना बरी वाटते, म्हणून ते या गोष्टीला विरोध करीत नाहीत. त्यामुळे वाद होत नाहीत. प्रत्येकाने आपल्या आईच्या भावनेची कदर केलीच पाहिजे.

बायको भावनेच्या भरात आणि जन्मजात संस्कारांच्या पगड्यामुळे सगळी

कामे सोडून यथासांग सगळी पूजा-अर्चा करते. अप्पा मात्र आपल्या बायकोला या अवडंबरापासून परावृत्त करू शकत नाहीत. एखाद्याच्या इच्छेविरुद्ध आपला अधिकार गाजवणे, त्यांच्या मनाला पटत नाही. ज्याचे-त्याने समजून घ्यावे, असा सल्ला देऊन मधला मार्ग ते पत्करतात.

हे करताना घरातला मतामतांतराचा संघर्ष टाळण्याचा प्रयत्न ते करतात. अप्पा आपल्या घरातली व समाजातली शांती टिकवून ठेवण्यालाच धर्म मानतात. अप्पा समाजात जाऊन निरनिराळ्या सभांत भाषणे देताना जे इतरांना करावयास सांगतात, तेच आपल्या घरात पूर्णपणे जपले जात नाही, याचे वैषम्य त्यांना जरूर वाटते.

आता आयुष्याची थोडी वर्षे उरली असताना कुणाचे मन मारणे नकोच, असे अप्पांना वाटते. घरात या आधी भविष्य, ज्योतिष वगैरे ज्या खुळचट कल्पना अस्तित्वात होत्या, त्यांचे उच्चाटन करण्यात मात्र त्यांना यश आले आहे. हे झाले तरी, दूरदर्शनच्या पडद्यावर निरनिराळी यंत्रे, दिवे, रत्न, चक्र, तावीज— असले काही तरी थोतांड सर्रास दाखवतातच; ते कोण थांबवणार? नग्न स्त्रियांची चित्रविचित्र हिडिस दृश्ये दाखवतात; याला काय म्हणावे? हे बंद झाले पाहिजे. हे सुजाण प्रेक्षकांनी मनावर घ्यायला हवे.

दैव, नशीब या गोष्टी मात्र आता अप्पांच्या घरात मानल्या जात नाहीत. मात्र देवाचे अस्तित्व आणि श्रद्धेबद्दल अजूनही आस्था आहेच. या विश्वाचा प्रचंड कारभार चालविणारी एक शक्ती असली पाहिजे, हे त्यांना मान्य आहे. परंतु ही शक्ती एका नारळाच्या बदल्यात पुत्रप्राप्ती किंवा छोकरी अथवा नोकरी देते, यावर त्यांचा अजिबात विश्वास नाही. या ढोंगाला अजूनही लाखो लोक बळी पडतात, याचे त्यांना आश्चर्य वाटते.

अप्पांचा स्वकर्तृत्वावर विश्वास आहे. आयते काहीच मिळत नसते आणि प्रयत्न केल्यावर ते मिळतेच मिळते, असे ते म्हणतात.

अप्पांची बायको जुन्या मताची आहे, तरीही ती नव्यांचं ऐकते. नव्यांना विरोध करीत नाही. ती काटकसरीनं घर चालवते. आता-आतापर्यंत दळण-कांडणसुद्धा करायची. आता ते सोडले. अजूनही ती पापड, शेवया घरीच करते. वड्या, करोडे, लोणची तयार करते. आंबा, लिंबू, आवळे यांची सुरस लोणची घरात सदैव असतात. तिला पुरणाची पोळी करून खाऊ घालायला आवडते. दूरदर्शनवरच्या नवनव्या रेसिपी मात्र तिला कळत नाहीत. मांसाहारी रेसिपी दाखवायला लागले की, ती टीव्ही बंद करते.

हिवाळ्यात मुबलक आणि स्वस्त मिळणारी पालेभाजी उन्हात वाळवून तिचा उपयोग उन्हाळ्यात भाजीपाला महाग असतो किंवा टंचाई असते तेव्हा ती अनेकदा करायची. आता ते तिने सोडले आहे. कारण आता कोणत्याही काळात कोणताही भाजीपाला सहज मिळतो. नव्या पोरींना सासूबाईंचे हे वागणे कधी कधी मागासलेपणाचे वाटते, परंतु तो वादाचा मुद्दा होत नाही.

अप्पांना समाजात नाव आहे. सग्यासोयऱ्यांत मान आहे. त्यांच्या शब्दाला लोक उचलून धरतात. असं असलं तरी, काही विरोधक आहेतच. ते वैयक्तिक ईर्षेमधून तयार झाले आहेत. अप्पा म्हणतात, "हे असेच असते. आपल्या चुका दाखविणारे कुणी तरी हवेच."

अप्पांना पुस्तके गोळा करण्याचा छंद आहे. त्याच्यामुळेच अप्पांच्या बायकोला नवं वाचायची गोडी लागली. ती गुरुदेव मासिकाचे जुने अंक वाचते. शामची आई वाचते. अप्पांच्या पुस्तकांतील पुरोगामी विचार तिला नेहमीच पटतो, असे नाही; पण ती वाद घालत नाही. वाद घातलाच, तर आपण त्यांच्यासमोर टिकणार नाही, असा न्यूनगंड तिच्या मनात आहेच.

नातवाच्या संगणकाच्या ज्ञानाबद्दल तिला कौतुक वाटते; त्याचबरोबर आपल्याला हे जमत नाही, याचीही खंत वाटते. आपण शिक्षण का घेतले नाही, याचे तिला राहून-राहून वाईट वाटते. असे वाटायलाच हवे. आता आपल्या मुला-मुलींना व नातवांना शिक्षण देऊन ती उणीव भरून काढायला हवी. शिक्षणाशिवाय आयुष्याला अर्थ नाही.

तिला नूडल्स आवडत नाहीत. हातच्या पदार्थाला चव असते आणि ते चुलीवर रांधले तर चव आणखी वाढते, असा तिचा समज आहे. ती पाहुण्या-रावळ्यांचं न कुरकुरता करते. तिनं निगुतीनं संसार केला, म्हणून घर जागच्या जागी राहिलं, असं अप्पा म्हणतात. पैशाला पैसा जोडला, म्हणून चार वस्तू गोळा झाल्या. असे सर्वच नातेवाईक म्हणतात. त्यांच्या बोलण्यात तथ्य आहेच.

तिला आपले गरिबीतले दिवस आठवतात. आपल्या हौसामौजा बाजूला ठेवून जुन्या कपड्यांना घरीच शिलाई मशीनवर शिवून दिवस काढले, तेव्हा कुठे आता भरजरी शालू अंगावर मिरवता आले. कुणी याला कंजूषी म्हणतात. खरे तर ती काटकसर असते. कष्टाला एक दिवस किंमत मिळतेच, यावर या कुटुंबाचा विश्वास आहे. काटकसर आयुष्यात हवीच.

अप्पांना कशाचीच उधळपट्टी आवडत नाही. वीज व पाणी ते काटकसरीने वापरतात. सरकारी कामात असतानाही ते ऑफिसातले दिवे व पंखे काम

नसताना वापरू देत नसत. बऱ्याचदा ते असे विनाकारण जळत असलेले पंखे स्वत: बंद करीत. नासमज कर्मचारी त्यांना याबाबतही नावे ठेवीत. म्युनिसिपालटीचा नळ विनाकारण सुरू असेल, तर ते गाडीतून उतरून तो बंद करायचे. घरातले वापरून वाया जाणारे पाणी ते अंगणातल्या झाडांना घालतात. पाण्याचा अपव्यय टाळला पाहिजे, हे किती चांगले विचार आहेत! पाणी आणि वीज याच्या वापराच्या संदर्भात लोकजागरणाची आवश्यकता आहेच.

अप्पांच्या अल्पशिक्षित बायकोनं आपल्या सुनेला मुलीसारखी वागणूक दिली, म्हणून घराची शांतता टिकून राहिली. सुनेनंही तसाच प्रतिसाद दिला. कधी मधी भांड्याला भांडं लागलं; नाही असे नाही; मात्र त्याचा आवाज होऊ दिला नाही. हे पथ्य दोघींनीही पाळलं. म्हणून या घराची ही सासूबाई आता मुलाची व सुनेचीही 'आई' झाली. याला भाग्यच म्हणावयाचे.

घराचं घरपण या दोघींमुळेच अबाधित आहे. घरधनीण बाईला शालेय शिक्षण कमी असलं तरी फारसं बिघडत नाही, हे यावरून सिद्ध झालं. संस्कारमूल्यांचं शिक्षण मात्र पाहिजे, हेही अधोरेखित झालं. आता काळ बदलत आहे. नवं तंत्रज्ञान असलेल्या शालेय शिक्षणाचीही तेवढीच आवश्यकता आहे.

अप्पांच्या घरची वडिलोपार्जित शेती आहे थोडीफार. अप्पांनी त्यात आणखी थोडी भर टाकली. शेती गावाकडे असली, तरी अप्पा सेवानिवृत्त झाल्यापासून अधून-मधून शेतावर जातात. काय पेरावे, हे त्यांना समजते. मशागत कशी करावी याचे त्यांना ज्ञान आहे. शेती परवडत नाही, हे म्हणणे अप्पांना पटत नाही. अवर्षण झाले नाही, तर पोटापुरते पिकतेच. मात्र पीक काढणे दिवसेंदिवस कठीण होत आहे, हे खरेच आहे. त्याची कारणे वेगळी आहेत.

शेती सोडताही येत नाही आणि धरताही येत नाही, अशा कात्रीत शेतकरी सापडत आहे, या गोष्टीत तथ्य आहे. शेतमजूर मिळत नाहीत. जे आहेत, ते अडवणूक करतात. श्रमाला महत्त्व येत आहे. असे असले तरी शेतकरी हे सोडून जाईल तरी कुठे? आणि तो हे सोडून देईल, तर जग काय खाईल? हे मूलभूत प्रश्न समजून घ्यायला हवेत, असे अप्पांना वाटते. सरकार याबाबतीत उदासीन आहे, याचे वाईटही वाटते.

अप्पा नोकरीत असताना लवकर उठायचे. आताही तसेच लवकर उठतात. नोकरीत असताना ते समकालीन सहकारी, अधिकारी मित्रांत सर्वांचे आवडते होते. आताही त्यांच्या चाहत्यांची संख्या मोठी आहे. त्यांत साहित्यिक, विचारवंत,

पत्रकार, रसिक वाचक जास्त आहेत.

अप्पा समविचारी लोकांशी मैत्री करतात. मात्र विरुद्ध विचारांच्या लोकांशी शत्रुत्व धरत नाहीत. अशा लोकांशी ते संबंध मात्र वाढवत नाहीत. प्रसंगी सत्य व पर्यायाने कठोर बोलले की लोक दुखावतात, हा अनुभव अप्पांनाही येतो. अप्पा म्हणतात, ''हे चालायचेच.''

अप्पांची मोठ्या साहेबांमधे ऊठ-बस होती. त्यांच्यासोबत अप्पा कधी मधी ड्रिंक घ्यायचे. आता ते ड्रिंक घेत नाहीत. त्यांना तशी सवय जडली नाही. साहेब लोकांसोबत ड्रिंक घेणे, हा आता शिष्टाचार झालेला आहे. आता डॉक्टरही माफक ड्रिंक घेतात. रोग्यालाही कधी कधी एखादा पेग घ्यायला सांगतात. हार्ट पेशंटसाठी ते बरे असल्याचे सांगतात. ड्रिंक घेणे सर्वसामान्य व सर्वसंमत झाले आहे. त्याचे समर्थन मात्र नाही करता येत. अतिरेक कुठल्याही गोष्टीचा वाईटच!

दिवस असेही जातात, दिवस तसेही जातात. दिवसांचे जाणे अविरत सुरू असते. दिवस जाण्याचे थांबत नाहीत. ड्रिंक वगैरे आता कॉमन होत आहे. त्यात गैर काही वाटत नाही. तसे वाटण्याचा जमाना आता मागे पडला आहे. जमान्याचे मागे पडणे सर्व काळात सुरूच असते; असायलाच हवे.

जमाना मागे पडतो, तशा चालीरीतीही मागे पडतात. चालीरीतीसोबत फॅशन आणि पेहेराव बदलतात. मुली नऊवारी साडीतून पाचवारी साडीत आल्या. आता सलवार-कमीजमध्ये वावरतात. घराघरांतून ते आता मान्य होत आहे. म्हणून 'डोक्यावरून पदर घ्या', असे सांगता येत नाही. काळ बदलला तसे बदलायला हवे. वारा वाहील तशी पाठ फिरवायला हवी असे अप्पांचे स्पष्ट मत आहे.

अप्पा सकाळी लवकर उठतात. त्यांचे शेजारी मित्र ब्राह्मण आहेत. तेही सेवानिवृत्त झालेत. ते सर्वांत आधी झोपेतून उठून तयार असतात. अप्पांचं घर सिव्हिल लायनीत, म्हणजे चांगल्या वस्तीत आहे. घरासमोर डांबरी सडक आहे. शेजारी ब्राह्मण मित्र अप्पांशी मित्रासारखेच वागतात. सकाळी उठून ते दोन्ही अंगणांतली डांबरी सडक स्वच्छ झाडतात. अप्पांचेही अंगण त्यामुळे स्वच्छ होते. ही स्वच्छता झाल्यावर घरातली मंडळी झोपेतून उठतात.

अप्पा या दोन्ही अंगणांत पाणी शिंपडून सडा घालतात. हे 'एकमेका साह्य करू, अवघे धरू सुपंथ.' न बोलता-चालता सुरू आहे. एक अलिखित करार सुरू आहे म्हणा ना! जाती-पातीचा प्रश्न तर इथे कुणाच्याच मनाला

शिवत नाही.

जात-पात मानण्याचा जमाना आता मागे पडला आहे. तो कायमचा विस्मरणात जायला हवा. पण तसे होत नाही. लोक जातीच्या आधारावर निवडणुका लढवतात व जिंकतात. जाती-जातीचे मोर्चे निघतात. त्याचबरोबर जाती-निर्मूलनाचे नारे लावतात. हा उघड-उघड दुटप्पीपणा आहे. जातीचा उल्लेख कमीपणाचाही वाटतो आणि जातीचे प्रमाणपत्र मिळवण्याचा आटापिटाही सुरू असतो, हे इथल्या समाजव्यवस्थेतील विरोधाभासी उदाहरण आहे.

सेवानिवृत्त झाल्यानंतर काय करावे? असा प्रश्न अप्पांना पडला नाही. हाताशी असलेली कामे त्यांच्यासमोर रांगेत उभी आहेत. अशी काही सर्वसामान्य आणि नित्यनेमाची कामे अप्पा आवडीने करतात. 'माणसाने काम करीत राहावे. हात व पाय चालते राहावेत, म्हणजे अवयव फारसे कुरकुर करीत नाहीत. अन्न चांगले पचते.' या मताचे अप्पा आहेत. अप्पांनी आपली दिनचर्याच तशी बनवून टाकली. कामाची काय लाज? अप्पा स्वतःला कामात व्यग्र ठेवतात. बघा ना—

सकाळी लवकर उठून योगा व प्राणायाम करणे. झाडांना पाणी घालणे. आपला चहा आपणच तयार करणे. कपबशी विसळून ठेवणे.

परसात चूल पेटवून अंघोळीसाठी पाणी गरम करणे. मागील अंगण झाडून स्वच्छ करणे.

अंघोळ, चहा, नाश्ता झाल्यावर नातवाला शाळेत पोहोचविणे.

मुलाला बाहेरगावी बँकेत जाण्यासाठी बसस्टॉपवर सोडणे.

पोस्टातून डाक आणताना बाजारातून ताजी भाजी व फळे आणणे.

घरात आल्यावर संगणक उघडून लिखाण करणे.

दुपारी जेवण झाल्यावर नातवाला शाळेतून आणणे.

पोस्टमनची वाट बघणे. आलेली डाक वाचणे. त्यानंतर दुपारची थोडी झोप घेणे.

पुन्हा संगणकावर लिखाण करणे.

संध्याकाळी फिरायला जाणे. मित्रांसोबत गप्पा मारणे.

पेन्शनर्स सभेला किंवा समाजाच्या सभेला हजेरी आणि साहित्यिकांची मीटिंग वगैरे.

झालंच तर आठवड्यातून दोनदा गावाकडच्या शेतावर चक्कर टाकणे.

...अशा एक ना अनेक गोष्टी अप्पांची वाट बघत असतात. वेळ कसा घालवावा, असा प्रश्नच नाही अप्पांच्या आयुष्यात.

अप्पा आजोबा झाले. त्यांची पत्नी आजी झाली. मुलीची मुलं, मुलांची मुलं मोठी होत आहेत. ती सगळी आजी-आजोबांना लळा लावतात. मुलीच्या मुलांना त्यांचे आपले आजी-आजोबा आहेत. म्हणजे बाबांचे आई-पपा. त्यांचेही एकत्र कुटुंब आहे. अप्प्यांचे तर आहेच. एकत्र कुटुंब हवेच.

आजी या मुलांना गोष्टी सांगते, परंतु त्या त्यांना आवडत नाहीत. लहानपणी आवडायच्या— भुताच्या, परीच्या, वाघ-सिंहाच्या आणि राजा-राणीच्या. या गोष्टींत आता या मुलांना रस नाही. त्यांचं जग त्यापलीकडचं आहे. ते या आजीला माहिती नाही. म्हणून मुलांना ती अडाणी वाटते. म्हणून आजीपासून ती थोडं फटकून वागतात. आजीचं काहीच ऐकत नाहीत. आजी नाराज होते. तिला एकटे वाटते.

या मुलांचे आई-वडील शिकलेले आहेत. ते हिंदी, इंग्रजी बोलतात. ते संगणक वापरतात. त्यांचं वागणं-बोलणं वेगळं आहे. त्यांच्याजवळ नव्या युगाचं तंत्रज्ञान आहे. त्यांना आजीशी बोलायला सवड नाही. त्यांच्या गप्पांचे विषय वेगळे आहेत, अभ्यासाचे विषय वेगळे आहेत. आजी-आजोबांना ते समजत नाहीत, म्हणून ते बाजूला पडतात.

मुलांची शाळा, ट्युशन, निरनिराळे क्लास आणि संगणकावर चॅटिंग, गेम अन् तसलंच काहीबाही. झालंच तर कार्टून बघणे. यातून वेळ मिळणार कसा? म्हणून आजीच्या वाट्याला ही मुलं येत नाहीत. अप्पांचा नातू इंग्रजी शाळेत जातो. इंग्रजी कविता म्हणतो. आजीला त्या कळत नाहीत. आपल्या आजीला काहीच कळत नाही, असे त्याला आता आता वाटू लागले आहे. त्यापेक्षा आपली मम्मी हुशार आहे, असेही त्याला वाटते. म्हणून आजी त्याच्या मनातून उतरते.

लहानपणी तो खूपच हट्टी होता. आजही आहेच. सकाळी उठून तोंड न धुता चहा पिण्याची सवय त्याला लागली. आजी अर्थातच याच्याविरोधात आहे. आजीला शिस्तीला धरून जे वाटते, तसे तो करीत नाही.

आजीला त्याला अंघोळ घालून द्यावीशी वाटते, परंतु त्याला ते आवडत नाही. त्याला त्याचे सगळे मम्मीनेच करून द्यावे, असे वाटते. ममी त्याच वेळी स्वयंपाकघरात असते. तिला बाळाच्या पप्पांचा डबा करायचा असतो. तिची तारांबळ उडते. मुलाचा हट्ट सुरूच असतो. ती वैतागते.

शाळेत पोहोचवायचे काम अप्पांकडे आहे. उशीर झाला तर अप्पा रागावतात, कारण शाळेच्या प्रिन्सिपॉल कडक आहेत. अशा वेळी आपल्या

मदतीला कुणीच येत नाही, असे सुनेला उगाचच वाटते.

आजीच्या वाट्याला न येणं किंवा आजीचं घरात नसणं, हे दूरच राहिलं; मुलं आपल्या आई-बाबांच्याही संपर्कात येत नाहीत फारशी आजकाल. मोठ्या शहरातून हे घडताना दिसते. बाबांची दिनचर्याही कधी दिवसा, तर कधी रात्री सुरू होते. ते पहाटे निघून जातात तेव्हा मुले झोपलेली असतात व रात्री परत आले त्या वेळीसुद्धा मुलं झोपलेली असतात. आपल्या आई-वडिलांशी मोकळेपणी बोलण्याची मुलांची इच्छा अतृप्तच राहते. सध्याची समाजव्यवस्थाच तशी आहे.

अप्पांच्या शेजारी एक कुटुंब राहते. त्यांच्याही कुटुंबात मुलगा, सून, आजी-आजोबा व दोन मुले राहतात. आजोबांची पेन्शन व मुलाच्या पगारात घर चालते. आर्थिक स्थिती म्हणावी तशी बरी नसली तरी वाईट नाही. मात्र आजी-आजोबांची भावनिक व मानसिक अवस्था फारशी चांगली नाही. एकमेकांचे विचार त्यांना अजूनही पटत नाहीत. तडजोड करायला कुणीच तयार नाही.

उणापुरा ३५ वर्षांचा संसार झाला त्या आजी-आजोबांचा. या आजी-आजोबांच्या तरुणपणात त्यांचे एकमेकांच्या मनाला मन भिडले असेल तेवढेच; बाकी बेबनावच जास्त. आता-आता तर ही दरी जास्तच रुंदावत आहे. दुभंगलेली मने कधीच सांधता येत नाहीत, हे खरेच. बोलण्यातून राग व्यक्त झाला. त्याचाही कंटाळा आला. आता तोच राग मौनातून, अबोल्यातून व्यक्त होत राहतो.

न बोलता व्यक्त केलेला राग फार वाईट. त्याच्या तीव्रतेचा अंदाजच येत नाही. त्यांचा हा अबोला दोन-चार महिन्यांपर्यंत चालतो. सून आणि सासूबाई आपसात भांडत नाहीत, परंतु परस्परांशी बोलतही नाहीत. थोडक्यात काय, 'आजीबाई घरात एकट्या पडलेल्या आहेत.' अप्पांनी याची कारणे शोधलीत. एकमेकांनी उरापोटी जपलेला 'अहं' हेच कारण असावे.

त्या घरातल्या आजीबाई व आजोबा यांची मते व आवडी-निवडी भिन्न आहेत. आजोबांना तडजोड जमते थोडीफार, परंतु आजींना ती जमत नाही. आजोबा घरकामात मदत करतात; मात्र आजीबाई कामाला हात लावत नाहीत. सून व मुलगा कामाला जातात. मुले शाळेत जातात. त्यांचे करता-करता सूनबाई थकते व कातावते, परंतु यांत्रिकतेने सगळे सुरू ठेवते. अबोल्याची स्वत:ची शिक्षा स्वत:च भोगत राहते.

सासूबाईंच्या हातात चहाचा कप आयता मिळतो. या चहात कितीही साखर टाकली, तरी त्याला गोडवा कसा येणार? त्यात आजीबाईला मधुमेहाचा

आजार जडलेला. असं हे कुटुंब. मुलगा बिचारा समजदार आहे. तो आईला सांभाळतो व बायकोलाही; परंतु अशी कसरत करणे त्याच्या मेंदूचा भुगा करते. घुसमट होते. मनाची अस्वस्थता वाढते. त्याचा परिणाम त्याच्या दैनंदिन कामावरही होत असावा.

आपल्या घरात चाललेले हे मौनयुद्ध मुलांना कळते. या मोठ्यांचे आतल्या आत धुमसणे त्यांच्या लक्षात येते. परंतु यांच्या कलहातील बीजे त्यांना कशी गवसतील? अप्पांनाही ते समजते; परंतु या शिक्षितांचे प्रश्न सोडवणे महाकठीण काम असते. अडाण्यांना कोणत्याही मार्गाने समजविता येते; शहाण्यांना कसे समजावणार? असा हा मामला. अनेक घरांतून हे युद्ध सुरू आहे.

अप्पांचीही थोडीफार अशी अवस्था कधी तरी होते. अशा वेळी ते जास्तीत जास्त सकारात्मक वागायचे ठरवतात; परंतु त्यांचाही अहंकार जागा होतोच. मिळालेल्या ज्ञानाचा हा अहंकार आहे. त्याची जागा नकळत क्रोधाने घेतली जाते.

परंतु तो क्रोध आकाड-तांडव करून जगजाहीर करणे त्यांच्या व्यक्तिमत्त्वाला शोभत नाही, म्हणून ते गप्प बसतात. मात्र दोघांमध्ये अबोला धरला जातोच. अबोला फार वाईट. बोलून व्यक्त झालेले केव्हाही श्रेयस्कर. हे असे घडूच नये, असे त्यांना वाटते; परंतु ते घडतेच. कळत असूनही नीट वळत नाही. याचा दोष कुणाला द्यावा?

असेच घडत राहते घराघरांतून, समाजातून व प्रतिष्ठानांतून, ग्रामीण भागातून व शहरातूनसुद्धा. एकत्र कुटुंबातून हे बघावयास मिळतेच. प्रत्येक जण आपला 'इगो' जपायला बघतो. सासूबाईला आपल्या वयाचा व अनुभवाचा गर्व असतो, तर सूनबाईला आपल्या नव्या ज्ञानाचा.

कुणीच कुणाला समजून घेत नाही, माघार तर मुळीच नाही. त्यांच्यात मग दरी पडते. ती रुंदावते. कुटुंबात वाद होत राहतात. कधी कधी मने इतकी दुभंगतात की, कुटुंबे उद्ध्वस्त होतात.

असे असले तरी अप्पा म्हणतात— "एकत्र कुटुंबपद्धतीला पर्याय नाही."

अप्पा याबाबतीत नेहमीच सूचना देतात, परंतु ते नेहमीचेच झाल्याने ती त्यांचीही पिरपिर ठरते. त्याकडे लक्ष द्यायचे कुणीच मनावर घेत नाही. अप्पांची चिडचिड त्यामुळे अधिक होते. बहुतेक वृद्धांची तशीच चिडचिड होत असावी. त्यांचे खरे म्हणणेही कुणाला पटत नाही. सगळेच केवळ आपली सोय पाहतात.

नव्या पिढीच्या सदस्यांना ही ज्येष्ठ माणसे म्हणूनच अडचण वाटतात.

या आधाराचीच अडचण व्हायला लागते आणि ज्येष्ठांच्या आयुष्यात एकटेपणाचा शिरकाव होतो. विशेष म्हणजे, यातही ज्येष्ठांनाच दोषी धरण्यात येते; कारण बरे-वाईट ठरवण्याच्या चाव्या नव्यांच्या हातात असतात.

अप्पांना आठवते... दहावीच्या वर्गात असेपर्यंत त्यांच्या पायांत चप्पल नव्हती. अंगावर एकच सदरा व हाफपँट होती. तेच कपडे सहा दिवस घालायचे आणि रविवारी धुवायचे. सुटीच्या दिवशी शेता-वावरात चड्डी बनियनवर कामाला जायचे. त्या मजुरीतून पुस्तके आणायची. कंदिलाच्या उजेडात अभ्यास करायचा. अप्पांच्या वडिलांचे अर्थातच एकत्र कुटुंब होते.

पायात काटे मोडले, तर पाय ठणकायचा. जखम झाली तर त्यातून पू वाहायचा. वहिनी पायातला पू काढायची. जखमेच्या जागी बिब्याचं गरम तेल लावायची, पट्टी बांधायची. पायात कुरूपे झाली. हाताला घट्टे पडले. अप्पा आपलेच हात कुरवाळतात. मोठ्या भावाचा संसार याच एकत्र कुटुंबात सुरू होता. मोठ्या भावानेही या कुटुंबासाठी कष्ट घेतले. एकमेकांसाठी घेतलेल्या कष्टामुळेच तर या आयुष्याला आकार आला, याची जाणीव त्यांना आहे. प्रत्येकालाच ती असायला हवी.

अप्पा चांगल्या मार्कांनी पास होत गेले. नोकरीही लागली. आज त्यांच्या मुलांनी अप्पांपेक्षाही प्रगती केली. दोघांकडेही आपल्या चार चाकी गाड्या आहेत. अप्पा त्या वेळची आपली परिस्थिती आठवतात. एकदा या मोटारीच्या चाकांकडे बघतात, तर एकदा आपल्या अनवाणी पावलांना आठवतात; परंतु त्यांच्या डोळ्यांत काठोकाठ समाधान भरलेले दिसे. एकत्र कुटुंबात राहूनही ही प्रगती झाली.

अप्पांनी आपल्या दोन्ही मुलांची लग्ने त्यांच्या पसंतीच्या मुलींसोबत लावून दिली. दोन्ही अॅरेंज मॅरेजेस आहेत. दोन्ही सुना शिकलेल्या आहेत, सुस्वरूप आहेत. त्या दोघींचेही एकमेकींशी चांगले पटते. अप्पांच्या बायकोची त्या दोघींशी वागणूक सारखीच आहे, म्हणून घरात शांतता आहे. एकमेकांना समजून घेणं, हे महत्त्वाचं.

अप्पा धाकट्या मुलाकडे राहतात. मोठा मुलगा पुण्यात राहतो. त्याच्या नोकरीचं ते गाव आहे. त्याचा संसार तिथे फुलतो आहे. त्याच्या आनंदाच्या क्षणी आपण त्याच्याकडे जावेसे वाटते. तसे अप्पा जातातही. मुलाला व सुनेला ते कायमचे आपल्याकडे राहावेत, असे वाटते. परंतु अप्पा परत घरी येतात, कारण

त्यांचे पेन्शनर्स मित्र इथे आहेत. त्यांचे भाऊ, बहिणी आणि नातलग इकडेच आहेत. धाकट्या मुलाच्या मुलात त्यांचा जीव आहे. या नातवालाही आजोबांशिवाय करमत नाही.

मोठ्या सुनेला मात्र उगाचच, 'अप्पा त्याला जास्त माया लावतात' असे वाटते. हा तिचा गैरसमज असतो. आजी-आजोबांना सगळी नातवंडे सारखीच असतात; ते कशाला भेदभाव करतील? हे समजून घ्यायला हवे, अन्यथा वृथा गैरसमज वाढीस लागतात. एकत्र कुटुंबात हे घातक आहे.

आपली मुले आपण खाल्लेल्या खस्ता आठवतात आणि कितीही मोठी झाली तरी पायांवर डोके ठेवतात. यापेक्षा आणखी काय हवे? अप्पा यालाच 'गोकुळ' म्हणतात.

अप्पा म्हणतात की, 'घराघरांची अशी गोकुळं व्हावीत. घरातल्या वृद्धांना त्यात जागा असावी. प्रेम द्यावे, घ्यावे. मतभेद नसावेच. असले तर ते समजूतदारपणे दूर सारावेत. मोठ्यांनी लहानांना क्षमा करावी. लहानांनी चुका समजून घ्याव्यात आणि त्या टाळण्याचा प्रयत्न करावा.' अप्पांची गोकुळाची व्याख्या हीच आहे. अप्पांसारखीच साधी, सोपी, सरळ.

अप्पांनी आपले आत्मचरित्र लिहिले. एक खंड प्रकाशित झाला. एक खंड अजून व्हावयाचा आहे. या एका खंडात त्यांचे पहिल्या वीस वर्षांच्या आयुष्याचे चित्रण आहे. अठरा विश्वे दारिद्र्याचे ते खरे तर चित्रण. खूप लोकांना ते भावले. आपल्या मुला-सुनांनी ते वाचावे व तसे वागण्याचा प्रयत्न करावा, असे अप्पांना वाटते.

परिस्थितीशी संघर्ष करीत त्यांनी आयुष्यावर विजय मिळवला. काळ्या मातीतून उगवलेले त्यांच्या आयुष्याचे कोंभ अनेकदा गरिबीच्या चटक्यांनी कोमेजले. त्याला परिश्रमाचे पाणी घालून त्यांनी ते पुन: पुन्हा जगवले. आज वयाची पासष्ट वर्षे सरली, तेव्हा या कोंभाचा वटवृक्ष झालेला आहे. हा डेरेदार वटवृक्ष आता अनेकांना सावली प्रदान करतो आहे.

सारे गोकुळ याच्या छत्रछायेखाली समाधान पावते आहे. हे चित्र किती सुखावह आहे! याला मोजमाप नाही. अप्पा म्हणतात, "हे दुसरे-तिसरे काही नसून, हेच गोकुळ आहे." आपल्या आयुष्याची संध्याकाळ जवळ येत असताना घराचे गोकुळ झाल्याचा आनंद त्यांच्या मनात मावत नाही.

३

कुटुंबव्यवस्था आणि ज्येष्ठ

अप्पा सेवानिवृत्त झाले, तेव्हा त्यांनी पहिले काम हाती घेतले ते सेवानिवृत्तांचा म्हणजेच ज्येष्ठांचा क्लब सुरू करण्याचे. या चार-दोन वर्षांत जे कोणी सरकारी सेवेतून निवृत्त झाले असतील, त्यांना एकत्र जमवून त्यांच्याशी मनमोकळ्या गप्पा मारावयाच्या— हा स्वच्छ विचार आणि उद्देश समोर ठेवूनच या कामाची सुरुवात त्यांनी केली.

त्यासाठी आपल्या घरातील एका बाजूचा हॉल देऊ केला. महिन्यातून एकदा पहिल्या रविवारी जमायचे ठरले. हळूहळू सदस्य वाढत गेले. अप्पाच या क्लबचे अध्यक्ष आहेत.

या क्लबच्या सुरुवातीच्या काही बैठका अशा-तशाच पार पडल्या. ओळखी करून घेण्यात आणि एकमेकांच्या खासगी, कौटुंबिक माहितीचे आदान-प्रदान झाले. निरनिराळ्या सरकारी खात्यांविषयी चांगले-वाईट बोलून झाले. यात चार-पाच बैठका संपन्न झाल्या.

त्यानंतरच्या एका बैठकीत एका ज्येष्ठ सदस्याने आपले मन मोकळे केले. अप्पाजींपेक्षा वयाने मोठे असलेल्या त्या देशपांडे आजोबांनी प्रश्नांची मालिकाच मांडली. ते म्हणाले,

''अप्पाजी, नाही म्हटलं तरी प्रश्न हा पडतोच की— या संधिप्रकाशाच्या धूसर रेषेवर उभे असलेल्यांनी कशाला ठरवावे की, हा आपल्या आयुष्यातला दिवस आहे की रात्र? कारण की—

...अनेकांना वयाची साठी ओलांडली की, संध्याछाया भेदरवितात. त्यामुळे काही सुचत नाही.

डोळ्यांनी असहकार पुकारलेला असतो. दृष्टी अधू होत जाते.

शरीराच्या कडा-कोपरे घासून गुळगुळीत झालेले असतात. सतत काही ना काही दुखत असते.

वंगण सरल्यासारखे देहाचे यंत्र खडखडत असते. चालता-बोलता तोल जातो.

आता आपले कसे होईल याची काळजी मन पोखरत राहते. आधार तुटल्यासारखे वाटत राहते.

इच्छा-आकांक्षेचे दमदार श्वास आटलेले असतात आणि उरात धुगधुगी तेवढी शिल्लक उरते.

त्यात कुणाला रक्तदाब, तर कुणाला मधुमेह सतावतो; कुणाला दोन्हीही.

बाकी सगळं पायांत त्राण नसलेल्या नवजात वासरासारखं अडखळणारं, लटपटणारं वाटत असतं.

...आणि आपला खेळ आता खल्लास होणार, असे वाटत असते. मृत्यूची भीती सतावत असतेच.''

देशपांडे आजोबांच्या शंका अंतर्मुख करायला लावणाऱ्या होत्या. अप्पांनाही विचार करावयास लावणाऱ्या होत्या. त्यांचे अनुभव हे खरे तर प्रातिनिधिक स्वरूपाचे होते आणि हे प्रश्न शारीरिकपेक्षा मानसिकतेच्या जास्त जवळचे होते. त्यांनी क्षणभर विचार केला आणि धीरगंभीरपणे म्हणाले,

''हा काळ खरे तर आपले समोर वाढून ठेवलेले वार्धक्य दृष्टिपथात आणून देणारा एक टप्पा असतो. ते एक संवेदनशील व हळवे असे वळण असते की, ज्यावर उभे राहून आपण क्षणभर मागे वळून पाहू शकतो व 'आपण एवढा प्रवास कसा केला?' यावर विचारही करता येतो.

''अशा वेळी आतापर्यंत मिळालेले हे सुंदर आयुष्य अखेरच्या श्वासापर्यंत आनंदात घालवावं आणि सगळे काही ठीक होईल, असा सकारात्मक विचार करावा; म्हणजे आयुष्याची येऊ घातलेली संध्याकाळ सुखाची होईल व हा विचार आणखी जगण्याचं बळ देईल.

''येणारा दिवस जात असतोच. पुन्हा तोच दिवस नव्याने उगवत असतो. तो गेलेला दिवस— आपल्या आयुष्यातला एक दिवस कमी झाला असे न म्हणता; उद्याचा दिवस उजाडला की, परमेश्वराने आपल्या पदरात आणखी एका दिवसाचे दान टाकले, म्हणून त्याचे आभार मानावेत खरे तर! म्हणजे, आपल्याला क्रमाक्रमाने वजा होत असल्याचे दुःख सतावत नाही.

''सृष्टिकर्त्याने आपल्याला एक आणखी सुंदर पहाट दाखवली, यासाठी

त्याच्याप्रति कृतज्ञता दाखवावी व असे कृतज्ञतेचे क्षण गोळा करून ठेवावेत, हीच आपल्या आयुष्याची मिळकत असते.

"आयुष्याच्या उत्तरार्धाच्या या काठावर उभे राहून पुढील आयुष्य अधिक अर्थपूर्ण व्हावे व त्यासाठी आनंदाच्या नव्या गोष्टी शोधाव्यात, धीरगंभीरपणे आयुष्याला सामोरे जावे आणि नव्या उमेदीने जगावे; याचाही विचार या काठावर बसून निवांतपणे करता येतो."

अप्पांच्या बोलण्यावर सर्वांचे समाधान झाले.

असे असले, तरी अनेकांना हा संधिप्रकाशाचा काळ म्हणजे 'सगळे काही संपायला आले', हेच कानात सांगत असतो. त्यामुळे आयुष्याच्या या संध्याकाळी ज्येष्ठांच्या मनात कुठे तरी असुरक्षितता, असमाधान व त्यामुळे अस्वस्थता दाटून येत असते. वृद्धापकाळ म्हणजे थकावट, त्यामुळे आलेली निराशा व उदासीनता जाणवत राहते. एकटेपणा प्रकर्षाने जाणवायला लागतो.

फारच थोडे जण 'आपण खूप काही केले आहे व आता काही करावयाचे बाकी नाही' अशा समाधानात असतात; परंतु 'अजून खूप काही करावयाचे राहून गेले', अशी खंत मात्र अनेकांना लागून राहिलेली असते.

अप्पांनी सांगितल्याप्रमाणे, 'माणूस आपल्या आयुष्याकडे कोणत्या दृष्टकोनातून बघतो, यावर सगळं काही अवलंबून असते खरे तर.' आयुष्यातल्या आशा व अपेक्षा यांना तर अंत नसतोच आणि सुख म्हणतात, ते तरी काय असते? सुख व समाधान या गोष्टी मनाच्या मानण्यावर अवलंबून असतात. किंबहुना, त्या आपल्या मनातच असतात.

'आता मनाला वाटत असलेलं पुढच्या जन्मात पूर्ण करू', असा भाबडा आशावाद जोपासतात काही जण; परंतु पुढचा जन्म आहे की नाही? असलाच तर तो माणसाचा असेल की अन्य कशाचा?— असे हजार प्रश्न पडतात.

या प्रश्नांची उत्तरे कुणाजवळच नसतात. आता या घडीला चितेवर जाळून त्याचे चिमूटभर भस्म होणार आहे, हे माहिती असूनही या देहाचे आणखी कवित्व कशासाठी?

माणूस या घडीलाही त्या न पाहिलेल्या, 'पुनजर्न्म व मागील जन्म' या खुळचट कल्पना गोंजारत बसतो. त्यांचा त्याग करण्याऐवजी उलट मार्गाने मनावर शतकानुशतके बिंबवलेला, ८४ लक्ष योनींमधून करावयाचा, न पाहिलेला संभाव्य प्रवास त्याच्या डोळ्यांसमोर येतो.

पूर्वजन्मात केलेल्या पाप-पुण्याचा हिशोब लावत, आताच्या यशाचे श्रेय

घेऊन अथवा अपयशाचे खापर त्याच्यावर फोडून, स्वत:ला वाचवण्यासाठी या क्लृप्त्या बऱ्या असतात. त्याला अर्थातच काही अर्थ नसतो.

देव, दैव आणि संचित अशा जटील प्रश्नावर विचार करण्यातही माणसांचा बराच वेळ खर्च होत असतो नकळत. त्यासाठी आता केलेल्या चुकांचे परिमार्जन म्हणा किंवा पुढील जन्मासाठी जमा करावयाची पूंजी म्हणा; 'अध्यात्माची कास धरून टाळ कुटत बसावे आणि जगण्याचे सोडून द्यावे', असा सल्लाही त्याला पदोपदी मिळत राहतो.

त्यावर विचार करण्यात आणखी वेळ पसार होतो आणि काथ्याकूट करूनही काहीच हाती लागत नाही. अशा विचारांनाही काही अर्थ नसतोच अर्थात. परंतु माणसाचं मन दोलायमान होत या देव, दैव नावाच्या आसाभोवती फिरत राहते; गोंधळते.

हा निरर्थक विचार अनेकांना इतर काही सुचू देतच नाही. म्हणून यावर फारसा विचार न करता; आता यापुढची वाटचाल कशी करायची, याचा विचार करायला लावणारी ही वेळ असते. असा विचार करून आत्मविश्वासाने पुढच्या हाका ऐकत दमदार पावले टाकली की, पुढचा मार्ग खडतर वाटत नाही. वार्धक्य हे 'वार्धक्य' वाटत नाही. वार्धक्यातही सहज-सुंदर जीवन जगता येते. तो प्रवास संपल्यानंतर मग इतरांनाही तो स्मरणीय होतो.

अप्पा म्हणतात— "एक मात्र खरे असते की, आयुष्याची संध्याकाळ अशी जवळ येऊन ठेपली आहे, हे सांगणारी ही संधिप्रकाशाची झुळूक आली की तिचे विलोभनीय रंग तेवढे टिपून घेणे, हेच आपल्या हातात असते. कुणाला हे रंग देवळातल्या कथा-कीर्तनात दिसतील, तर कुणाला निसर्गरम्य ठिकाणी.

"जे आयुष्याच्या पूर्वार्धात जमले नाही किंवा करावयाचे राहून गेले, ते आता जगायचे; असा संकल्पही करता येईल फार तर. ज्या वाटा धुंडाळावयाच्या होत्या, त्या पायांखालून घालता येतील आता निवांत— असाही निर्धार करतील काही जण आणि या वाटा धुंडाळताना एक सुखाची व समाधानाची वाट गवसेल निश्चित!"

निवृत्तीचा काळ म्हणजे आरामाचा व हाताशी भरपूर अवधी असलेला काळ, असाही गोड समज करतील काही. पण ते मृगजळ असते, याचाही प्रत्यय येत राहील यथावकाश. निदान आजूबाजूचे लोक तसा समज तरी करून घेतील.

अप्पांचे शेजारी हरितात्या, म्हणजे एक भलताच काटक म्हातारा. शेता-वावरात अपार कष्ट करून हाता-पायांची काळी ठिक्कर लाकडे झाली तरी

पांडुरंगाची पालखी खांद्यावर घेऊन, पायदळ वारीत पंढरपूरला वाहून नेताना जराही कचरत नाही की कुरकुरत नाही.

त्यांचे समवयस्क दोस्त-सवंगडी एकामागे एक करीत सगळे वर गेले. हरितात्या मात्र काठी न टेकवता शहराच्या तिकडच्या टोकाला असलेल्या गणपती मंदिरात पायी जातात आणि अजूनही गावाकडच्या शेतावर फेरफटका मारून येतात. सुगीच्या दिवसांत गावाकडेच राहतात. हंगाम सरला की, शहरात मुलाकडे येतात. त्यांचे शेजारी अप्पाजी. दोघांचे विचार तंतोतंत जुळलेले, म्हणून अप्पांचं घर हे त्यांचं गप्पा मारायचं हक्काचं ठिकाण झालं.

अप्पा सेवानिवृत्त झाल्यावर हरितात्या गावाकडून आल्या-आल्याच सहजच त्यांना म्हणाले,

''आता काय बुवा, आरामच आराम! तुम्हाला काही कामाची किटकिट नाही की काही नाही; मजा आहे बुवा तुमची!

''बाकी रिटायर्ड झाल्यावर काही खरे नसते हो माणसाचे. पगार मिळत नाही आणि पेन्शनच्या चार टिकल्या काय पुरणार? शिवाय नोकरीत असलेला मानसन्मान संपला की, अगदीच रिकामे-रिकामे वाटते; नाही? आपल्या हाताखालचा चपराशीसुद्धा बघून न बघितल्यासारखा करतो म्हणतात. घरातली माणसेही आपली दखल घेत नाहीत. तुमचा काय अनुभव?''

असे ऐकताना; हरितात्या आपली स्तुती करतात की, आपल्याला चिडवण्यासाठी आपली चेष्टा करतात, हे अप्पांना कळेना. आपली कमाई आता संपली आहे व तुटपुंज्या पेन्शनीत काही भागत नाही म्हणून आपली उपयोगिताच सरली आहे व आपण आता डंगरे बैल झालो आहोत, अशीही भावना अशा बोलण्यातून वृद्धिंगत होईल एखाद्याची.

आपल्यापासून अनेक लाभ घेतलेले आपल्याकडे ढुंकूनही बघत नाहीत, असाही प्रत्यय येत राहील क्वचित. तसे अनुभव नाहीत, असे नाही. जगरहाटीच झाली ती.

म्हणजे, 'गरज सरो आणि वैद्य मरो' अशातली गत होईल आपली. हे हळूहळू प्रत्ययास येत राहील, हा नियतीचा भाग आणि नशिबाचा भोग वेगळा. ही अपरिचित नियती आणि न पाहिलेलं नशीब, असा नकळत पिच्छा पुरवीत असते आपला.

आपण मात्र पाळलेल्या मांजरासारखे अंग चोरून त्याच जागेवर प्रेम करीत चिकटून राहण्याची कोशिश करीत राहतो. जागा सोडायची म्हटलं की,

आपल्या अंगावर काटे येतात. आणि सोडून तरी जावे कुठे?

अप्पाजी अंतर्मुख होत, आपल्या मनाशीच विचार करतात. कधी कधी चंद्र नसलेल्या आभाळात शून्यात बघत असताना त्यांचे विचार उत्तुंग झेप घेतात. आजूबाजूच्या वातावरणापासून पूर्णपणे अलिप्त होत अप्पांची विचारशृंखला अनंताचा शोध घेते. ते शेताच्या बांधावर बसतात आणि आजूबाजूला कुणीच नसल्याचे पाहून मनाशीच बोलतात...

'तसे पाहता; आयुष्यभर तुडवलेल्या अमर्याद वाटेवरची वीतभर तुकड्याएवढी जागाही नसते आपली आणि ही वाट एक दिवस सोडून चालते व्हावे लागते. दुसरी कुठली वाट ठाऊकही नसते. तरीही त्या अज्ञात वाटेवरून चालायचेच असते प्रत्येकाला.

'ती वाट अदृश्य असते व तिलाच काही जण मुक्तीची वाट म्हणतात. तिच्यावर चालणारासुद्धा अदृश्य असतो व चालविणारासुद्धा! आणि त्या वाटेवरून परत फिरण्याचे मार्ग बंद झालेले असतात.

'ती वाट थेट मृत्यूच्या दारातच थांबते. म्हणून आपण पायाखालच्या वाटेवर एक शेवटचा पूर्णविराम देत, आतापर्यंतचे आयुष्य महिरपी कंसात घालून निघावे, हे उत्तम! जाताना भूतकाळातल्या नफा-तोट्याच्या हिशोबाच्या चोपड्या बंद कराव्यात. आपल्या नसलेल्या वीतभर जागेचा मोह सोडून द्यावा आणि अदृश्य निर्मिकाचे बोट धरून चालते व्हावे; उगाच खळखळ करू नये. आणखी काय काय करता येईल आपल्याला?' असा मनाशीच विचार करून अप्पा त्यांचे विचार एकाखाली एक उतरंडीसारखे रचतात. ते पुटपुटतात...

सगळा अधाशी-लोभीपणा गुंडाळून ठेवावा.

शिस्तीची छडी अडगळीच्या माळ्यावर फेकून द्यावी.

सहिष्णुतेचा झेंडा हाती घ्यावा. सोशिकतेची वस्त्रे परिधान करावीत.

आपली वैयक्तिक दु:खे समुद्राच्या खोल तळाशी बुडवावीत.

उगाच, आपण कोणासाठी काय केलं किंवा कोणी आपल्यासाठी काय केलं नाही, याचे न संपणारे हिशोब मांडत बसू नये.

आता समाजासाठी काय करता येईल; निदान आपल्या कुटुंबाच्या स्वास्थ्यासाठी काय करता येईल, त्याचे संकल्प करावेत.

मृत्यू तर गळ्यात फास टाकून बसलेलाच असतो. तो कधी आवळणार, हे फक्त माहिती नसते. आयुष्यातला हा भीषण सत्याचा; म्हणजेच मृत्यूचा अनुभव प्रत्येकाला एकदाच व पहिल्यांदाच घ्यावा लागतो. तिथे आपल्या स्वीकार-

नकारालाही अर्थ नसतो...

अशा विचारात किती वेळ पसार झाला, हे कळत नाही. अप्पांची तंद्री भंग पावते ती त्यांच्या छोट्या नातवाने त्यांच्यासमोरच वानरांसारखे 'हुप्प' करून उडी टाकल्यामुळे. ते भानावर येतात. छोट्याला उचलून घेतात आणि गच्चीवरून खाली येतात. रात्रीच्या जेवणाची वेळ झालेली असते. अप्पा सहकुटुंब एकत्र जेवणाचा आनंद घेतात. जेवणाला नावे ठेवत नाहीत. त्यांना शांत झोप लागते.

आपण ज्येष्ठ नागरिक अथवा वृद्ध किंवा म्हातारे झालो की, आपल्या आयुष्यात हा काळ आता जवळ आला आहे याची जाणीव कुणी न सांगताही प्रकर्षाने व्हायला लागते. खरे तर मृत्यू येण्यासाठी ज्येष्ठ नागरिक किंवा वार्धक्य वगैरे आवश्यक बाबी आहेत, असेही नाही; तो कधीही येऊ शकतो. परंतु वार्धक्य आले म्हणजे, 'तो आता फारसा दूर नाही', एवढे नक्कीच कळते. मात्र तो येणार आहे, याची आठवण असणे तेवढेच महत्त्वाचे असते.

हे सगळे बरोबर असले तरी, कुणी तरी आपल्यासाठी पाखडलेला जीव आपल्या स्मृतीचा गंध तेवढा मागे ठेवून निघून गेलेला असतो कधीचाच. त्यांच्या आठवणीने पापण्यांखालची वाळू ओली होत राहते नकळत. कधी नव्हे ती रक्ताच्या नात्याच्या, नव्या पालवीची ओढही याच वेळी खुणवायला लागते व निरोपाची वेळ येते. हा निरोप असतो कायमचा. ही असते अखेरचा निरोप घेण्याची वेळ.

माणूस सतत कुणाला ना कुणाला तरी निरोप देतच असतो. आपल्यालाही कुणी तरी निरोप द्यावा व तोही हसतमुखाने; असे त्याला वाटत असते— आयुष्याच्या अखेरच्या प्रवासाला निघताना आप्त आपल्याला सुखमय प्रवासाच्या शुभेच्छा द्यायला जमतातच. 'अखेरचा दिवस गोड व्हावा', असे तुकोबारायांनी म्हटलेलेच आहे ना!

या निरोपाआधीचा एक निरोपाचा प्रसंग जे लोक सरकारी नोकरीत आहेत, त्यांच्या आयुष्यात येत असतो. तो दिवस असतो त्याच्या सेवानिवृत्तीचा. सेवानिवृत्तीच्या वेळी निरोप देण्याची व तो स्वीकारण्याची पद्धत आहे. तसा शिरस्ता आहे.

नव्या भाषेत सिनिअर सिटिझन वगैरेही होतो. या सेवानिवृत्तीच्या वेळी दिलेला निरोप पहिला व सर्वार्थाने वेगळाच. व्यक्ती तो निरोप सहज व हसतमुखाने स्वीकारते.

निरोपाच्या वेळी हार-तुरे मिळतात. मायेची शाल औपचारिकतेने का

होईना, पांघरली जाते. हातावर गुलाबाची फुले व श्रीफळ ठेवले जाते. झाले-गेले विसरून बहुतेक सगळे जण एकत्र येतात. आपल्यात नसलेल्या गुणांची तारीफ व असलेल्या कौशल्याचे तोंडभरून कौतुक होते.

त्या एका क्षणासाठी तरी आपण 'आदर्शाचे पुतळे' वगैरेही होतो. आपली वारेमाप स्तुती होते व पुढील आयुष्यासाठी अभीष्ट चिंतनही केले जाते. माणूस ते स्वीकारतो व सुखावतो; क्वचित गहिवरतोसुद्धा!

परंतु संधिप्रकाशानंतर येऊ घातलेला अंधार व त्यानंतरचा निरोप हा स्वीकारार्ह तर नसतोच, तसा सुखावह तर मुळीच नसतो. हे जग कायमचे सोडून जाताना निरोपाचे हात हलविणारे दारात उभे असले व त्यांचे डोळे भिजले असले; तरी ज्याला निरोप द्यायचा, त्याला ते दिसत नसतात. तो आपले तोंड झाकून निपचित पडलेला असतो.

लोक आपल्याबद्दल काय कुजबुजतात, हे त्याला कसे कळणार? तोंडावरचे कापड हळूच बाजूला करूनही पाहता येत नाही. तशी सोय असती, तर फार बरे झाले असते; असे वाटणे म्हणजे केवळ कविकल्पनाच— सुरेश भटांच्या गझलेतल्यासारखी!

या अखेरच्या निरोपाची वेळ सेवानिवृत्तीसारखी पूर्वनियोजित नसते; म्हटलं तर असतेही. फक्त तिची वेळ माहीत नसते. झालंच तर निरनिराळ्या अवयवांच्या असहकाराची जाणीव झाली म्हणजे, आता तो काळ काही फार लांब नाही, याची पुसटशी जाणीव मात्र होत राहते.

'आता आपले काय? हत्ती गेला आणि शेपूट राहिले!' असं म्हणत आपण उर्वरित दिवस काढीत असतो. मात्र हत्ती लवकर जातो तसे शेपूट काही जात नाही, असा अनुभव अनेकांच्या आयुष्यात येतो. माणूस अशाही वेळी मुखावर उसने हसू आणण्याचा प्रयत्न करीत राहतो.

अप्पा एकदा ज्येष्ठ नागरिक संघाच्या वर्धापनदिनाला म्हणाले होते—

"जमेल तेवढे सुख द्यावे-घ्यावे आणि परोपकाराची कास धरावी. जमल्यास ईश्वरचिंतन व दानधर्म करावा, असेही वाटत राहते. ते याच काळात. अशा वेळी कर्तृत्वाने मोठी झालेली माणसे आठवावीत— सतत दुसऱ्याच्या सुखासाठी धावणारी. कितीही प्रतिकूल परिस्थिती असली तरी खांद्याला खांदा लावून साथसंगतीने सहजीवनाची वाटचाल करणारी अनेक कुटुंबेही आहेत आपल्या सभोवताली. बाबा आमटे व साधनाताईंसारखी. कुण्या कवीने म्हटलेच आहे—

"प्रीतीस नको तख्त, प्रीतीस नको ताजमहाल

प्रीतीस हवी प्रीती वृथा खंत कशाला?''

परंतु याच वेळी आयुष्याच्या या पायरीवर आतापर्यंत वेळोवेळी वाढत गेलेल्या अनेकानेक शारीरिक क्षमतांचा झपाट्याने ऱ्हास होतो आहे, हे जाणवायला लागते. आतापर्यंत सोप्या वाटणाऱ्या रोजच्या जीवनातल्या समस्या अधिकाधिक गुंतागुंतीच्या वाटायला लागतात. त्यावर आपली म्हणावी तशी मात्रा चालत नाही; उलट दमछाक मात्र होते, हेही जाणवते आणि हेच खरे तर मोठे दुखणे असते.

खूप प्रयास करूनही पदरात हवे तसे दान पडत नाही, म्हणून माणूस चिडखोर होतो. थोडक्यात, माणसाचे मानसिक बळ कमी होते व आपण आता वृद्ध झालो, अशी जाणीव आणखी तीव्र होत जाते आणि 'शेवटचा दिवस गोड व्हावा' अशी कामना करीत, हरी-हरी करण्याचेही मनातल्या मनात ठरवतो माणूस!

काहींना ते प्रत्यक्षात जमते, तर काहींना जमत नाही. परंतु हे करतानासुद्धा आपण म्हातारे झालो आहोत, ही जाणीव आतून क्षणाक्षणाला पोखरत असतेच. नपेक्षा, इतरेजन ती आपल्याला करूनही देत असतात. आपण कमकुवत झाल्याचे ठायी-ठायी आपणाला लक्षात आणून दिले जाते. दिवस असेच न्यूनगंडाच्या भावनेने ग्रासून पार होत राहतात.

आयुष्यातून एक-एक संध्याकाळ वजा होत राहते आणि आपण कारणाशिवाय जगत राहिल्याचा अनुभव येत राहतो. अगदी आपल्या कमरेचं वस्त्र काढून घेतल्यासारखं असहाय वाटत राहते. संध्याकाळचे एकाकी प्रहर डोक्यावरून सहज पसार होत राहतात.

अप्पा म्हणतात— ''नुसतेच वृद्ध झालो असे वाटणे एक वेळ ठीक. म्हातारपणातही शरीराचे अटळ असे गरजेचे व्यवहार पार पाडावेच लागतात; ते कुणाला चुकलेत? परंतु कधी कधी अशी वेळ येते की, वृद्ध होणे म्हणजे अडगळ होणे व कुटुंबाच्या परिघाबाहेर पडणे, ही भावनाच त्याला कुरतडून खाऊ लागते. माणसाच्या आयुष्यातले हे दुखणे सर्वांत वाईट.''

घरात आदराचे व मानाचे स्थान गौरविलेल्या या कुटुंबप्रमुखाचे स्थान ओसरीत वा पडवीत हलविले जाते, हा आजूबाजूचा अनुभव त्याच्या गाठीला असतो; तो आठवला की, त्याचे अवसान गळून जाते. भविष्याचा भेदरविणारा काळोख त्याला दिसतो आणि पायांखालची वाळू घसरायला सुरुवात होते.

आपण आता सेवानिवृत्त झालो किंवा ज्येष्ठ झालो, म्हणजे काही कामाचे

म्हणून उरलो नाही— अशी जाणीव त्याला पदोपदी करून देण्यात येते. त्याचबरोबर तुम्हाला काही काम तर नाही आता; मग 'हे करा किंवा ते करा', अशी सटर-फटर, काही महत्त्वाची तसेच बिनमहत्त्वाचीही अनेक कामे त्याच्या बोकांडी मारली जातात.

'कुणीही यावे आणि टिकली मारूनी जावे' अशी गत या सेवानिवृत्तांची होत असते. कारण आपल्या हमखास कामी येऊ शकेल, असा हा बिनकामाचा माणूस असतो. ही तर रीतच झाली आहे. म्हणजे 'काम कवडीचं नाही आणि फुरसत घडीची नाही', असे सर्रास घडताना दिसते आहे.

केलेल्या कामाचं श्रेय मिळणे तर दूरच! याउलट, "आमचे नाना आता निवृत्त झालेत; आता त्यांना कसलीही जबाबदारी उरली नाही" (प्रत्यक्षात ते आता पडेल ती कामे करायला मोकळे आहेत), असा गोड गैरसमज करून घेत असतात घरातले व आजूबाजूचे लोक.

घराघरांतील जुन्या-नव्यांमधील वाद हे केवळ समज-नासमज किंवा गैरसमजावर आधारित असतात. नव्याने आलेल्या सुनांवर याचे खापर फोडले जाते. वास्तविक, टाळी काही एका हाताने वाजत नसते. दोन्ही पक्ष या बेबनावाला जबाबदार असतात. काही कमी, तर काही जास्त. काही म्हातारे आपल्या आयुष्याची तुलना मुलांच्या जीवनशैलीशी करतात. असे करताना ते आजच्या व त्या वेळच्या एकूणच जीवनपद्धतीची व उपलब्ध साधनांची मात्र तुलना करीत नाहीत.

आपली वयज्येष्ठता आणि पाहिलेले उन्हाळे-पावसाळे या भांडवलाच्या भरोशावर किंवा त्यांनी सरकारी नोकरीत भूषवलेल्या अधिकाराच्या जोरावर त्यांच्यात ही एकछत्री अंमल गाजवण्याची खोड आलेली असते. आपण सूचना कराव्यात आणि त्या इतरांनी निमूटपणे ऐकत राहाव्यात, याची खूण गाठ मनात बांधून ते वावरत असतात आणि सारख्या सूचना देत असतात. उदा.

फोनवर कमी बोलावे. बिल उगाचच वाढते.

वर्तमानपत्रे वाचून झाल्यावर घडी घालून नीट जागच्या जागी ठेवावीत.

दूध, पाणी, फळे व अन्न झाकून ठेवावं.

काम नसताना विजेचे दिवे व पंखे बंद ठेवावेत. पाण्याची बचत करावी.

दूध उतू जाते व नुकसान होते, गॅसही वाया जातो, याचे भान ठेवावे.

केवळ स्वयंपाकातच लक्ष देता, तसे थोडेफार वाचनात द्यावे.

भाजीत तेल जरा कमीच घालावे. तेल-तुपामुळे कोलेस्टेरॉल वाढते. मसाला कमी घालावा. पालेभाज्या खाव्यात.

टीव्ही जास्त वेळ पाहू नये. त्याच त्या सिरियल कशाला बघता? त्याऐवजी चांगली पुस्तके वाचावीत.

कपडे इतस्तत: विखुरलेले असतात, ते नीट घड्या घालून कपाटात ठेवावेत.

—या किंवा अशाच असंख्य सूचना सासू-सासरे अखंडपणे करीत असतात. त्याचबरोबर 'आमच्या वेळी असं नव्हतं' असेही वारंवार सांगत सुटतात. वास्तविक, त्यांनी सांगितलेलं चांगलं असतं; परंतु सांगण्याचा अतिरेक झाला की, समोरच्याला त्याचा वैताग येतो.

याच न्यायाने नवी पिढीसुद्धा या ज्येष्ठांची चूक शोधून आपला संयमाचा बांध मोकळा करतात. वयोमान लक्षात घेता; चुका, विस्मरण, विलंब या गोष्टी ज्येष्ठांकडूनही होतच राहतात. त्यामुळे परस्परांत गैरसमज तर होतातच; त्याहीपेक्षा 'या म्हाताऱ्याला काही कळत नाही; साठी बुद्धी नाठी झाली' अशी शेलकी विशेषणेही कधी कधी ऐकून घ्यावी लागतात. या वृद्ध, हळव्या मनाला ते अपमानाचे वाटते.

परंतु विरोधासाठी विरोध किंवा चुका शोधण्याची, एकमेकांच्या उखाळ्या- पाखाळ्या काढण्याची, त्या जगजाहीर करण्याची अहमहिका सुरू होते. जुन्या व नव्या पिढीत पडलेली फूट मग एका दरीत रूपांतरित होते. ही दरी आणखी वाढत जाते. शेवटी एक चांगले कुटुंब विभक्तावस्थेत जाते. मने दुभंगली की, ती सांधता येत नाहीत.

असे झाले की, ज्येष्ठांचा सूर कळत-नकळत निराशेचा लागतो. आता आपले कसे होणार, याची चिंता मनात घर करू लागते. असुरक्षित व एकटे- एकटे वाटू लागते. मनासारखे होत नाही म्हणून पदोपदी अपमानित झाल्यासारखेही वाटते. म्हणून आतापर्यंत जपलेला अहम् दुखावतो. मनाला लागलेली ठणक सोसत, चोळामोळा झालेलं मन कवटाळत आला दिवस ढकलण्याशिवाय काहीच नसते या ज्येष्ठांच्या हातांत.

हातात असतात ती केवळ अनेकांनी सांगितलेली सटरफटर कामे— म्हटलं तर महत्त्वाची आणि म्हटलं तर बिनमहत्त्वाची! हातात असतात भाजीच्या पिशव्या किंवा सायकलचे हँडल. कधी कधी नातवाच्या चिमुकल्या हाताचे बोट किंवा नातीसाठी आणलेले चॉकलेट.

या उपमर्दकारक व अवहेलनायुक्त दिलेल्या वागणुकीने वृद्ध किंवा हे ज्येष्ठ नागरिक वैतागतात. केलेल्या कामाचे श्रेय मिळणे तर दूरच; परंतु कळत-

नकळत झालेल्या चुकांमुळे झालेली मानहानी त्यांच्या हळव्या काळजावर ओरखडे ओढते.

गत आयुष्यात वनाचा राजा 'सिंह' बनून कुटुंबप्रमुखाची भूमिका निभावताना कसोटीस उतरलेला हा मर्द गडी, आता शेळी बनून थरथरत असतो; तेव्हा, त्याच्यात प्रतिकाराचेही त्राण उरत नाहीत. आयुष्यातल्या अनेक तळपत्या ग्रीष्माच्या झळांची धग पचवून रापलेल्या व खडबडीत झालेल्या चेहऱ्याने तो वावरत असतो.

त्याने लावलेले रोपटे ओंजळीने पाणी घालून त्यानेच मोठे केलेले असते; मात्र त्याच्या मुळांमध्ये जेव्हा शक्ती येते व तेच जेव्हा त्याला सावली देण्यास कचरते, तेव्हा आपल्या जगण्यात आता राम नाही, याची जाणीव त्याला प्रकर्षाने व्हायला लागते.

कधी कधी वृद्ध वा ज्येष्ठ नागरिक आपलं हे जीवनच संपवून टाकण्याचा, म्हणजेच आत्महत्येचाही विचार करतात; परंतु तेही तेवढे सोपे नसते. एकदा उखळात घातलेली मान बाहेर काढता येत नसते. आता जमेल तेवढे घाव सोसायचे; त्याशिवाय पर्यायही नसतो. तरी त्यांचं मन म्हणत असते—

'काय करू बहू गुंतलो आता... नये सरता मागेपुढे.

तुका म्हणे काही न धरावी आस... जावे हे सर्वस्व टाकोनिया।'

या चिंता, निराशा, अपमानाची भावना इ. गोष्टी ज्येष्ठ माणसाच्या उर्वरित आयुष्याला काळवंडून टाकतात. कारण...

एक तर त्याची उत्पन्नाची बाजू लंगडी झालेली असते. तुटपुंज्या पेन्शनीत भागत नसते.

जे काही जमवले असेल, त्याची विल्हेवाट लावून झालेली असते. वाटेकरी लाभ पदरात पाडून पांगलेले असतात.

आपापला वारसाहक्काचा वाटा मागणारे टपलेलेच असतात. काही देऊनही नाराज असतात.

देता-देताही आपले-परकेपणाचा आरोप होत असतो किंवा झालेला असतो. त्याचा सगळा रोष या ज्येष्ठांवरच असतो. दोष त्यांच्याच माथी मारला जातो.

मतेमतांतरांच्या या गलबल्यात ज्येष्ठ नागरिकांचा गोंधळ उडालेला असतो. या मानसिक आंदोलनांची तीव्रता या गेल्या तीन दशकांपासून जरा जास्तच भेडसावते आहे. याला अनेक कारणे असतील. मानसिक व भावनिक आंदोलनांच्या

उग्र फेऱ्यात ज्येष्ठ नागरिक व सेवानिवृत्तांचे जगणे गुरफटत चालल्याचे आताशा तीव्रतेने दिसत आहे.

कुटुंबव्यवस्थेतील झपाट्याने होत गेलेले बदल आणि नव्या पिढीचा आत्मकेंद्रितपणा, चंगळवादी व भोगवादी प्रवृत्ती याला प्रामुख्याने कारणीभूत आहे. ज्येष्ठ नागरिकांच्या अवहेलनांना व त्यांना कुटुंबातून हद्दपार करण्यामागे जी काही कारणे असतील, त्यांतले हे एक प्रमुख कारण आहे, ही गोष्ट आता लपून राहिलेली नाही.

एके काळी संस्कारकेंद्र म्हणून घराघरात वावरणारे हे ज्येष्ठ नागरिक... त्यांचा घराला आधार वाटत होता; आता ते निरुपयोगी अडगळ वाटू लागले आहेत.

बाल-कुमारांना संस्कारांची शिदोरी व आदर्शाचे पाठ घालून देणारे हे वयोवृद्ध आता 'हम दो-हमारा एक' या नव्या धारणेमुळे कुटुंबाच्या परिघाबाहेर फेकले जात आहेत किंवा घरातली अडगळ म्हणून घराच्या एका कोपऱ्यात 'हेचि फळ काय मम तपाला' म्हणत कपाळाला हात लावून बसलेले दिसत आहेत.

'जगावे की मरावे?' हे कोडे सोडवता-सोडवता आपल्या आयुष्याची शोकांतिका करून घेणाऱ्या हॅम्लेटसारखी त्यांची अवस्था झालेली कमी-अधिक फरकाने सर्वत्र दिसते आहे. कुटुंबाबाहेर फेकले गेलेले हे वृद्ध स्त्री असो वा पुरुष; ओसरीत हाडे टाकून आसवे गिळत आहेत किंवा नव्या पिढीच्या गुलामगिरीत लाजिरवाणे जीवन जगत आहेत, हे चित्र निश्चितच सुखावह नाही.

वृद्धाश्रमाच्या नव्याने फोफावलेल्या किळसवाण्या संस्कृतीच्या चार भिंतींआड काही अभागी ज्येष्ठ आसवे गाळत आहेत. शिक्षित व उच्चभ्रू समजल्या जाणाऱ्या, प्रगत म्हणविणाऱ्या आपल्या समाजात याची लागण झपाट्याने झाली आहे, ही वस्तुस्थिती नाकारता येणार नाही. कशामुळे असे झाले? आताच हा बदल कसा झाला? —अशा जीवघेण्या प्रश्नांची यादी फार मोठी आहे.

वृद्धांच्या अथवा ज्येष्ठांच्या नशिबी आलेल्या या शनीच्या साडेसातीला काय कारणे आहेत?

तो शनी या भारतभूमीवरील 'पुत्र' नावाच्या जीवांच्या की चिरंजीवांच्या राशीत ठाण मांडून बसलेला आहे काय? तो कधी जाईल?

वृद्धांची ही अवस्था गेल्या तीन दशकांपासून अशी का होत गेली?

त्याची मूळ कारणे काय असतील?

सेवानिवृत्तांना किंवा ज्येष्ठांना आपले उर्वरित आयुष्य सुखाने व समाधानाने

घालविण्यासाठी काय करता येईल?

आताची शासनव्यवस्था व मुख्यत: समाजव्यवस्था त्यासाठी काय करीत आहे?

'सर्व जगात आमची संस्कृती थोर आहे', असे म्हणताना या संस्कृतीचे असे हिडीस स्वरूप कोणी निर्माण केले?

या पवित्र भूमीची माती-पाणी या भूमीतून निपजणाऱ्या जीवांना सुसंस्कारित घडविण्यास असमर्थ ठरत आहे काय?

की, बाहेरचा वारा त्यांच्या कानात शिरल्यामुळे ते आपला मार्ग बदलत आहेत?

...अप्पांच्या मनात या प्रश्नांचे भूत थैमान घालू लागले. या प्रश्नांची दखल समाजव्यवस्थेत, तसेच शासन दरबारी घेण्यासाठी काय करता येईल— याचा विचार त्यांच्या मनात घोंगावू लागला. निदान या प्रश्नांची जाहीर चर्चा करून ते समाजापुढे आणावेत, अशी तळमळ त्यांना लागून राहिली. ते अस्वस्थ होत गेले.

੭•੭

४
ज्येष्ठ नागरिक संघ : अर्थात पेन्शनर्स असोसिएशन

अप्पांनी ज्येष्ठ नागरिकांची व सेवानिवृत्तांची एक संघटना काढावयाचे ठरविले होतेच; त्याप्रमाणे ती सुरू केली. सुरुवातीला त्यांच्याच खात्यातील चार-पाच सेवानिवृत्त एकत्र आले. काही नोकरीत नसलेले हरितात्यांसारखे वृद्धसुद्धा या संघाला संलग्न झाले. हळूहळू या संघाची माहिती परिसरात पसरली. आणखी काही सदस्य झाले. संख्या वाढत गेली. आता शंभराच्या वर सदस्य झाले.

अनिरुद्ध देशपांडे दूरसंचार खात्याच्या सरकारी नोकरीतून वयाच्या साठाव्या वर्षी सेवानिवृत्त झाले. ते या संघाचे सक्रिय सभासद आहेत. सेवानिवृत्तीच्या दिवसापासून ते 'सरकारी नोकरदार' या मानाच्या व कमाईच्या पदावरून 'पेन्शनर' या कमी मिळकतीच्या व मानसन्मान नसलेल्या पदावर आरूढ झाले.

लिपिकाच्या पदापासून सरकारी खात्यात प्रवेश करून एक-एक पायरी चढत वरिष्ठ अधिकारीपदापर्यंत मजल मारताना ते बढतीवर जात होते. कधी मागे वळून पाहण्याचे काम पडलेच नाही.

सेवानिवृत्तीमुळे आता झालेली ही त्यांची पहिली पदावनती. ही पदावनती; पण सन्मानाची. हे पायउतार होणे नियमानुसार करावयाचे असते; नियमभंग केल्यामुळे नव्हे. सेवेतून निष्कलंक निवृत्ती झाली, याचा आनंद व अनेकांना तर पेन्शनही मिळत नाही, त्यांच्यापेक्षा आपण लाख पटीने चांगले आहोत, याचे समाधान— या जमेच्या बाजू.

नोकरीतल्या कटकटी सुटल्या असल्या तरी खायला उठणारं रिकामपण आणि प्रकृतीच्या काळजीसहित समोर आणखी काय काय वाढून ठेवले आहे, या संभाव्य भीतीचा भविष्याला भेदरविणारा काळोख त्यांच्या डोळ्यांत दाटलेला— या वजाबाकीच्या गोष्टी!

या शहरात नव्यानेच स्थापन केलेल्या पेन्शनर्स असोसिएशनचे अनेक

सदस्य हे निरनिराळ्या खात्यांचे आहेत. काही उगाच टाइमपास म्हणून, तर काही त्या निमित्ताने मीटिंगला हजेरी लावून स्नेहमिलन होते, हा विचार समोर ठेवून व काही विरंगुळा म्हणून. बघता-बघता १०० च्या वर सदस्य झाले. एखाद्याची एखादी तक्रार सोडली, तर सगळे प्रकृतीने धडधाकट आहेत. अप्पा या संघाचे अध्यक्ष आहेत.

मासिक सभेत फारच थोड्यांच्या काही पेन्शनविषयक तक्रारी वा गाऱ्हाणी असतात. वाढीव महागाई भत्ता कधी मिळतो, याची विवंचना घेऊन उत्सुकतेपोटी आलेले काही जण सोडले; तर बाकी अनेक आनंदी दिसतात. केंद्र सरकारच्या किंवा राज्य सरकारच्या सेवेतून निवृत्त झालेले हे ज्येष्ठ नागरिक आर्थिक स्थिती बरी असलेलेच असतात.

सहाव्या वेतन आयोगाचा लाभ घेऊन पगारनिश्चिती झालेली असल्यामुळे हातात बरी रक्कम पडलेली असते आणि मुलं-मुली आपापल्या संसाराला लागलेली असतात. कुणी इंजिनिअर झालेला असतो, तर कुणी डॉक्टर. कुणाकुणाचे घोडे मात्र अद्याप अडलेलेच असते.

कुणाची मुलगी उजवल्याचे या निमित्ताने कळते, तर उपवर मुलीसाठी कुणी योग्य स्थळाची वाट बघत बसलेले असतात. हे सगळे वर्तमान जाणून घेण्याची उत्सुकता लागलेली असते प्रत्येकाला.

कुणी सहकारी गाव सोडून मुलाच्या नोकरीच्या गावी गेल्याचे समजते. त्याचबरोबर कुणाची सून कुणाला सांभाळून घेत नाही, याचाही पत्ता याच भेटीत लागतो. कुण्या एखाद्याचा तुसड्या स्वभाव अजूनही गेला नसल्याचे कुण्या एखाद्याकडून जसे समजते; तसेच कुणी कुणी समाजसेवेची कास धरली व ते काय काय करतात, याचाही ऊहापोह इथेच होतो. पेन्शनर्स लोकांची ही मासिक सभा म्हणजे एका महिन्याचे ज्येष्ठांच्या आयुष्याचे वृत्तसार असते.

आपला काळ कसा सचोटीचा होता; आपण किती आदर्श जपत होतो, याची उजळणी प्रत्येक पिढीचा सदस्य करीतच असतो. तरीही ते मोठ्या चवीने ऐकवले व ऐकले जात असतेच. अखेरीस 'गेले ते रम्य दिवस' अशी खंत व्यक्त करीत मासिक सभेचे सूप वाजते.

अप्पा म्हणतात, "आतापर्यंत याच खात्याने आपला पिंड पोसला आणि आपली दुसरी पिढीसुद्धा पोटापाण्याला लागली, हे सोइस्करपणे विसरले जाते. याच खात्याने आपल्याला नियमित पगार दिला व आपण दोन वेळा पोटभर खाऊ शकलो, हे खात्याचे उपकार कदापिही विसरता कामा नयेत.

"विसरताना जरा स्वत:चाही आढावा घ्यावा. आपण या खात्यासाठी काय केले, आपण किती इमानदारीने सरकारी काम केले— याचा हिशोब लावावा. आपण काम करताना मारलेल्या दांड्या आणि केलेली कुचराई, याचे सहज विस्मरण होणे, हा स्वभावधर्मच म्हणावा काय?

"माणसाचे पोट भरलेले असले की, अशा गोष्टी सुचतात. नोकरी मिळण्याआधी आपली काय अवस्था होती, ती जरा आठवून बघावी. शिवाय, ज्या आपल्यापेक्षा जास्त शिकलेल्या बेरोजगार अशा अनेक शिक्षित लोकांना आज नोकरी मिळत नाही; त्यांचे काय, याचा विचार करावा. याच खात्याने आपल्याला सुखाचे दोन घास व निर्धास्त झोप दिली, याबद्दल खात्याचे आभार मानावेत.''

अनिरुद्ध देशपांडे या असोसिएशनचे सदस्य झाले. ते सभेला नियमित हजेरी लावत होते. सरकारी पेन्शनर्स लोकांची असोसिएशन असल्यामुळे डाक खाते, दूरसंचार खाते, रेल्वे, आयकर खाते, आकाशवाणी व दूरदर्शन— अशा विविध खात्यांच्या सभासदांना प्रवेश होताच. त्यामुळे त्या-त्या विभागातील सेवानिवृत्तांचा जवळून परिचय झाला...

अप्पांनी सुरुवातीलाच स्पष्ट केले— "चतुर्थ श्रेणी कामगार असो की वर्ग १ चा अधिकारी; सगळेच पेन्शनर, म्हणून इथे सगळे एकाच बाकावरचे विद्यार्थी. उच्च-नीचतेचं काम नाही. कुणी कुणाचा बॉस नाही, की कुणी कुणाचा चपराशी नाही. इथे कुणी लहान नाही, की कुणी मोठा नाही. जातीचा प्रश्न नाही, की धर्माचा ऊहापोह नाही. इथे सर्वांचा एकच धर्म— आणि तो म्हणजे मानवधर्म.''

अप्पांनी सुरुवातीलाच असेही जाहीर केले की, या असोसिएशनच्या स्थापनेमागचा उद्देशच सामाजिक बांधिलकी जोपासणे, हा आहे. यासाठी आपणाला असे करता येईल—

१. सेवानिवृत्तांच्या आयुष्यात आलेली पोकळी काही अंशी भरून काढावी, म्हणून चर्चेसाठी नियमितपणे एकत्र जमणे. यामुळे त्यांना एकटेपण जाणवणार नाही.

२. त्यांच्या जिव्हाळ्याच्या प्रश्नांवर चर्चा घडवून आणणे. त्यामुळे प्रश्न सुटण्यास मदत होईल.

३. त्या प्रश्नांवर उपाय शोधण्यासाठी मानसिक स्वास्थ्य व उपचारतज्ज्ञांची भाषणे आणि मार्गदर्शन शिबिरांचे आयोजन करणे. त्याचा शारीरिक व

मानसिक लाभ होईल.

४. ज्येष्ठ नागरिक किंवा पेन्शनर्स यांना मिळालेल्या किंवा मिळणाऱ्या पैशांची योग्य ठिकाणी गुंतवणूक करता यावी म्हणून अल्पबचत, विमा इ.विषयी माहिती प्राप्त करण्यासाठी त्या-त्या विषयातील जाणकार अधिकाऱ्यांची भाषणे आयोजित करणे.
५. आजूबाजूला सुरू असलेल्या सामाजिक व सार्वजनिक जीवनाची माहिती प्राप्त करणे.
६. आपला आनंद इतरांसोबत वाटून घेणे व दु:ख किंवा व्याधी यासंबंधी जाणून घेऊन त्यांचे निरसन करण्यासाठी उपाययोजना करणे.
७. जगात काय नवे आले आहे किंवा येत आहे किंवा कुणी काय नवे वाचले आहे, याची चर्चा करणे.
८. साहित्य, कला, क्रीडा या विषयांत रुची निर्माण करून, त्यासंबंधी कार्यक्रमांचे आयोजन करणे.
९. सजग नागरिक म्हणून अवती-भोवतीच्या घटनांचा आढावा घेणे व आपली भूमिका मांडणे; त्यासंबंधी निरनिराळ्या विषयांवर परिसंवाद आयोजित करणे.
१०. विरंगुळा म्हणून ज्येष्ठांच्या सहली आखणे; सहभोजनाचे आयोजन करणे.
११. सहभोजन व निसर्गभ्रमण यातून मानसिक-शारीरिक आरोग्य सुधारणे; योगाची माहिती देणे किंवा शिबिरे आयोजित करणे.
१२. सामाजिक जबाबदारी म्हणून साफसफाई, वृक्षारोपण व वृक्ष-संवर्धनाचे कार्यक्रम पार पाडणे.
१३. जमेल तसे लोकप्रबोधन करून जनमानसातील अंधश्रद्धा दूर करण्यासाठी प्रयत्न करणे.
१४. कुटुंबात व समाजात सुसंवाद घडवून आणण्यासाठी प्रयत्न करणे.
१५. रुग्णसेवा, अपंगांना मदत, रक्तदान कँपात सेवा, सामूहिक विवाह अशा उपक्रमांत भाग घेणे.
१६. आर्थिक गुंतवणूक, वारसाहक्क, इच्छापत्र, ज्येष्ठ नागरिकांचे संरक्षण इ.बाबींवर कायदेविषयक सल्ला— याविषयी आयोजन करणे.

अप्पांची ही १६ कलमे म्हणजे या संघटनेची वर्षभराच्या कामाची रूपरेषा आहे. या गोष्टींकडे जास्त लक्ष केंद्रित करून पुढील कृती करावयाची ठरली.

अप्पा पुढे म्हणाले, "असोसिएशनच्या स्थापनेमागचे उद्देश खूप आदर्श असले आणि असोसिएशनचे सदस्य सुशिक्षित व सुसंस्कृत आहेत असे मानले,

तरी सगळेच सकारात्मक दृष्टी असलेलेच असतीलच, अशातला भाग नाही; तसा आमचा दावाही नाही. व्यक्तिपरत्वे माणसांचा स्वभाव बदलत असतो आणि इथे तर सगळा खुशीचाच मामला. कुणी कुणाच्या नियमाने बांधलेला नाही, की कुणी कुणाचा बॉस नाही. म्हणून सर्वांनी सर्वांना समजून घ्यावे, असे अपेक्षित आहे.''

अप्पांना या ज्येष्ठ नागरिक संघात आलेले जे वृद्ध भेटले, ते बहुतांश सकारात्मक विचारांचेच आहेत. बहुसंख्येने सकारात्मक विचार घेऊन पुढे आलेले हे वृद्ध आपल्या दुर्बल होत चाललेल्या प्रकृतीमुळे आपल्या मूळ स्वभावाला मुरड घालतानाही दिसले. नकाराची भावना बोथट बनलेली अनेकांच्या बदललेल्या वर्तनावरून जाणवलेली दिसली. माहितीत असलेले काही जमदग्नीचा अवतार होते, परंतु तेही पूर्वीचा आपला पीळ सैल करून आलेले दिसले. वय वाढल्यामुळे असे घडले असावे.

आयुष्यात आलेली संकटे झेलत, टक्के-टोणपे खात काहींनी स्वतःला मऊ करून घेतलेले आढळले. आधी कठोर व पाषाणहृदयी असलेल्यांच्या डोळ्यांतही आता करुणेची झाक दिसायला लागली. कशामुळे झाला हा बदल? अर्थातच शारीरिक दुर्बलतेमुळे आणि आधार तुटल्याची भावना निर्माण झाल्यामुळे.

काळाच्या ओघात हा बदल हळूहळू झालेला असतो. शांत-समंजस नदीच्या तुंबलेल्या पाण्यासारखे हे नितळ होत गेलेले वृद्ध जीव एकत्र आले आणि या संघात बघावयास मिळाले. काही अपवाद वगळले, तर माणसे आत्मीयतेने एकमेकांच्या जवळ आलेली दिसली.

सरकारी नोकरीत असताना हातात असलेल्या चाव्या आता गेलेल्या आणि आपण सरकारी मालमत्तेचे मालक आहोत, हा वृथा समजही बाळगायला व गाजवायला आता वाव नाही, म्हणून असे होत असावे.

एकूण काय— तर, आपण आता परावलंबी आणि काडीचाही अधिकार नसलेले आहोत, ही भावना मनात पक्के घर करून बसलेली. सरकारी खुर्चीवर बसून बाहेरच्या जगाची कल्पना येत नाही. आता खरे तर जग पाहावयास मिळते. तेवढा निवांतही लाभतो.

संसाराच्या रामरगाड्यात छाती फुटेपर्यंत धावताना कुणाशी संवाद करायला वेळच मिळत नाही. स्वतःशीही कधी मोकळेपणाने माणूस संवाद साधत नाही. आता ही परस्परसंवादाची पर्वणी लाभलेली असते. तिचा लाभ सेवानिवृत्तांनी घ्यावा, असे आवाहन अप्पांनी केले.

असे असले, तरी आता एक प्रकारची असुरक्षितता व एकटेपणाची भावना

मात्र जवळपास सर्वांच्याच मनात ठाण मांडून बसलेली दिसली. दिवसेंदिवस ती वाढतेच आहे.

अप्पा या वृद्ध माणसांशी मनमोकळ्या गप्पा मारतात. त्यांच्या मनातले काढून घेतात. माणसंही आपलं मन मोकळं करताना म्हणतात— ''नोकरीतला त्या वेळचा रुबाब काही वेगळाच होता. आम्हीच मालक आहोत, हे नोकराच्या खुर्चीत बसून सांगण्याचा खोटा रुबाब सरकारी नोकरांच्या मनात सुप्त घर करून बसलेला असतोच. ती खुर्चीही गेली आणि ती खोट्या रुबाबाची झूलसुद्धा.''

''खिडकीच्या आतील भागात बसून खिडकीवर येणाऱ्या जनताजनार्दनाच्या, म्हणजेच आपल्या मायबापांवर डाफरण्याचा तो काळ होता. आम्ही ड्युटीवर असताना बाजारात फिरून भाजी आणायचो किंवा मित्रावर काम सोपवून मॅटिनीचा सिनेमासुद्धा बघायचो'', हेसुद्धा कबूल करायचे काही जण आणि आता 'आमच्या वेळेला असं नव्हतं बुवा' हे आपल्या काळातील धादांत खोटे कथानक पुन: पुन्हा रंगवून सांगणारेही भेटतात अनेक. अप्पांना या लोकांचे हसू येते.

या संघाच्या शंभरावर सभासदांना एखाद्या उपक्रमात सामावून घ्यायचे म्हटले, तरी ते साध्य होईलच असे नाही. कारण त्यांचे स्वभाव वेगवेगळे आहेत.

अप्पा म्हणतात, ''मूळ स्वभाव जात नाही म्हणतात, त्यातही काही तथ्य असावेच. सगळ्याच सभासदांना सगळ्याच उपक्रमांत सहभागी होणे जमतेच, असे नाही. त्याला दर वेळी निरनिराळी कारणे असू शकतील. त्यावर जास्त विचार न करता व कुणाला दोष न देता आपले कार्य पुढे रेटावे, हा मार्ग आम्ही स्वीकारला आहे.''

अनिरुद्ध देशपांडे यांचेही असेच गोकुळ होते व आहे. वासुदेवरावांचे कुटुंब असेच गोकुळासारखे आहे. रामभाऊंचे थोड्याफार फरकाने असेच चांगले आहे. बाकी बहुतेकांचे तसे नाही. सगळ्यांचे विचार जुळले, तर घराचे गोकुळ होते. नाहीच जुळले, तर महाभारत ठरलेलेच. रामकृष्ण मास्तरांच्या कुटुंबात प्रत्येकाचे तोंड वेगळ्या दिशेला असते. अनेकांची एकत्र कुटुंबे फार काळ टिकू शकली नाहीत. एका घराची दोन किंवा तीन घरे झाली. पेन्शनर आजोबा व आजी एकटेपणाचे दु:ख अनुभवत आपल्या विस्कळीत झालेल्या घराला सावरत आहेत.

ज्येष्ठांच्या संघटनेचे अनिरुद्ध देशपांडे हे एक सक्रिय सभासद होते. त्यांचा आवाज मोठा व सगळ्यांना आकर्षून घेणारा होता. त्यामुळे सभेतील त्यांचे

अस्तित्व प्रकर्षाने जाणवत असे. शिवाय, कोणत्याही योजनेत अथवा कामात त्यांचा सकारात्मक दृष्टिकोन असायचा.

ते सतत बोलत असायचे. निरनिराळ्या योजना सांगायचे. समोरच्याचे काहीही ऐकून न घेता आपलेच म्हणणे रेटायची त्यांची जुनी सवय गेली नव्हती. मात्र बोलता-बोलता बाचाबाची झाली तरी अखेरीस हास्याची एक खळखळती लकेर टाकून, झाले-गेले विसरून जायचा हा माणूस.

आयुष्याचे उर्वरित चार दिवस आनंदात घालवायचे, हा एकमेव निरिच्छ उद्देश डोळ्यांसमोर ठेवून हा माणूस सभेला यायचा. आपल्या दिलखुलास शैलीने उपस्थितांना हसवायचा. काही विवंचनेत असलेले निराश सदस्य त्या वेळापुरते तरी प्रफुल्लित व्हायचे. आपल्या काळजातलं दुःख दूर सारायचे.

दूर कुठे तरी जंगलात जाऊन डबेपार्टी करावयाची योजना, ही त्यांच्याच डोक्यातली. ती योजना प्रत्यक्षात आलीच नाही. देशपांडे इथली डबेपार्टी सोडून स्वर्गातल्या पंगतीला हजर राहण्यासाठी निघून गेले. अशा निर्जन ठिकाणी, की कुणालाच त्या जागेचा पत्ता माहिती नाही.

एक दिवस दुपारच्या भर उन्हात अचानक अनिरुद्ध देशपांड्यांच्या निधनाची सुन्न करणारी बातमी सांगणारा अप्पांच्या संघटनेच्या सचिवांचा टेलिफोन आला. सगळेच सुन्न झाले. एक चालता-बोलता हसतमुख माणूस जागच्या जागी थांबला होता.

अनिरुद्ध देशपांडे— एक सजग पेन्शनर— एक ज्येष्ठ नागरिक, आम्हाला सोडून गेला होता. वागण्या-बोलण्यात आपली वेगळी शैली असणारा हा माणूस, आपल्या मरणाचीही स्वतंत्र शैली जपत, बघता-बघता निघून गेला.

देशपांड्यांच्या जाण्याने सेवानिवृत्तांच्या संख्येत एकाची घट झाली. एक ज्येष्ठ नागरिक आपली पथारी गुंडाळून अनंताच्या प्रवासाला निघून गेला. त्याची ही सफर कुणालाही ठाऊक नव्हती. एक सळसळतं चैतन्य एकाएकी लोप पावलं.

लोक म्हणाले, ''देशपांडे आता खरोखर निवृत्त झाले. या संसारचक्रातून मुक्त झाले.'' त्यांचं गोकुळ मात्र मुकं झालं.

देशपांड्यांच्या अचानक निघून जाण्याने सगळेच हळहळले. शोकसभा घेण्यात आली. श्रद्धांजलीपर भाषणे झाली. शोकसभेला हजर असलेल्या त्यांच्याच वयाच्या दोघा-तिघांनी त्यांच्या अचानक जाण्याचा धसका घेतला. घरातलं एक पिकलं पान गळून पडलं. ते कधी तरी गळणारच होतं, म्हणून घरातल्यांनी निःश्वास

सोडला. दु:ख तर झालंच होतं, ते गिळून टाकलं.

पत्नीसुद्धा पिकलं पानच होती. तेही पान एकदा गळणारच. तिने उणापुरा पन्नास वर्षांचा संसार केला होता देशपांड्यांसोबत. तिचंही कधी तरी जाणं हे ठरलेलंच. परंतु, ''यांच्याआधी मरण आलं तर बरं होईल'' असं त्या बोलून दाखवीत असत. भारतीय स्त्रीचा हाच धर्म आहे, असे त्या मानतात. त्यांच्या घरात त्यांना मान आहे.

का कुणास ठाऊक, परंतु असेच वाटते बऱ्याच बायकांना. विशेषत: ज्येष्ठ बायकांना. का बरे असे वाटत असेल?

जगणं कठीण होत आहे काय आताशा? असुरक्षित वाटते काय मागे राहून? कळत नाही. पण तेच खरे असावे. ते त्यांना विचारायला हवे एकदा. आताच बरे दिसणार नाही. नंतर निवांत वेळी कधी तरी विचारायला हवे. का निघून जावेसे वाटते बायकांना पुरुषांच्या आधी?

काही स्त्रिया तर, 'एकमेकांसोबतच ही इहलोकीची यात्रा सरावी' अशी कामना करतात आणि 'पुढील सात जन्मांत हाच पती मिळावा' अशी प्रार्थनाही! अर्थात ही गोष्ट जुन्या बायकांची. वट सावित्रीच्या दिवशी वडाच्या झाडाला दोरा गुंडाळून गोल-गोल फिरणाऱ्यांची.

एकमेकांची साथ-संगत सुटणे, हा त्यांच्या जीवनातला मोठा धक्का असतो. आता आपले कसे होणार, ही भावना जीव कुरतडून टाकत असते. का बरे असे होते?

आपली असून आपली का वाटत नाहीत आजूबाजूची माणसं? असं का येतं मनात? हे एकदा समजून घ्यायला हवे. घरात तर तसं बरं चाललेलं असतं. निदान तसं बाहेरून दिसत असतं. काही धुसफूस नसते की बेबनाव नसतो. मग का बरे असुरक्षित वाटते बायकांना?

मुलगा कमावता असतो. पेन्शन घरातच खर्च होत असते... मिळालेल्या धनराशीतून बरीच रक्कम शिल्लक असते... कुणाच्याही मनात आपपरभाव नसतो... पेन्शनचा पैसा ठेवायचा तरी कुणासाठी? मुले, सुना व नातवंडांसाठी नाही; तर आहे कुणासाठी तो? आपले तर दिवस सरत आले आणि जपून ठेवायचा तो काय वर घेऊन जाण्यासाठी? तशी सोय नाही आणि वर म्हणजे नेमके कुठे, हे तरी कुणाला माहिती आहे!

मुले मध्यमवर्गीय पगारदार. घर आधीच बांधून ठेवलेलं. सगळ्या सोई उपलब्ध. घरातलं हवं-नको कधी पेन्शनर, तर कधी त्यांचा पगारदार मुलगा

बिनबोभाट बघतात. कसंही केलं तरी ताटातलं वाटीत व वाटीतलं ताटातच जाणार. असं सगळं समंजस समीकरण.

परंतु तरीही असं कुठे तरी जाणवते की, ओलावा तुटत चालला आहे दिवसेंदिवस. भूगर्भातल्या पाण्याच्या पातळीसारखे एकमेकांविषयीचे प्रेमाचे झरे आटत आहेत... जात आहेत खोल-खोल. बंद पडल्यासारखे होत आहेत अधून-मधून. एक दिवस कोरडे ठक्क होतील की काय, याची भीती वाटते.

काळजाच्या विहिरीतच नाही, तर मनाच्या काठावर कुठून येणार! आणि मनातलं सरलं, तर पापणीत तरी कसं येणार... असं जाणवते कधी कधी. सगळीच वणवण व होरपळ होते की काय, अशी भीती वाटते. तसं म्हटलं, तर अधून-मधून प्रेमाच्या श्रावणसरी बरसत होत्याच प्रसंगानुरूप; नाही असं नाही— बघा ना मागील महिन्यात देशपांड्यांचा ७६ वा वाढदिवस साजरा झाला घरगुती पद्धतीने. मुलं, मुली, नातवंडं, सुना, आप्त-मित्र— सगळे जमले होते.

नवे कपडे व टायटनचं रिस्टवॉच घेऊन दिलं मोठ्या मुलानं. धाकट्यानं आधाराची वेताची, चांदीची मूठ असलेली काठी आणली. आप्त, नातेवाईक व कार्यालयातले जुने दोस्त अभीष्टचिंतन करून गेले. सर्वांनी त्यांना दीर्घायुष्य लाभो म्हणून परमेश्वराजवळ प्रार्थना केली.

असं सगळं अघळपघळ तर होतं— श्रावणसरींचा शिडकावा मारल्यासारखं. तरीही हा ओलावा कमी पडतोच कुठे तरी, हे का बरे जाणवतेय? का भागत नाही या श्रावणसरींच्या शिडकाव्याने? नेमके कुठे बिघडले हे तंत्र? निसर्गाचेच तंत्र बिघडत चालले आहे, त्याचाही तोल ढासळत चालला. का, कशामुळे?

अप्पा म्हणाले, "अहो, पाऊस तरी पडतो काय धो-धो पूर्वीसारखा? त्यानेही सोडलंय ना ताळतंत्र! त्याच्याही वृत्तीत पडलाय ना बदल! संततधार, पाऊसझडीचे दिवस कधीचेच मागे पडले. वेधशाळेचे सगळेच अंदाज चुकू लागले. अंदाजच ते; चुकणारच. तसं रक्तही पातळ झालं म्हणतात. त्यातला मायेचा स्निग्धांश कमी झाला आहे म्हणतात. —हिमोग्लोबिन कमी होते, तसा.

" असंच झालंय कुटुंबाचं. ग्रामीण असो की शहरी— कुटुंबांची वाताहत झाली. निसर्गाचं ऋतुचक्र लहरी तरी असते. ते कधी तरी हजार हातांनी लुटून देते, कधी कधी रुसते. परंतु इथे सगळं समजून-उमजून केलेलं— सगळं झोपेचं सोंग घेतल्यासारखं. या खोट्या झोपेतून जागे करावयाचे तरी कुणाकुणाला?"

निसर्गाचं वारं पिऊन तेच भिनलं की काय वातावरणातून मनामनांत अन् थेट काळजात व अंत:करणातसुद्धा! म्हणून देशपांडेवहिनींना एकटं-एकटं वाटते.

एकटेपणाची कल्पनाच असह्य होते.''

श्रद्धांजलीच्या भाषणात अप्पा म्हणाले, ''ईश्वरेच्छेपुढे कुणाचेच काही चालत नाही. जे घडले, ते वाईटच. परंतु गेलेल्याचा शोक करू नये. आपली संस्कृती तेच सांगते. भगवद्गीता हा आपला धर्मग्रंथ तेच शिकवतो. सगळेच धर्मग्रंथ तेच सांगतात.

''तथापि, शोक न करता गेलेल्या जीवाच्या म्हणजे आत्म्याच्या शांतीसाठी आपण प्रार्थना करू या. मृत्यू हा मोक्षदाता आहे, तोच पवित्र आहे. त्याचे सतत स्मरण ठेवावे.'' वगैरे.

भाषण पुढे लांबवत अप्पा म्हणाले, ''अनिरुद्ध देशपांडे हे आमच्या पेन्शनर्स असोसिएशनचे सक्रिय सभासद होते. नुकतीच त्यांनी वयाची पंचाहत्तरी पूर्ण केली होती. आम्ही त्यांचा शाल व श्रीफळ देऊन असोसिएशनच्या वतीने सत्कार केला होता, त्यांनी वयाची शंभरी गाठवी यासाठी त्यांचे अभीष्टचिंतन केले होते.''

थोडा पॉज घेत अप्पा म्हणाले, ''परंतु नियतीने डाव साधला; काळाने झडप घातली. नियतीपुढे कोणाचेच काही चालत नाही.'' वगैरे... मनाला समजावण्याच्या गोष्टींचे सोपस्कार पार पडले.

स्मशानात व शोकसभेत अशीच ठोकळ, साचेबंद भाषणे करायची असतात. ती त्या वेळापुरती निमूटपणे ऐकून घ्यायची असतात. स्मशानाच्या बाहेर पडल्यावर विसरायची असतात. स्मशानात सगळेच भावविवश होतात. या जगण्यात काही राम नाही, असे वाटते. स्मशानातून बाहेर पडल्यावर सगळेच विसरायला होते.

आणखी एका-दोघांची भाषणे झाली. विषय तोच म्हणून भाष्यही तेच. तेच शब्द व तोच मजकूर. घडलेल्या घटनेची गंभीरता व त्या स्थळाचा प्रभाव वातावरण भारून टाकते. माया, मोह, संपत्ती— सगळं झूठ आहे, हे तत्क्षणी जाणवते. माणसे वैराग्याची भाषा बोलतात व स्मशानातून बाहेर पडल्या-पडल्याच सगळं विसरतात. स्मशानवैराग्य म्हणतात, ते हे असते. अतिशय गंभीर विषय असा सहजतेने घेतला जातो.

शरदराव हे देशपांड्यांचे निकटचे आप्त. ते म्हणाले, ''धर्मग्रंथात कितीही सांगितले असले तरी शोक अनावर होतोच. तो व्यक्त केल्यावाचून राहवत नाही. ते राहून-राहून मनात येतेच. अनिरुद्धांच्या कुटुंबावर जो दुःखाचा डोंगर कोसळला व त्यामुळे त्यांच्यावर जो आघात झाला, तो सहन करण्याची शक्ती

परमेश्वर त्यांना देवो— अशी आपण त्याच्या चरणी प्रार्थना करू या. आम्हीही त्यांच्या दुःखात सहभागी आहोत...'' वगैरे-वगैरे.

चिता चहूबाजूंनी पेटली होती. उन्हाळ्याचे दिवस होते. आगीच्या ज्वाला वरवर जात होत्या. थोड्याच अवधीत आता अनिरुद्ध देशपांडेच्या देहाचे चिमूटभर भस्म होईल. सगळ्यांचे असेच होते. ज्येष्ठ असो की कनिष्ठ; मोठा असो की धाकटा. या मृत्युवलयातून कुणीच वाचू शकत नाही.

देशपांड्यांच्या विषयावर पडदा पडला. चार दिवस त्यांची आठवण झाली खरी; मात्र त्यानंतर कुणी काहीच बोलले नाही. त्यांच्या कुटुंबीयांनी त्यांचा फोटो भिंतीवर लावला असेल... त्या फोटोला काही दिवस फुलांचे हार घातले जातील. हळूहळू तेही विसरले जाईल. काळ सर्व काही विसरायला लावतो. हा विस्मरणाचा शाप म्हणावा, की ते वरदान? वरदानच म्हणायला हवे.

मात्र विस्मरण आहे तेच बरे आहे; नसता या माणसांच्या मेंदूत सगळा गोंधळ माजला असता, अशा त्रासदायक गोष्टींचा. सरमिसळ झाली असती, चांगल्या-वाईटाची. गुंतागुंत वाढली असती. विस्मरणाचे मानवाला मिळालेले वरदानच म्हणायला हवे, यावर सर्वांचे एकमत झाले.

पेन्शनर्स क्लबच्या मीटिंगमध्ये एकदा याच विषयावर चर्चा झाली— 'व्यक्ती सेवानिवृत्त होते म्हणजे काय होते नेमके?'

अप्पा म्हणाले, ''तो किंवा ती ज्या सरकारी दप्तरात किंवा आस्थापनेत किंवा खात्यात नोकरी करते, ती व्यक्ती वयाची ५८ किंवा साठ किंवा आणखी काही वेगळे ठरले असेल ते; ती ठरावीक वर्षे संपली की, त्या-त्या खात्यातून निवृत्त होतात— म्हणजे घरी बसतात.

''त्यांना पुन्हा सरकारी कामात घेत नाहीत. त्यांना घरात बसून काहीही न करता सेवा-मोबदला म्हणून पैसे देतात. त्याला पेन्शन म्हणतात. करारच असतो तसा. कराराची वर्षे संपली की, तुम्ही घरी बसायचे व मरेपर्यंत पेन्शन घ्यायची. त्यानंतर धर्मपत्नी मागे राहिली, तर तिच्याही वाट्याला ही पेन्शन येतेच— असा कायदा आहे.''

मुद्दा असा की— सरकारी दप्तरात काम केले म्हणजे सेवा केली काय? कुणाची? हा सेवा शब्द कुठून आला? Retirement from service हा Service शब्द म्हणजे मराठीत 'सेवा' या अर्थाचा— म्हणून सेवानिवृत्ती!

श्रमाच्या मोबदल्यात काम केले आणि त्याबद्दल पैसा मिळाला, ही जर सेवा मानली; तर प्रत्येक व्यक्ती— मग ती शेतात काम करणारा मजूर असो की

खासगी दुकानात धान्य मोजण्याचे काम करो— हे सगळेच तर सेवा देतच असतात. त्यांना तर शरीर थकून गलितगात्र होईपर्यंत काम करावे लागते. त्यांना सेवानिवृत्ती नसते व पेन्शन तर नसतेच.

जनतेचे प्रतिनिधी म्हणवून घेणारे आमदार-खासदार यांनाही पेन्शन मिळण्याची सोय आहे म्हणे या देशात. क्रिकेट खेळून गडगंज पैसा कमावणारे खेडाळूसुद्धा पेन्शनीस पात्र आहेत म्हणे. एक-एक नवलच म्हणायला हवे! याला लोकशाही राज्य म्हणावे, की प्रजासत्ताक तंत्र?

हल्ली प्रत्येक वृद्धाला पेन्शनीची मागणी होत आहे— मग तो शेतकरी असो वा शेतमजूर. त्याच्या अखेरच्या काळात तो कामधंदा करू शकत नाही; त्याला चरितार्थापुरती पेन्शन द्यावी, ही मागणी अप्पांच्या मते रास्त आहे.

सरकार दरबारी कामे करून किंवा अनेकदा न करूनसुद्धा; पगाराच्या रूपाने दर महिन्याला न चुकता मोबदला मिळतोच मिळतो. नाही मिळाला तर भांडण्याची व तो पदरात पाडून घेण्याची तरतूद त्यांच्या सेवानियमातच आहे. संपाचे, असहकाराचे हत्यार त्यांच्या हातात असते.

संघटित कामगारांची अशी दंडेलशाही अनेकदा पाहावयास मिळते. सरकारचे नाक दाबून तोंड उघडण्याचे प्रकार होतात. निरनिराळ्या राजकीय पक्षांनी आपल्या संघटना तयार करून सरकारी आस्थापनांत बेमालूमपणे घुसवल्या आहेत, ही गोष्ट आता जगजाहीर झाली आहेच.

हे कामगार असहकार पुकारून सरकारी काम बंद पाडतात; परिणामी देशाचे उत्पन्न बुडते. असंख्य मानवी तास वाया घालविणारे हे जनतेचे तथाकथित सेवक जनतेला सेवा तर देण्याचे नाकारतातच; शिवाय त्यांनाच वेठीला धरतात— ही यांची सेवा? ही निरपेक्ष सेवा नसतेच. मुळात ही सेवा तरी असते काय, हा प्रश्न एकदा निकालात काढावयास हवा.

आमचा शेतकरी वा शेतमजुराला असे संघटित का बरे होता येत नाही? त्याने अन्नधान्य पिकवण्याचे थांबवले, तर सर्व जगाच्या भाकरीचे प्रश्न कसे मिटतील? परंतु हे होत नाही. त्यांना नेते नाहीत असे नाही; परंतु पायलीला पन्नास असलेले नेते कधीच एकत्र येत नाहीत आणि प्रश्न धसास लावत नाहीत.

अप्पा म्हणतात— "त्यांना प्रश्न धसास लावायचेच नसतात; उलटपक्षी ते तसेच जळत ठेवायचे असतात. त्यामुळे त्यांचे अस्तित्व सिद्ध होत असते. प्रश्न लोंबकळत ठेवणे, हीच सध्याच्या राजकीय नेत्यांची मानसिकता आहे."

शिवाय या संघटित सरकारी कामगारांना किंवा कंपनीत काम करणाऱ्यांना अनेक सोई-सवलती व फायदे हे सरकारी नियमानुसार मिळतातच. मिळाले नाहीत, तर तसे नियम करून वा बदलून सरकारला तसे करण्यास बाध्यही केले जाते. या सगळ्यांचा उपभोग घेऊन व पुरेपूर मोबदला घेऊन, तेही कमी श्रम देऊन जर काम सोडले; तर त्याला सेवा तरी कसे म्हणतात, हा प्रश्नच आहे. अप्पांचा या 'सेवा' शब्दाला आक्षेप आहे. सरकारी काम करणे व त्याचा पुरेपूर मोबदला घेणे याला सेवा म्हणता येणार नाही.

सेवा या शब्दाला निःस्पृहतेचा, निरपेक्षतेचा व प्रामाणिकतेचा सुगंध आहे; तसा तो असावा. सेवा म्हणजे ती निःस्वार्थ व फळाची आशा न धरता केलेलं कार्य, असा ध्वनी त्यातून निघतो. सेवा या शब्दात त्याग अंतर्भूत असावा.

सेवा केल्यावर फळाची आशा धरता कामा नये. निष्काम भावनेतून करावयाचे ते कार्य असते. पगारदार नोकर सेवा प्रदान करीत असेल, तर किराणा दुकानातला मजूर किंवा रेल्वे स्टेशनवरचा हमाल हेसुद्धा सेवा प्रदान करतात; त्यांना कुठे आहे सेवानिवृत्ती? त्यांना कुठे आहे सेवानिवृत्ती वेतन?

सरकारी नोकरी ही या भावनेतून करावयाची गोष्ट तर नाहीच. "मी सरकारचे काम केले, म्हणजेच जनतेचे काम केले. मी जनतेची सेवा केली; मला त्याचा पगार नको.'' असे म्हणणारे सरकारी कामगार शोधूनही सापडणार नाहीत. तशी कुणाकडून अपेक्षाही नाही. श्रमाचं मोल मिळायलाच हवे. मात्र या श्रमाला सेवेचं अधिष्ठान नाही.

त्याउलट, काम न करता पगार वाढवून मागणारे; अन्यथा संपाचं हत्यार उपसून सरकारला व जनतेला वेठीस धरणारे भरपूर सापडतील. प्रश्न हा आहे की, या सरकारी कामाला 'सेवा' कसे म्हणावयाचे?

अप्पा सरकारी खात्यात अधिकारी होते. त्याआधी साधे कामगार होते. त्यांनी काम बंद ठेवून संप करणारांचे कधीच समर्थन केले नाही. संपात कधी सहभाग घेतला नाही. प्रसंगी सुटीच्या दिवसांतही सरकारी काम केले. निखळ सेवाभाव जपला. सरकारचा पगार घेतला म्हणजे काम हे करायलाच हवे. त्यात कुचराई करणे म्हणजेच पाप, असे अप्पा म्हणत.

निखळ सेवाभावातून निष्कपट मनाने निःस्वार्थ सेवा देणाऱ्या संस्था, प्रतिष्ठाने व मंडळे आहेत. त्यांच्या सेवेशी तुलना केली, तर सरकारी कार्यालयांतून पगार घेऊन कामे करणारे 'सेवा (?) देतात काय?' या प्रश्नाचे उत्तर मिळावे.

स्व. बाबा आमटेंची कुष्ठरोग्यांची सेवा आठवावी. त्यांच्या मुलांची भामरागड किंवा हेमलकसा वगैरे तत्सम आदिवासी भागातील वंचितांची सेवा बघा. सिंधूताई सपकाळांचे कार्य पाहावे. शंकरराव पापळकरांचे मतिमंद मुलांचा सांभाळ करण्याचे कार्य पाहावे. ही खरी सेवा.

गजाननमहाराजांच्या मंदिरात भक्तांच्या सेवेकरिता सेवेकरी आपणहून येतात. अनेक मंदिरांतून आपली सेवा देण्यासाठी आलेले करसेवा करणारे भक्त पाहिले की, सेवा या शब्दाचा अर्थ ध्यानी येतो. या सेवा खरे तर 'सेवा' या सदरात मोडतात. तीच खरी सेवा.

असो. त्या शब्दाचा असा शब्दश: अर्थ घ्यावाच, असेही अभिप्रेत नसावे. ती ठरावीक करारानुसार कार्यनिवृत्ती म्हणावी फार तर आणि करारानुसारच दिलेले सेवानिवृत्ती वेतन म्हणजे काम न करताही दिलेले मानधन, ती पेन्शन. आयुष्यातील अखेरच्या काळात उपजीविकेसाठी मिळालेला तो निधी महत्त्वाचा. त्याला काय म्हणावे? पेन्शन की मानधन? की आणखी काही? प्रश्न तो नाहीच आणि या गोष्टीलाही तसा फार अर्थ नाहीच.

अप्पा एकदा म्हणाले, "नोकरीचा काळ म्हणजेच आयुष्याचा पूर्ण काळ असतो काय? अर्थातच, नाही. तो आयुष्याचा एक भाग झाला. निवृत्त झाल्यानंतर माणसाच्या आयुष्यात उरलेला काळाचा एक मोठा तुकडा समोर उभा असतोच की! आणि तोच खूप महत्त्वाचा असतो. तो अधिक प्रगल्भ जाणिवेचा असतो. आपल्या व इतरांच्या आयुष्याला गंभीरतेने घ्यावयाचा हा, प्रगल्भ जाणिवांच्या कक्षा विस्तारित झालेला काळ.

कुणाच्या आयुष्यात त्या वेळी सुख-समाधानाचा कळस चढलेला असतो, तर कुणाच्या विवंचना अजून आ वासून समोर उभ्या असतात. सरकारी कामकाज सोडले, तर त्याच्या निजी जीवनातल्या जबाबदाऱ्या पूर्ण झालेल्या असतातच, असे नाही. त्या जबाबदारीतून कसली आली आहे निवृत्ती! त्या जबाबदाऱ्या कशा टाळता येतील? त्या तर पूर्ण करायलाच हव्यात. म्हणून अप्पा म्हणतात की, माणूस निवृत्त होतच नाही कधी. झालाच तर हा देह सोडून तो ज्या वेळी अनंतात विलीन होतो, त्याच वेळी निवृत्त होतो.

माणूस सरकारी नोकरीत कनिष्ठ पदावर असो की वरिष्ठ पदावर; तो एकदा मोकळा झाला की, सुटकेचा नि:श्वास सोडतो खरा. परंतु, त्याची ती अवस्था लवकरच बदलते. त्याचा एक पाय मोकळा झाला, तरी दुसरा पाय आणखी कशात तरी स्वत:ला अडकवण्यास तयार असतो. त्याच्या नोकरीतला

एक बॉस गेला तरी, इतर अनेक बॉस त्याच्या मानगुटीवर बसलेले असतात. त्यात असते बायको, मुले व सुना, नातवंडे, सगे-सोयरे, आप्त-मित्र व समाज वगैरे. या सर्व बॉसच्या मनासारखे तुम्ही वागलात तर बरे, अन्यथा तुमच्या पदरात टीकेचे दान पडलेच म्हणून समजा. ही टीका म्हणजे सर्वांत मोठी शिक्षा असते.

अप्पा मुळातच सोशिक आणि भिडस्त. कुणी काहीही सांगितले, तर ते करून देण्याची तयारी असते त्यांची. त्यांच्या या परोपकारी वृत्तीचा फायदा अनेक लोक उचलतात. शेजारचे रामभाऊ एकदा त्यांना म्हणालेच—

"काय, झाले काय सेवानिवृत्त? आता काय, मोकळं-मोकळं वाटत असेल? आता आरामच आराम. बस; झोपा काढायचंच काम. नशिबवान आहात बुवा!" असं म्हणत—

"तुम्हाला वेळ आहेच, तर जरा एवढं टेलिफोन बिलाचं बघता काय? जास्तीचं बिल आलंय तुमच्या टेलिफोन खात्याच्या चुकीनं. तुमच्या ओळखीने सहज जमेल ते."

अशी प्रेमळ सूचना करून एक काम माथी मारले होते रामभाऊने. अप्पांना ते काम करून द्यावेच लागले. शेजारधर्म पाळवाच लागतो ना!

असा अनुभव आता वारंवार येऊ लागतो. जो-तो अशा सेवानिवृत्तांना एक समाजसेवक या नजरेतून बघू लागतो. त्याच्या चांगुलपणाचा फायदा घेत आपली कामे करून घेतो.

शेजारधर्म किंवा मित्रत्व जपण्यासाठी हे करावे लागतेच. निवृत्त झाल्यामुळे या माणसाला आता काहीच काम नाही, अशी आजूबाजूच्या लोकांची भावना असते.

ज्येष्ठ नागरिक हे मानाचे पद मिळाल्यामुळे आपणही आणखी सौजन्यशील झालो आहोत, असा समज करून घेतला अप्पांनी. त्याच वेळी जमेल तेवढी समाजसेवा करू या, असा संकल्पही केलेला आहे त्यांनी. म्हणून त्यांचा स्वभाव आणखी भिडस्त बनला... अन् कुणालाही नकार न देता ते सोपवलेले काम करीत राहिले. कामामुळे माणूस मरत नाही, हा मंत्र त्यांना पाठ आहे.

अप्पांचे सहकारी शिरसाठ सेवानिवृत्त झाले. त्यांचे अनुभव सांगताना ते म्हणाले, "घराघरांत तुमच्यासारखं गोकुळ असेलच, असं गृहीत धरू नये अप्पाजी. आमचा अनुभव जरा वेगळाच आहे. आपलं निवृत्तपण रुचत नाही काही लोकांना. आम्हाला मिळत असलेला आराम खुपतो आपल्याच लोकांच्या डोळ्यांत!" पुढे म्हणाले,

"माझी सूनबाई एक दिवस मला म्हणाली, 'नुसतं घरात बसून काय करता;

जरा मंडईत जाऊन ताजी भाजी आणा; तुमचे पाय मोकळे होतील. तब्येतीला चांगलं असते ते.'

"असा विनंतीवजा हुकूम घरातूनच मिळतो, तो कसा टाळता येईल?"

खरे तर आपले घरातील वास्तव्य तिला खुपते आहे, हे शिरसाठांना समजले होते.

वरून 'आपल्या प्रकृतीची किती काळजी घेते सूनबाई!' हे आपलं आपल्यालाच वाटायला लागते आणि एकदा सुरू झालं की, ते सरकारी खात्यातील रोजच्या कामासारखं आपल्याच नावावर मांडलं जाते. सकाळी उठल्यापासून मस्टरवर सही केल्यासारखे त्याच त्या कामाला जुंपून घ्यावे लागते. त्यात कसूर झाल्यास मने दुखावतात.

आयुष्यभर हुकूम ऐकण्याची सवय झालेली असल्यामुळे आणि हुकूम टाळण्याची आदत व ताकद नसल्यामुळे ते आताही निमूटपणे पाळले जाते, हे ओघानेच आले.

तेजराव देशमुखांची कथा थोड्याफार फरकाने अशीच. त्यांना थंडीचा त्रास होतो. गुडघे दुखतात. वातविकार जुनाच आहे त्यांना. तो आता बळावला आहे. तरीही नातवाची रिक्षा आली नाही म्हणून त्याला सकाळच्या थंडीत शाळेत पोहोचविण्याचे व नातीला दुपारी शाळेतून घरी आणावयाचे छोटेसे (?) काम दोन वेगवेगळ्या वेळेत व शहराच्या वेगवेगळ्या टोकांना जाऊन करावेच लागते.

त्यांची सूनबाई म्हणते, "म्हणजे काय मोठेसे? मला स्वयंपाकघरातलं आवरता आवरत नाही. ह्यांची ऑफिसला जायची भुणभुण. या पोराची शाळा, त्या पोरीची ट्युशन— मी एकटीनं तरी किती मरावं?" अशी वाक्ये नेमाने तोंडावर फेकून मारली जातात. म्हणजेच, तोंड दाबून बुक्क्यांचा मार सहन करावा लागतो.

न करून सांगतो कुणाला? ज्येष्ठांच्या— त्यातल्या त्यात सेवानिवृत्त झालेल्यांच्या— मागे हा असा ससेमिरा लागलेला असतो. ज्येष्ठ घरात नकोसे तर असतातच; परंतु काम अडले, तर या पद्धतीने त्यांना सशर्त सामावून घेतले जाते. घरगड्यासारखे— पाहुण्यांची ऊठ-बस, त्यांचं चहापाणी याकडे लक्ष द्यावे लागते.

बाकी सगळे सहलीला किंवा बाजारहाटाला गेले, तर घराची राखण करणे हे तर ज्येष्ठांचे हक्काचेच काम. अशा वेळी घर हे 'आपले घर' असते. त्याच्या पायापासून छतापर्यंत आपल्या निष्ठा वाहिलेल्या असतात. त्याचे निर्माते आपणच

असतो ना!

ज्येष्ठ एकटे पडतात ते अशा वेळी. त्यांच्या सोबतीला असलाच तर एखादा पाळीव कुत्रा असतो. नसलाच तर केवळ गतकाळातील चांगल्या-वाईट घटनांची एक लांबलचक पट्टी अधू डोळ्यांसमोरून हळूहळू सरकत असते. त्याच्या जोडीला असतो घरादारात भरलेला जीवघेणा एकांत.

ही कामे टाळण्याची हिंमत करणे म्हणजे आपलेच नैतिक जबाबदारी टाळण्याचे पातक करणे होय. झालंच तर दळणाच्या पिशव्या, किराणा दुकानातून किरकोळ वस्तू आणणे हे नियमित करावेच लागते. हे करताना आपण कुणावर उपकार थोडेच करीत असतो! घर आपलेच असते.

अप्पा म्हणतात, ''माणूस सेवानिवृत्त झाला म्हणजे या कौटुंबिक जबाबदाऱ्या त्याला कुठल्याही वेगळ्या पेन्शनची आशा न धरता पेलाव्या लागतात. ही कुटुंबातली अपरिहार्य कामे करूनही आपली निजी कामे करण्यासाठी वेळ द्यावा लागतो.''

स्वत:चं मेडिकल चेकअप, औषधे-गोळ्या, देवपूजेचे साहित्य, नियमित फिरायला जाणे, बायकोच्या थायरॉइडच्या गोळ्या व आयड्रॉप्स— या बाबींकडे दुर्लक्ष केल्यास मनाला चुटपुट लागून राहील, हे तर खरेच. ज्या गोष्टी प्राधान्याने करायच्या, त्याच मागे राहून जातात, हेही खरेच.

सेवानिवृत्तीच्या आसपासच्या काळात निरनिराळ्या योजना मनातल्या मनात आखून ठेवतो माणूस. निरनिराळे संकल्पही सोडतो. त्यांतले काही जाहीर असतात व काही मनातल्या मनात. खूप काही करावेसे वाटत असते त्याला. परंतु ते तो करू शकत नाही. वेळ मिळत नाही, हे त्याचे मुख्य कारण असते.

नोकरीत असताना वेळ काढता येतो; कामाला दांड्या तरी मारता येतात. या सेवानिवृत्तांच्या जीवनात आपला वेळ आपल्या कामासाठी खर्च करण्याचेही त्याचे स्वातंत्र्य संपते. इथे दांड्या मारण्याची तरतूद नाही किंवा जास्तीचे काम केले म्हणून ओव्हरटाइमची सोय नाही आणि खूप काम केले म्हणून शाबासकी मिळण्याचीही शक्यता नाही. इथे सर्व सामाजिक किंवा कौटुंबिक भावनेने समर्पित होऊन करावे लागते. त्यात कुचराई चालत नाही.

आणि त्याचं सेवानिवृत्तीनंतरचं सुख बघवत नाही म्हणून की काय, अवती-भोवतीचे सगळे हितचिंतक त्याला स्वस्थ बसू न देण्याचा चंगच बांधतात. त्याला नवनवीन कामांत गुंतवून ठेवतात. त्यांना हक्काचा एक रिकामा माणूस मिळालेला असतो. काम कवडीचं नाही आणि फुरसत घडीची नाही— याचाच

अनुभव त्याला येत राहतो.

महादेवराव शहराच्या एका टोकाला राहतात. वयाची साठी सरली आणि पोस्ट खात्यातून ते निवृत्त झाले. पोस्टाचा कारभार म्हणजे हिशोबाला चोख. सुट्या कमी, तसा पगारही कमीच. सहाव्या वेतन आयोगाने मात्र भरभरून दिले. ते ज्यांच्या डोळ्यांत भरले, ते त्यांचे सामाजिक मित्र त्यांना स्वस्थ बसू देत नाहीत. ते म्हणतात,

"आता काय निवृत्त झाल्यापासून तुम्ही घरातच बसून असाल? कंटाळा येत असेल सारखा टीव्ही पाहून. पुस्तके तरी किती वाचणार वाचून-वाचून? आणि असतेच काय त्यात घेण्यासारखं? शिवाय पैशाची ददात नाही. सरकार जाम खूश आहे सरकारी नोकरांवर. करणार काय एवढ्या पैशांचं?" त्यापेक्षा असे करा किंवा तसे करा, या मंडळात या किंवा त्या मंडळात जा, ही वर्गणी द्या किंवा तिथे अन्नदान करा— असे फुकट सल्ले त्याला मिळत असतात.

काही सल्ले आरोग्याशी संबंधित असतात, तर काही मन:शांती मिळवण्यासाठीचे. काही समाजकार्य करण्यासाठी असतात, तर काही निरनिराळ्या योजनांत पैसे गुंतवून जास्तीत जास्त आर्थिक लाभ मिळवण्याचे. मात्र सल्ला मागण्यापेक्षा फुकटचे व न मागता सल्ले देण्याचेच काम लोक करीत असतात. अशा हितचिंतकांना कसे आवरावे; कळत नसते.

पुस्तके वाचण्यात व टीव्ही बघण्यात डोळे खराब करण्यापेक्षा आमच्या मंडळात या; शिवजयंतीचा उत्सव आहे. ते झालं की सामूहिक विवाहाचं आयोजन करायचं आहे. गणपती उत्सवात नाटक बसवायचे आहे किंवा अमुक-तमुक ऑर्केस्ट्रा आणायचा आहे. घरोघरी जाऊन वर्गणी गोळा करायची आहे. त्यासाठी तुम्ही वेळ द्यायला हवा. तुमचा वेळही चांगला जाईल आणि समाजसेवा केल्याचं पुण्यही मिळेल.

या म्हाताऱ्याने आता सौजन्याचा पुतळा व्हावे; नव्हे तो आहेच— असेही लोक बळेच म्हणत असतात. तसा सगळ्यांचा समज असतो. हा माणूस नोकरी करून, त्याचा संसार उभा करून आता थकला आहे. त्याला आपले निजी आयुष्य आहे व त्याला आता आरामाची गरज आहे, हे कुणाच्या मनातही येत नसते.

एरवी घरात बसून काय करणार? घरातल्यांची प्रायव्हसी मार खाते हो! शिवाय रिकामटेकडा माणूस म्हणजे खायला काळ अन् भुईला भार... अशी शेलकी विशेषणे लावत आपली बेमालूम लाज काढत हा शेजारी मित्र आपला पाणउतारा करीत असतो. आणखी वरून उपदेशाचे डोस पाजतो. म्हणतो—

"हे बघा, तुमच्याकडे आता भरपूर वेळ आहे. तो असा झोपा काढत वाया घालविण्यापेक्षा देवा-धर्माच्या कामात लावा. गंगासागरची सहल जात आहे या महिन्यात. तुम्ही सपत्नीक याच. तीस हजारांचा तर प्रश्न आहे. एरवी, पैसा काय वरती बांधून नेणार असतो माणूस?"

काही जण म्हणतात, "आता उरलेच किती दिवस तुमचे? काही वेळ आणि पैसा समाजकार्यात खर्च करा. एरवी काय असते माणसांच्या आयुष्यात?" असे मित्र व शेजाऱ्यांना कसे आवरायचे, त्यात आपला आणखी वेळ जातो. मरणाची भीती ते आपल्या मनात नकळत भरवून देत असतात.

घरातली लगबग, लहानग्यांची शाळेची तयारी, नोकरीवर जाणाऱ्यांची गडबड, पाहुण्यांची सरबराई... कुणाचा कशाचा क्लास असतो, तर कुणाची कशाची ट्युशन— अशा किती तरी नित्याच्या रामरगाड्यातून ज्येष्ठांची कितीही भागदौड होत असली तरी, बाथरूममध्ये अंघोळीसाठी त्याचा शेवटीच नंबर लागतो आणि नाश्त्याची पोह्याची बशी थंड होऊनच त्याच्या हातात येते, ही वस्तुस्थिती नाकारता येत नाहीच.

एवढं करूनही— "तुम्ही आता रिटायर्ड झालात; तुम्हाला काय घाई आहे? दिवसभर मोकळाच तर वेळ असतो. उगाच मधे-मधे करू नका." हेच ऐकायला मिळते. त्याचे काय वाईट वाटून घ्यायचे?

अनिरुद्ध देशपांडे यांनी टेलिफोन खात्यात ४० वर्षे नोकरी केली. वयाच्या ५८ व्या वर्षी सेवानिवृत्त होऊन उणीपुरी १७ वर्षे पेन्शनचा उपभोग घेतला. वयाची पंचाहत्तरी साजरी झाली. या आयुष्याच्या एकूण अवधीत घरासाठी जे-जे काही करावयास हवे, ते सगळे त्यांनी न कुरकुरता केले. मुलांचे संगोपन, शिक्षण व लग्ने पार पाडताना दमछाक झाली. प्रसंगी नातेवाइकांच्या व समाजाच्या, तसेच मित्रांच्या उपयोगी पडले. अनेकांच्या सुख-दुःखांत ते वेळप्रसंगी सहभागी झाले होते.

स्वतःकडे बघण्यास त्यांना वेळच मिळाला नाही. आता सेवानिवृत्तीच्या काळात बघू म्हटलं, तर प्रापंचिक जबाबदाऱ्या अजूनही पिच्छा सोडत नाहीत. त्या टाळताही येत नाहीत. कामं संपणारी नाहीतच. प्रश्न हा आहे की— निवृत्ती म्हणायची, ती आहे कुठे?

कशातून निवृत्त होतो माणूस? कुटुंबातून, की सामाजिक जबाबदारीतून? आप्त व सग्या-सोयऱ्यांमधून, की मित्रांतून? स्वतःच्या प्रकृतीच्या तक्रारींतून, की त्याच्यात असलेल्या षड्रिपूंच्या कचाट्यातून?

अप्पा म्हणतात...

माणूस निवृत्तच होऊ शकत नाही खरे तर.

त्याच्या काळजाचे धागे गुंतलेले असतात नव्या पालवीच्या मुळात.

मनाच्या पारंब्या रुतलेल्या असतात गोतावळ्याच्या भूमीत...

त्या सोडवतो म्हटलं, तरी सुटत नाहीत.

त्या बाजूला सारून माणसाला पुढे निघून जाताही येत नाही.

म्हातारपणात तर त्याची भावनिक व मानसिक गुंतागुंत आणखी वाढत जाते.

एक पाय सोडवतो म्हटलं, तर दुसरा अडकत जातो.

अप्पांना कार्यक्रमांचे वावडे नाही. बुद्ध, भीम जयंतीचा कार्यक्रम असो की ज्ञानेश्वरी प्रवचनाचा समारंभ, अप्पा आवडीने जातात आणि बोलतात. समाजप्रबोधन हा धागा धरून पारंपरिक ग्रंथाला आधुनिक स्वरूपात मांडताना अप्पा तल्लीन होतात. तुकोबाच्या अभंगातलं विज्ञान आणि आधुनिक विचार समजावून सांगतात. अवडंबराची फोलपटं उडवून लावताना अप्पा तुकोबाच्या अभंगात रंगून जातात.

एकदा एका हायस्कूलच्या श्रमसंस्कार शिबिराचे समारोपीय अध्यक्षपद अप्पांना मिळाले. श्रम आणि संस्कार हे तर अप्पांचे आवडते विषय. त्या शिबिरात विद्यार्थ्यांनी साफसफाईपासून ते वृक्षारोपण आणि व्यसनमुक्ती ते अंधश्रद्धा निर्मूलन असे विषय हाताळले होते.

समारोपाच्या क्षणी अप्पांचे भाषण होते. अप्पा म्हणाले,

"पाच दिवसांच्या या शिबिराचे फलित काय, याचा फायदा काय— त्याचा प्रत्यय या शिबिराच्या काळात आला."

अडाणी आणि अर्धशिक्षित अशा त्या खेड्यातील लोक शेती करतात. बहुसंख्य मजुरी करतात. दुर्गम भागात असलेल्या या गावात वीज आली, परंतु चांगला रस्ता नाही. शिक्षणाची सोय केवळ प्रायमरीपर्यंतच आहे. माध्यमिक आणि त्यापुढील शिक्षणासाठी दूरच्या शहरात जावे लागते. मुली लांबच्या गावी जाण्यास तयार होत नाहीत.

मात्र, या निवासी शिबिरात मुलांनी खूप परिश्रम घेतले. त्यांच्या श्रमाला शिक्षकांनी वाखाणले. गावकऱ्यांनी त्यांना साथ दिली. गाव स्वच्छ झाले. सांडपाण्याच्या नाल्या तयार केल्या गेल्या. गावात सार्वजनिक संडास बांधले. आपल्या घरात खासगी संडास बांधले. गाव हागणदारीमुक्त झाले. तंटामुक्ती हा विषय गावात आधीच स्वीकारला होता. या शिबिराच्या माध्यमातून त्यावर आणखी प्रकाश टाकण्यात आला.

अप्पांनी आपल्या भाषणात प्रश्न केला, ''कोण कोण तंबाखू सोडणार आहे या निमित्ताने?'' त्याला प्रतिसाद म्हणून एक अशिक्षित युवक पुढे आला. म्हणाला... ''मी आजपासून नव्हे, आतापासून तंबाखू-गुटखा खाणे सोडले.'' त्याने गावाच्या दैवताची शपथ सर्वांसमोर घेतली. त्याचे अनुकरण आणखी दोघांनी केले. हा या शिबिराचा परिणाम होता.

अप्पा म्हणाले, ''अशी शिबिरे गावोगावी भरली पाहिजेत. केवळ कागदी घोषणा करून भागणार नाही; ज्यांच्यासाठी या घोषणा करावयाच्या, त्यांच्यात जाऊन राहिले पाहिजे. आपण पुढे होऊन त्यांना मार्ग दाखविला पाहिजे.

''महात्मा गांधी म्हणाले होते— 'खेड्याकडे चला.' ती वेळ कधीचीच आली आहे. असे कृतिशील कार्यक्रम राबविल्याशिवाय जमणार नाही. वेळ निघून जाईल, त्याआधी हे झाले पाहिजे. आपल्यातल्या धडधाकट पेन्शनर्सनी हे केले पाहिजे. सरकारी घोषणांचे कागदी घोडे आता बास झाले.''

देशपांड्यांच्या नातवाची मुंज होती. त्यांच्या दृष्टीनं हे त्यांच्या आयुष्यातलं या घरातलं हे शेवटचं मंगल कार्य होतं. आनंदाचं वातावरण महिनाभर आधीच सुरू झालं होतं. सगळं काही भरून पावल्याचा आनंद अनिरुद्ध देशपांड्यांच्या मुखावर होता. समाधान ओसंडून वाहत होतं. आपापल्या परीनं सगळी कामं पार पाडली जात होती. त्यात त्यांच्या सहभाग होता.

देशपांडे घरातले सगळ्यात वयोवृद्ध. आजोबा म्हणून ते ज्येष्ठ व म्हणून मोठा मान त्यांचाच. सगळे म्हणत की, आजोबांनी काहीच धावपळ करायची नाही; फक्त बटूला शुभाशीर्वाद द्यायचे. जास्त हालचाल करायची नाही. हे करायचं नाही, की ते करायचं नाही. एका जागी बसून राहायचे. अर्थात, ही सगळी प्रेमाची बंधनं होती.

सगळ्यांच्या बोलण्याचा अंतिम अर्थ एकच— तो म्हणजे, ''तुम्ही आता सेवानिवृत्त आहात, म्हणजे थकला आहात. तुमच्याच्याने श्रम झेपणार नाहीत. दगदग सहन होणार नाही. तुम्ही टेन्शन घ्यायचे नाही.'' थोडक्यात, तुम्ही पिकलं पान; ते कधी तरी गळून पडणारच. कधी? ते माहिती नाही. परंतु आता आले तुमचे दिवस भरत. आज आहे अन् उद्या नाही— ही जाणीव पदोपदी करून द्यायची. देशपांड्यांना ते आवडत नसे. ते वैतागाने म्हणत...

''म्हणे केवळ आशीर्वाद देण्याचं काम करा! हे कसलं काम आणखी वेगळं करण्यासारखं? ते तर तसंही होतेच आहे. त्यासाठी हातपाय हलवावे

लागत नाहीत, की कुठलेही कष्ट घ्यावे लागत नाहीत. आणि कष्ट नसलेलं असं कोणतं काम आहे, की त्याला काम म्हणायचं? आमच्या हातांना तर श्रमाचीच सवय आहे.'' देशपांड्यांना स्वस्थ बसणे माहितीच नव्हते.

''म्हणे श्रम करू नका, हालचाल करू नका, टेन्शन घेऊ नका— घराच्या एका कोपऱ्यात बसून राहा. पाहुणे येतील तेव्हा जास्त बडबड करू नका... ही कसली बंधन? निवृत्तीची हीच का फळे? म्हणे, बसा चुपचाप निर्जीव वस्तूसारखं.''

देशपांड्यांना वाटले... कोपऱ्यात तर लाकडी कपाट आहे. मुलांचं पुस्तकांचं कपाट आहे. तांदळाची कोठी आहे. आणि जोडे-चपला आहेत. पाण्याचा माठ आहे. या सगळ्या निर्जीव वस्तूसारखं ज्येष्ठांनी गप्प बसायचं? का म्हणून?

कारण काय, की आम्ही सेवानिवृत्त झालो म्हणून? ज्येष्ठ नागरिक झालो म्हणून? हे कसलं समीकरण? हे तर पारतंत्र्यच. आम्ही काय निर्जीव वस्तू आहोत? ज्येष्ठांच्या इच्छेचा हा कोंडमाराच!

सेवानिवृत्त झाल्यानंतर आपल्या इच्छेप्रमाणे वागता येईल, बोलता येईल— हा त्यांचा कयास होता, तो खोटा ठरला. सेवानिवृत्त झाल्यावर आपण आपल्या आयुष्याला वाटेल तसे वळवू शकतो, ही त्यांची धारणा या प्रेमळ बंधनामुळे फोल ठरू लागली.

सेवाकाळात नोकरीच्या नियमांची बंधने होती. आपल्यावर एक बॉस होता. नियमाच्या चाकोरीत चालावे, असा दंडक होता आणि हे सगळे करण्यासाठी पगार नावाचे प्रलोभन होते. आता आम्ही कुणाचेच गुलाम नाही. आम्ही आता आझाद पक्षी आहोत. आता चारी दिशा आम्हाला संचार करावयास मोकळ्या आहेत. असा गोड गैरसमज करून घेतला होता देशपांडेसाहेबांनी.

परंतु आता ते 'साहेब' या उपाधीपुरतेसुद्धा उरलेले नाहीत. त्यांचे बॉसपण कुणीच मानीत नाही. नपेक्षा त्यांना आता एकापेक्षा जास्त बॉस आले आहेत आणि देशपांडे हे 'सन्माननीय पेन्शनर' हे गोंडस नाव धारण करून, हातात दळणाच्या पिशव्या घेऊन पिठाच्या गिरणीत व भाजीच्या पिशव्या घेऊन मंडईत नित्यनेमाने जात आहेत.

ही सेवानिवृत्ती माणसाला मोकळं सोडणारी, की आणखी नवनव्या बंधनांत टाकणारी? कुठे आहे निवृत्ती? कशाकशातून मिळाली निवृत्ती? आचार-विचार प्रकट करण्यातून, चालण्या-बोलण्यातून, की वागण्यातून?

अप्पांनी अशा अनेक वृद्धांच्या कौटुंबिक स्थितीविषयी माहिती काढली.

त्यांनी असा निष्कर्ष काढला की, 'अनिरुद्ध देशपांडेंसारखी अशी अनेक सेवानिवृत्तांची किंवा वृद्धांची अथवा ज्येष्ठांची फळी प्रेमाच्या लाडिक बंधनांच्या नावावर डांबून ठेवली जात आहे. त्यांचे विचारस्वातंत्र्य व उच्चारस्वातंत्र्य दाडपून टाकले जात आहे. म्हणून ते गुदमरत आहेत.'

बंधन म्हणजे बंधनच. ते प्रेमाचे असो की रागाचे. ते चुकतील, धडपडतील, विसरतील, गोंधळतील म्हणून अशी काळजी घ्यावी लागते— असं वरून मानभावीपणे तरुण पिढीकडून सांगण्यात येते. या गोष्टीला आणखी गोंडस रूप देताना असा कांगावा करण्यात येतो की—

या ज्येष्ठांनी म्हणे फक्त आशीर्वाद द्यावेत आणि देवपूजा करावी फार तर. नव्हे, ती त्यांनी करावीच. ते त्यांचेच काम आहे. म्हातारपणी देव-देव करावं. त्यासाठी दुर्वा आणाव्यात. फुले आणावीत, देवाला अंघोळ घालावी आणि हरी-हरी करत स्वस्थ बसावे... आमच्यात बोलू नये.

नवीन पिढी म्हणते, 'तुम्हाला काय कळतं नवीन तंत्रज्ञानातलं अन् शिक्षणातलं?' हे वरून 'तुका म्हणे'सारखं पालुपद ऐकायचं. म्हणजे काय, की तुम्ही या काळासाठी आता आऊटडेटेड झालात— तुमची उपयोगिता संपली, असं त्यांच्या मनावर सारखं बिंबवायचं. असेलही यात तथ्य थोडेफार, परंतु त्याला ते जबाबदार नाहीत. काळ बदलतो आहे. तो त्याचा स्थायिभावच आहे.

म्हणून त्यांना आपण सर्वार्थाने मुक्त झालो, असे वाटतच नाही. एक तर वय वाढल्याचा त्यांच्यावर शिक्का बसतो आणि प्रकृतीच्या नावाखाली त्यांच्या खाण्या-पिण्यावर बंधने घातली जातात. 'तुम्हाला नव्या तंत्रज्ञानातलं काहीच कळत नाही' हे पालुपद नेहमीच ऐकवलं जातं. तुम्ही महत्वाची कामं करायची, परंतु हे काय मोठंसं— म्हणत, ती किरकोळ व बिनमहत्त्वाची ठरवत, त्यांच्याकडूनच करवून घ्यायची. असला दुटप्पीपणा घराघरात चालत असतो.

एवढं करूनही 'तुम्ही सेवानिवृत्त; म्हणजेच कामाचे, ना धामाचे— अर्थात रिकामटेकडे!' या उपाध्या मागे लागलेल्याच असतात.

जमाना बदलला तो असा— हे मग जाणवायला लागते. ज्येष्ठांचं मनोबल खचण्यासाठी ते हातभार लावत असते. सेवानिवृत्तीनंतरच्या स्वप्नांची ती राखरांगोळी असते.

अनिरुद्ध देशपांड्यांनी कुणाचंच काही ऐकलं नाही. ते घराच्या एका कोपऱ्यात बसले नाहीत. वैशाखाच्या रखरखत्या उन्हात नातवाच्या मुंजीच्या पत्रिका त्यांनी आप्त-मित्रांना घरोघरी जाऊन वाटल्या. मे महिन्यातलं कडक उन्ह अंगावर घेतलं,

पण चेहरा सतत प्रफुल्लित ठेवला.

त्यांच्या मुखावर प्रापंचिक जबाबदारी सांभाळून कुटुंबाचं गोकुळ झाल्याचं 'याचि देही याचि डोळा' पाहिल्याचं समाधान ओसंडून वाहत होतं. पायपीट करीत सर्व पत्रिका वाटून झाल्या होत्या. जुन्या दोस्त-मित्रांना समारंभाला आवर्जून येण्याची विनंती करीत, त्यांनी परिचितांना हात जोडले होते. ते करताना दुपारचं कडक उन्ह अंगावर घेतलं होतं.

परिणाम व्हायचा तोच झाला. तळपत्या उन्हाचा फटका देशपांड्यांना बसलाच. मुंजीचा समारंभ तर आनंदात पार पडला, परंतु देशपांड्यांनी अंथरूण धरले ते कायमचेच. १०४ डिग्री सेल्सिअस तापाने ते आजारी पडले व अंथरुणाला खिळले, ते उठलेच नाहीत.

एका आठवड्याच्या आत देशपांडे बघता-बघता निघून गेले— अनंताच्या पार. देशपांडे आता निवृत्त झाले होते खरे तर! आता त्यांची खऱ्या अर्थाने सुटका झाली होती. ते म्हणाले असतील, 'तुका म्हणे आता पावलो निश्चिंती...' आता त्यांना कुणीच म्हणणार नाही की, 'दुर्वा आणा, की फुले आणा व देवपूजा करा.' आता त्यांना कसल्याही पत्रिका वाटण्याचं काम करावं लागणार नाही.

त्यांना आता पेन्शनर्स असोसिएशनच्या सभेला हजेरी लावावी लागणार नाही. आता त्यांना महागाई भत्ता वाढला- न वाढल्याचीही चिंता सतावणार नाही. अनिरुद्ध देशपांडे आता या भौतिक सुख-दुःखाच्या पलीकडे गेले आहेत. मृत्यू असा सर्व कटकटींतून मुक्त करतो, म्हणून त्याला मुक्तिदाता म्हणत असावेत.

भाजीच्या किंवा दळणाच्या पिशव्या सायकलला लटकावून निघालेले देशपांडे आता कुणाच्याही नजरेस पडणार नाहीत. त्यांची नात आता शाळेतून परतताना आजोबांची वाट बघत थांबणार नाही. आपले आजोबा आता कधीच आपल्याला शाळेतून घ्यायला येणार नाहीत, हे तिला पक्के समजले आहे.

देशपांडे आपल्या मुलांच्या, सुनांच्या, आप्तांच्या, नातवंडांच्या व मित्रांच्या गराड्यातून सहीसलामत आपल्या घरातून अनंताच्या प्रवासाला निघून गेले. त्यांना निरोप देणारे साश्रू नयनांनी स्मशानापर्यंत जाऊन परत आले. त्यांच्यासाठी शोकसभा घेतली. श्रद्धांजली वाहिली.

देशपांडे आपल्या घरातून निघून गेले. नाही म्हणता त्यांना आपल्या भरल्या गोकुळात राहता आले. आपल्या रक्तामांसाच्या माणसांमधून त्यांनी शेवटचा रामराम घेतला आणि 'आम्ही जातो आमच्या गावा' म्हणत आपले चंबूगबाळे आवरले, सावरले. प्रत्येकाच्या आयुष्यात असा परत न येण्यासाठी निघून जाण्याचा

दिवस येतच असतो. तो आपल्याही आयुष्यात एकदा येणार आहे, याचे स्मरण मात्र प्रत्येकाने ठेवायला हवे. अप्पांसारखे किंवा देशपांड्यांसारखे आयुष्य ज्यांनी उपभोगले, त्यांचे ठीक. परंतु ज्या घरात रोजचेच महाभारत घडत असल्यामुळे घराला पारखे झालेल्या वृद्ध जीवांचे काय? एक तर त्यांना अशाच वास्तूमधे तोंड दाबून बुक्क्यांचा मार सहन करावा लागतो किंवा वृद्धाश्रमात अखेरचे दिवस घालविणे नशिबी येते.

आपल्या नशिबात अखेरीस काटे आले, याचे दु:ख पचवीत दिवसाला दिवसांची ठिगळे लावणारे म्हातारे किंवा खरे तर अभागी— अशा जीवांचे काय? ज्यांच्या नशिबी असे योग आले आहेत, अशा वृद्धांसाठी सरकारने कायदा केल्याचे ऐकिवात आहे. सरकारी कायद्याने असे प्रश्न सुटतील, असे अप्पांना अजिबात वाटत नाही. इथे काळजाचाच कायदा हवा.

खरे तर वृद्धाश्रम या कल्पनेनेच अंगावर शहारे येतात व जीव कासावीस होतो. पाश्च्यात्तांचे अंधानुकरण करून आपल्या जन्मदात्यांना त्यांच्या अखेरच्या क्षणी घर पारखे करण्यास भाग पाडणारे दिवटे चिरंजीव याच संस्कृतीत कसे निपजतात? हे आश्चर्यकारक आहेच, तसे दुर्भाग्यपूर्णही! अप्पा अशा अभागी जीवांना बघून मनोमन कळवळतात.

पेन्शनर्स असोसिएशन हा भाग थोडा बाजूला ठेवला आणि सरसकट केवळ वृद्ध किंवा ज्येष्ठ या सदरात मोडणारे सिनिअर सिटिझन हिशोबात घेतले तर, आणखी भयावह स्थिती लक्षात येते.

कारण घरातील वृद्धाची पेन्शनरूपाने अर्थप्राप्ती असेल, तर त्याचा मान नाइलाजाने का होईना, राखावाच लागतो. पण ज्या माय-बापांनी आपल्या मुलांच्या संगोपनासाठी आणि माणूस म्हणून त्याला आपल्या पायावर उभे राहण्यासाठी जे कष्ट घेतलेले असतात, परंतु आता वयोमानाप्रमाणे त्यांच्याकडून कामधाम होत नाही किंवा त्यांना पेन्शनही मिळत नाही; अशा माता-पित्यांची किंमत त्यांची मुले किती करतात? उत्तर 'नगण्य' असे येते.

आजची पिढी बहुतांश अशा न कमावत्या माय-बापांना पोसण्यास कचरते, असाही कटू अनुभव येत आहे. त्यांनी आपल्याला जन्म दिला आणि आपले बोट धरून चालायला शिकवले, काऊ-चिऊ दाखवत घास भरवला— हे सहज विसरले जाते. हा काळाचा महिमा, की तथाकथित ग्लोबलायझेशनचा?

आजच्या सभेचा विषय 'कुटुंब' आणि पेन्शन असा संयुक्त होता. अप्पांच्या हातात माईक होता. ते उत्साहाने बोलत होते.

अप्पा म्हणाले, "आजची समाजव्यवस्था पाहता कुटुंबाची व्याख्या म्हणजे—

मी, माझी बायको व माझी मुले एवढ्यापर्यंतच सीमित झालेली आहे. आपल्या जन्मदात्यांना या यादीत समाविष्ट करण्याचीही गरज अनेकांना वाटत नाही. म्हणजे ज्येष्ठांचा भावनिक व मानसिक आधार असा संपुष्टात येत आहे. आर्थिक आधार पेन्शन रूपाने असला, तर ठीक. नसला, तर 'ठीकच ठीक.' असा जीवघेणा प्रकार आज ज्येष्ठ भोगत आहेत.

"पैसा हेच सर्वस्व नाही हे गृहीत धरले तरी, भावनिक व मानसिक आधार तर महत्त्वाचेच आहेत ना! आपल्या पोटच्या मुलाचे प्रेमाचे दोन शब्द किंवा डोळे अधू झालेल्या आजोबांना आपल्या नातवाचे बोट धरून मार्गक्रमण करणे, हे आधार त्या विझू पाहणाऱ्या मनाला उभारी देतात. आणखी जगण्याचं बळ देतात.

"प्रकृतीविषयक शाब्दिक विचारपूससुद्धा त्या कोमेजत्या मनाला फुलवून सुपाएवढं करते. वृद्धापकाळी शांतपणे डोके ठेवून निजायला थरथरत्या मांडीचा आधारच लागतो. त्या वेळी कापसाच्या निर्जीव उशा कामी येत नसतात. असे आधार पृथ्वीमोलाचेच!

"परंतु, घडते ते वेगळेच. याचा प्रत्यय वारंवार येतो. पेन्शनर्सच्या मासिक सभेला आलेले काही आपल्या व्यथा सांगतात. काही सांगत नसले, तरी त्यांच्या मुखावरून त्या बरोबर वाचता येतात. आधार हरवलेले व भक्कम आधाराने उभे असलेले बरोबर ओळखता येतात. ते आपली कहाणी सांगत नसले, तरी त्यांच्या डोळ्यांतून ती सहज कळते.

कुटुंबातील नव्या पिढीच्या सदस्यांची वैचारिक पातळी, त्यांची जीवनपद्धती यांची सांगड काही केल्या न जुळल्यामुळे झडलेले वादविवाद, तडजोड व क्वचित मनाला घातलेली मुरड, तरीही काहीच निष्पन्न न झाल्यामुळे दुखावलेला इगो व आलेले नैराश्य, त्या पोटी लादून घेतलेलं एकाकीपण घरात पडलेल्या दोन तटांपैकी अल्पमतात किंवा केवळ एका मतात पडलेला आपला गट... हे सगळं जीवघेणं वास्तव त्यांच्या अंतरंगात खदखदत असतंच.

"त्याचाच परिणाम घरादारात, सभेत, समाजात चालता-बोलता दिसतच असतो. कुणी तरी श्रोता मिळावा व आपली मळमळ त्याच्याजवळ व्यक्त करावी, याच्या शोधात तो असतो; परंतु वस्तुस्थिती बदलत नाहीच.

"पेन्शनर्स असोसिएशनच्या मासिक सभेत सेवानिवृत्तांच्या अडी-अडचणी सोडविण्याच्या बाबतीत चर्चा होतेच, परंतु ही चर्चा नेहमीप्रमाणे हवेत उडून जाते. क्षीण झाल्यामुळे म्हणा किंवा आळस म्हणून म्हणा; सभेत झालेली चर्चा

कुणाच्याच लक्षात राहत नाही. पेन्शनची माहिती आपली आपल्यालाच नसते.''

कायद्याप्रमाणे आपल्याला काय मिळायला हवे व प्रत्यक्षात ते मिळते काय; किंवा जे मिळते ते कुठून कसे मिळवावे व त्याची रीतसर पद्धत काय, याची प्रत्येकाला माहिती असणे आवश्यक आहे. त्यासंबंधी आपली कर्तव्ये काय आहेत, हे सांगण्याचा हा एक प्रयत्न अप्पांनी अध्यक्षांच्या खुर्चीवरून केला. ते डाक खात्यात वरच्या हुद्द्यावर होते. त्यांचा कायद्याचा अभ्यास चांगला होता. नियमांची माहिती होती. ते म्हणाले,

''पेन्शनर्स असोसिएशनच्या स्थापनेमागचा उद्देशच असा आहे की, सर्वसामान्य सेवानिवृत्तांना त्यांच्या पेन्शनविषयक अधिकारांची माहिती व्हावी, त्यासंबंधीचे नियमही माहिती व्हावेत. त्यासाठी खालील गोष्टींवर प्रकट चिंतन व मनन व्हावे. आपली उद्दिष्टे व कर्तव्ये यांची जाणीव व्हावी.

''एक संस्था म्हणून आपण त्यासाठी एकत्र आलो आहोत. त्याकरिता असोसिएशनचे हे माध्यम निर्माण केले. अशा ठिकठिकाणी शाखा स्थापन केल्या. त्यांच्या वार्षिक अधिवेशनात सर्व शाखांचे प्रतिनिधी एकत्र येतात. शासनाच्या ध्येय-धोरणाची माहिती घेतात व त्यावर चर्चा करतात. आपल्या मागण्या सरकार दरबारी पोहोचवितात. परंतु हे तेव्हाच शक्य होते की, जेव्हा आपल्याला तत्संबंधी नियमांची माहिती असेल. पद्धतीची व प्रचलित व्यवस्थेची माहिती असेल.

''एखाद्या पेन्शनरला वाटते की, त्याला कमी पेन्शन मिळते किंवा त्याला काही लाभ मिळत नाहीत, जे अन्य पेन्शनर्सना मिळतात. तो मग असोसिएशनकडे येतो. आपले गाऱ्हाणे मांडतो. अशा वेळी असोसिएशनच्या पदाधिकाऱ्यांना कायद्यातील तरतुदींची सखोल माहिती हवीच. संपूर्ण विषयाचा अभ्यास हवा. अनेकदा त्यांच्याकडे कायद्याची आवश्यक पुस्तके नसतात. नियमांचा अर्थ लावण्याची त्याला सवय नसते. यातून मार्ग काढण्यासाठी आम्ही प्राथमिक माहिती सभासदांना यथावकाश देऊच. आजच्या सभेचे कामकाज इथेच थांबले.''

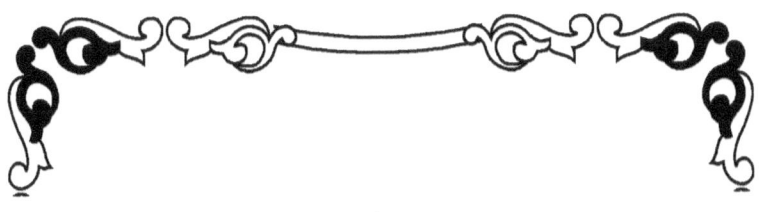

५
जळो जिणे लाजिरवाणे

पेन्शनर्स असोसिएशनच्या मासिक सभेत अनेकांनी आपापले अनुभव सांगितले. काही अनुभव इतरेजनांचेही होते, परंतु आपल्या ज्येष्ठ नागरिकांशी संबंधित असल्यामुळे त्याविषयी चर्चा झालीच. सदाशिव मुंडे यांनी त्यांच्या गल्लीतील एका सुखवस्तू घरातील सांगितलेली कहाणी चक्रावून टाकणारी होती. एका ज्येष्ठ नागरिकाच्या अवहेलनेची ही शोकांतिका आहे. ते म्हणाले...

"मधू खंडागळेचा म्हातारा बाप आता ८० च्या पुढे गेला. तो बिचारा शेतकरी. त्याला सेवानिवृत्ती नाही, म्हणून पेन्शनही नाही. शरीर गलितगात्र झालं. मृत्यूचं भूत दाराबाहेर उभं आहे. अर्धी लाकडे व गोवऱ्या स्मशानात गेल्या, असं म्हटलं तरी चालेल. नव्हे, तसं म्हणतातच लोक. थकलाय आता म्हातारा. म्हातारी पाच वर्षांआधीच हे जग सोडून गेली. तेव्हाही म्हातारा त्या गावाकडच्या खोपटात दिवसाला दिवसांची ठिगळं जोडत होताच. आताही तेच करतोय.

"पाच मुला-मुलींचे बालपणापासूनचे सगळे संस्कार व सोपस्कार तिथेच पार पडले. शालेय शिक्षणातही कसूर केली नाही. लग्ने थाटात लावून दिली. नोकऱ्यांसाठी व शिक्षणासाठी पैसा होता, तो खर्च केला. रदबदली केली आणि त्यात यशही मिळाले.

"म्हातारी गेली आणि आता आपणही आपला स्वर्गाचा मार्ग धरावा आणि पोरांचा रस्ता मोकळा करावा, असंही त्या बापाच्या मनात अनेकदा आलं; परंतु ते आपल्या हातात नाही, ही आपली मर्यादा त्याला जाणवली आणि तो बेत रद्द झाला. आपली वंशवेल वाढत राहावी आणि आपण ते कौतुकाने पाहत राहावे, असे कोणालाही वाटतेच. सदूचा म्हातारा बाप त्यासाठी त्याच्या जवळ येऊ पाहतो, परंतु सगळेच त्याला दूर लोटतात. म्हणून त्याच्या मनात आत्महत्येचे विचार येतात.

"मृत्यूची वाट स्वतःहून चोखाळणे एवढे सोपे नाही. आणि खरे तर तसे. कुणालाही मनापासून वाटत नसते. कुणालाही त्या वाटेवर पाऊल ठेवावेसे वाटत नसते. उगाच आपलं 'तो बसलाय ना वरती हातात दोरी धरून; त्याच्या मनात आलं तर खरं. लवकर ने रे बापा.' असं वरवर म्हणत; 'राहिलो आणखी चार दिवस, तर अमुक-तमुक नातवाचं शुभ मंगल पाहता येईल,' अशी सुप्त इच्छा मनात असतेच. रक्ताचा शेवटचा थेंब असेपर्यंत लढू, या धर्तीवर हाडाला मांस चिकटून पिंजरा झालेला देह मिरवीत जीवनाची आसक्ती रेटत उरली-सुरली हौस भागवावी, हेही मनाच्या एका कोपऱ्याने ठरविलेले असते.

"अमुक एक करून झालं की आपण वरती जायला मोकळे, असं म्हणत, म्हातारा दिवस ढकलत होता. थोडक्यात; मधूच्या वडिलांचे हाल होत होते. त्यांच्याही आयुष्यात पोकळी निर्माण झाली होती. परंतु मधूने किंवा त्याच्या भावांनी म्हाताऱ्याला आपल्या शहरातल्या घरात आणले नाही.

"उलटपक्षी, हिडीस-फिडीस करून त्या खेड्यातच राहावयास बाध्य केले. ते जुनं खोड. जुन्या चालीरीती मानणारं. आपल्या तत्त्वाला मुळीच मुरड न घालणारं. आपल्या आडमुठ्या धोरणामुळे हाल भोगत राहिलं.''

मधूच्या वृद्ध बापाच्या करुण कहाणीची उत्सुकता सर्वांनाच लागली होती, म्हणून काही सभासदांनी तीच ऐकवण्याचा लकडा लावला. मुंडे मूळ विषयावर आले. सांगू लागले—

"अंगणात तुटकी खाट टाकून आभाळाकडे शून्य नजरेने बघत बसलेला तो अगतिक म्हातारा जीव. त्यालाही भूतकाळ आठवत होताच. त्याच खेड्यात राहून रात्रंदिवस काबाडकष्ट करून तीन पोरांची शिक्षणं केली आणि त्यांचे सुसज्ज संसार उभे केले. या खटाटोपातच त्याचं सगळं रक्त आटलं होतं, ते त्याला राहून-राहून आठवायचं.

"पोरी चांगल्या घरात पडल्या. त्यांची घरं नांदती गोकुळं झालीत. पोरांना विद्याविभूषित केलं व त्यांची पोरंही त्याच मार्गावर आहेत. या वैभवात आपला वाटा आहेच, हे म्हातारा ठासून सांगतो व ते नाकबूलही कोणी करीत नाही. मात्र हा आनंद संयुक्तपणे उपभोगायचे या अभागी बापाच्या नशिबात नाही.

"मधू शहरात राहून समाजसेवा करतो, असं तो म्हणतो. म्हणजे काय की; सभा-संमेलनांतून महात्मा फुले आणि डॉ. आंबेडकरांच्या विचारांचा वारसा तो सांगतो. निराश्रितांना आसरा व आधाराची सावली देण्याची भाषा तो करतो. त्याच्या जिभेवर सरस्वती थयथय नाचत असते. लोक त्याच्या पोपटपंचीला

क्षणभर भुलतही असतील. परंतु खरे काय ते मधूचा बाप जाणतो किंवा परमेश्वर तरी. परमेश्वर असेलच, तर त्याला ही अशी वृद्धांची अवहेलना कशी पाहवते, असा प्रश्न पडतो.

''दिसते तसे नसते याचा प्रत्यय येतोच योग्य वेळी. मधू सांगतो-बोलतो यातलं काहीच करीत नाही. तो केवळ भाषणासाठी या महात्म्यांच्या कथा वापरतो. तो ढोंगी बगळा आहे. लोकांना ब्रह्मज्ञान सांगणारा तो कोरडा पाषाण आहे. त्याच्या पोपटपंचीची आता सर्वांना सवय झाली आहे.

''कारण त्याच वेळी त्याचाच म्हातारा बाप गावाकडच्या खोपटात कुडाच्या भिंतींशी आपल्या निराधारपणाच्या गोष्टी साश्रू नयनांनी आल्या-गेलेल्यांशी बोलत बसतो. केवढा हा विरोधाभास व दैवदुर्विलास! किती हे थोतांड! परंतु, असंच सुरू आहे घराघरांतून.

''मधूच्या बापाच्या याच जन्मीच्या कर्माला अशी कटू फळे आलीत, हे सगळेच जाणतात. म्हणून मधूचे भाषण म्हणजे एक पोपटपंची ठरते व 'लोका सांगे ब्रह्मज्ञान, आपण कोरडे पाषाण' या सदरात मोडते. समाज हे सगळं पचवतो. कुणाच्याच रक्ताला उकळी फुटत नाही, की कुणाचीही कातडी थरथरत नाही हे ऐकून. कातडी राठ झालेली आहे समाजाची.

''अगदीच लोकलाज आडवी येते, म्हणून मधू बापाला महिन्याला पाचशे रुपयांची भीक घालतो. म्हातारा त्या उपकाराचं ओझं पेलत त्या खोपटात खुरडत- खुरडत जागच्या जागी फिरतो व शिळे तुकडे पाण्यात कुस्करून दिवस मावळण्याची वाट बघतो. संध्याकाळ झाली की, तीच ती कळकट गोधडी पांघरून दुसरा दिवस उजाडण्याची उघड्या डोळ्यांनी वाट बघतो. झोप तर कधीचीच उडालेली आहे; आता कायमची झोप येऊ दे, म्हणत म्हातारा परमेश्वराजवळ करुणा भाकतो.''

सगळे पेन्शनर हे ऐकतात. त्यांना मधूच्या बापाची दया येते. मधूच्या बापाची ही कहाणी आपल्या वाट्याला येऊ नये, असेच सगळ्यांना वाटते. काही याच अवस्थेतून जात असतात थोड्या-फार फरकाने. मात्र त्याबद्दल ते कुणालाच काही बोलत नाहीत. आपली बदनामी आपणच कशाला वेशीवर टांगावी, असे त्यांना वाटते. शिवाय सांगूनही त्याचा उपयोग काय? आहे त्या परिस्थितीत काय फरक पडणार आहे? त्यापेक्षा झाकली मूठ सव्वा लाखाची ठेवावी, हे बरे— असा समंजस विचार हे म्हातारे करतात.

मधूच्या बापासारखे असे अनेक वृद्ध आई-बाप आपलं दुःख भोगत

आहेत, पण ते चारचौघांत सांगत नाहीत. ते अवघड जागेवरचं दुखणं आहे. आपल्या पोटच्या पोरांची निंदा-नालस्ती म्हणजे पर्यायाने आपलीच की! म्हणून ते आपलं जळजळणारं दु:ख आतल्या आत गिळतात. ओठांवर आलं तरी आपलेच दात आणि आपलेच ओठ म्हणत दाताखाली दाबून धरतात. ते आसवांच्या रूपाने गालावरून ओघळत राहते.

मधूचा बाप आता थोरल्या मुलीकडे राहू लागला आहे. जावयाच्या घरी राहण्याची रीत नाही, म्हणून त्याला लाज वाटते. पण इलाज नाही.

एवीतेवी लाजिरवाणे जगणे नशिबी आलेलेच आहे, ते निमूटपणे भोगायचे असा सुज्ञ विचार त्याच्या मनात येतो व कुणाजवळ काहीही वाच्यता न करता तो दिवसाला दिवसांची ठिगळं जोडत बसतो.

मधू खंडागळे इंजिनिअर आहे. त्याच्या बापाने त्याला शिकवले.

आपल्या बापानेच राब-राब राबून हाल-अपेष्टा सोसत आपल्याला इंजिनिअर केल्याचे तो मनोमन जाणतो.

असे असले, तरी त्याच्या घरातल्या संगमरवरी टाइल्सवर पाय ठेवण्याची त्याच्या बापाला परवानगी नाही.

मधूच्या घराला अनेक खोल्या व अनेक कोपरे आहेत.

त्यात काचेच्या शोकेसेस आणि मलेशियन टिकवूडच्या अलमाऱ्या व टेबले आहेत.

त्यात शांतपणे पहुडलेल्या फरच्या निर्जीव बाहुल्या, वेल्व्हेटची कुत्री, पेंढा भरलेली काळविटे व माकडेसुद्धा आहेत.

परंतु, या सगळ्यात मधूच्या जिवंत व थकलेल्या म्हाताऱ्या बापाला जागा नाही.

बाप आलाच, तर एखादा दिवस राहतो आणि आपला रस्ता धरतो.

बाप आलाच, तर त्याची जागा जोडे ठेवायच्या पडवीत असते.

मधूची बायको म्हणते, "आम्हालाही आमचा संसार आहे, कुटुंब आहे, मुलांचं शिक्षण आहे. शहरात खूप खर्च असतो. मुलांची शाळा, पुस्तके आणि फी हा खर्च खूप वाढला आहे. आम्हाला आता शक्य नाही रिकामी माणसं पोसणं!''

हे खरं असलं, तरी जन्मदात्या बापाला त्याच्या उतारवयात दोन वेळचे जेवण नाही देऊ शकत त्याच्या पोटचा मुलगा? तो हे जरूर करू शकतो, परंतु तो करत नाही. आश्चर्य वाटत असलं, तरी ते दुर्दैवाने खरे आहे.

म्हातारा एक दिवस वैतागून म्हणालाच— "मधू... अरे, तुला आणि तुझ्या

भावांना लहानाचं मोठं करताना आम्ही केली होती काय अशी भाषा? तुला इंजिनिअर करताना आम्ही खाल्लेल्या खस्ता तुला काय माहिती गड्या! आमच्यासमोर केवळ तुझ्या सुखाचाच विचार होता ना त्या वेळी?''

यावर मधू निर्लज्जपणे म्हणतो, ''मग काय केलं मोठं? सगळेच माय-बाप करतात ते मुलांसाठी. तुम्ही जन्म दिलात आम्हाला ते काही आम्ही तुमच्याकडे अर्ज घेऊन आलो होतो म्हणून नव्हे. आणि जन्म देण्याचं काम सगळेच करतात; किडे-मुंग्यासुद्धा!''

ते ऐकून कधी एकदाचा निवृत्त होतो या आयुष्यातून, असे म्हाताऱ्याला वाटते; परंतु ते आपल्या हातात नसते. त्याचा आदेश वरतून यावा लागतो. ती काही सरकारी सेवा नाही व्ही.आर.एस. घ्यायला. पण हे आयुष्य जगताही येत नाही आणि सहनही होत नाही, अशी अवस्था झालेली. म्हातारा बाप गप बसतो. त्याच्या हातात दुसरे काही नसतेही.

असेच काही दुबळे जीव मग आत्महत्येचा प्रयत्न करतात. पण त्यातही सफलता येतेच असे नाही, तो कोण वरचा— तोही आपली ही इच्छा समजून घेत नाही; त्याला ही अशी स्वेच्छा सेवानिवृत्ती मंजूर नसावी. तो मात्र कधी कधी नव्या व तरण्याताठ्या जीवांना अवेळी रिटायर्ड करून हळूच उचलून घेऊन जातो. ज्याला मरण हवे, त्याला मात्र नेत नाही.

अप्पांना वाटते की, अशा वेळी कायद्यात इच्छामरणाची तरतूद असायला काय हरकत आहे? तसे अनेकांना वाटायला लागते, परंतु ते आवश्यक असूनही मंजूर होत नाही. खरे तर तो माणसांचा विशेषाधिकार असायला हवा. मानवाधिकार संरक्षणवाल्यांनी त्यासाठी विशेष प्रयत्न करायला हवेत. खितपत पडण्यापेक्षा सुखाने मरायचा अधिकार असायलाच हवा, असे अप्पांचे ठाम मत आहे.

अनेक दुर्धर व्याधिग्रस्तांना मरणप्राय यातनेने तळमळत दिवस ढकलावे लागतात. कोणतेही औषध त्यावर परिणाम करीत नसते. सरपटत जगण्यापेक्षा मरण आलेले बरे, असे वाटते. मरण हाच त्यावर उपाय असतो, परंतु त्याची येण्याची शाश्वती असली तरी वेळ मात्र नक्की नसते.

ती वेळ येण्याची वाट बघत सगळे थांबलेले असतात. आली की, सुटकेचा नि:श्वास सोडतात. 'शेवटचा दिवस गोड व्हावा' अशी कामना करणाऱ्या या अभागी जीवांचे अनेक दिवस व रात्री खाटेवर तळमळत, असलेच तर सेवा करणारांची दमछाक करीत जात असतात. आणि ज्या वेळी हा जीव आपल्या मार्गाने जातो, त्या वेळी; 'बरे झाले देवा!' असे म्हणण्याशिवाय गत्यंतर नसते.

मधूच्या म्हाताऱ्या बापाला कसलीही व्याधी नव्हती; परंतु पोटच्या मुलांनी जसे कुष्ठरोग झाल्यावर टाकतात तसे टाकल्यावर, त्या मुलांच्या मनाला लागलेला हा कॅन्सर त्याच्या ध्यानात आला. आजूबाजूचा अनुभव काही फारसा वेगळा नव्हता.

मधूच्या म्हाताऱ्यासारखे सर्वार्थाने वैतागलेले अनेक जण आहेत. काही अंगाचे मुटकुळे करून पडक्या घराच्या एका कोपऱ्यात उरलेले दिवस मोजत बसले आहेत. कुणापुढे हात पसरणे त्यांना लाजिरवाणे वाटते. कमावती मुले असताना बापाने कुणाच्या दारात जाऊन भीक मागावी, यात मुलांचीच काय, पर्यायाने आपलीच अब्रू जाते, अशी भीतीही त्यांना वाटते. तो म्हातारा उपाशी राहणे पसंत करतो; परंतु मुलांच्या अब्रूला जपतो, हे थोरच आहे म्हणावयाचे.

आईला व बापाला देव मानणारी आपली संस्कृती— अशा घराघरांतून केवळ जगाला सांगण्यासाठी संस्कृतीचे गोडवे सांगितले जातात; प्रत्यक्ष कृती मात्र त्याउलट असते.

अप्पांना हे भयावह चित्र पाहून वाईट वाटते. ते नेहमी सांगतात, "म्हातारी माणसे ही तपस्व्यांसारखी असतात. त्यांच्याजवळ ज्ञानाचे, तसेच अनुभवांचे भांडार असते. केवळ उन्हामुळे त्यांच्या डोक्यावरचे केस पांढरे झालेले नसतात. त्यांच्या अनुभवांच्या पोतडीतून आपल्याला काय ज्ञान घ्यावयाचे याचा विचार न करता, आजची तरुण पिढी त्यांची अडाणी म्हणून हेटाळणी करीत असते.

"माहिती तंत्रज्ञानाच्या या युगात, विशेषत: तरुण पिढीचे सदस्य तर म्हातारे व ज्येष्ठ यांना कुचकामी ठरवून त्यांचा सहभाग कुठेच घेत नाहीत. आणि लौकिक व दिखाऊ प्रगतीपेक्षाही आत्मिक प्रगती जीवनात कल्याणकारक ठरते, हे त्यांच्या गावीही नसते. आपणच तेवढे ज्ञानी आणि म्हणून सुसंस्कृत, हा त्यांचा गैरसमज असतो. पण सांगूनही लक्षात कोण घेतो?"

मन:शांती मिळणे हे तर माणसाचे ध्येय असते. ती शांती गमावली, तर काय मिळवले? ही मन:शांती मिळवण्यासाठी लागणारे ज्ञान या म्हाताऱ्यांनी मिळवलेले असते. ते त्यांच्याकडून घेता येईल. जीवनाचे चिरंतन सत्य त्यांना कुठून मिळाले? त्याच्याकडे कुठली इंटरनेटची व्यवस्था होती? माहिती तंत्रज्ञानाचा त्यांनी कुठला कोर्स केला होता?

त्यांच्याजवळ परंपरेनुसार मिळत गेलेल्या ज्ञानाचा साठा आहे. स्वत:च्या अनुभवाचे भांडार आहे. माणसांच्या मानसिक चढ-उताराचे टक्के-टोणपे त्यांनी पचवलेले आहेत. अनेक ऋतुबदल आणि निसर्गाची रौद्र रूपे यांच्याशी सामना करीत त्यांनी दिवस ढकलत आपल्या आयुष्याला आकार दिला आहे. त्यांच्या या

ज्ञानाला सलाम करावाच लागेल. नव्या पिढीला हे आताच समजले पाहिजे.

इन्फोसिस फाउंडेशनच्या श्रीमती सुधा मूर्ती या विद्वान लेखिका आहेत. समाजसेवा म्हणून त्या वृद्धाश्रमही चालवतात. निरनिराळ्या ठिकाणी आदिवासी भागात जाऊन त्या गरिबांची मदत म्हणून कार्य करतात. अनाथ मुलांना शिक्षणाच्या बाबतीत किंवा त्यांच्या आरोग्याच्या बाबतीत त्यांच्या संस्था अविरत कार्यमग्न असतात. अप्पांचा त्या आदर्शस्थान आहेत. सुधा मूर्तींच्या पुस्तकातील एका हृदयस्पर्शी लेखाने त्यांचे चित्त आकर्षून घेतले. त्या लेखाचा आशय अप्पांनी सांगितल्याप्रमाणे असा होता.

अप्पा म्हणाले, ''ओडिशा राज्यातील कलाहांडी या दुर्गम भागात त्या दौऱ्यावर असताना घडलेला हा प्रत्यक्ष अनुभव सत्य घटनेवर आधारित आहे.'' तो त्यांच्याच शब्दांत अप्पांनी वाचून दाखवला...

''त्यानंतर मला एक म्हातारा माणूस भेटला. मी म्हातारा म्हणते आहे खरी, पण त्याचंसुद्धा वय नक्की किती असावं, हेसुद्धा सांगणं फार कठीण होतं. आमच्या संभाषणात त्याने जे काही घडलेल्या घटनांचे संदर्भ दिले, त्यावरून पाहता त्याचं वय सहज एकशे चार वर्षांचं असावं.

''या म्हाताऱ्याशी माझं संभाषण खूप रंगतदार झालं. मी त्याला विचारलं, 'आपल्या देशावर कुणाचं राज्य आहे?'

''त्याच्या दृष्टीने 'देश' याचा अर्थ— त्याचं गाव म्हणजे 'कलाहांडी' एवढाच होता. त्याने माझ्याकडे निरखून पाहिलं. माझ्या अज्ञानाला जरासा हसला. 'तुम्हाला माहिती नाही? आपल्या देशावर कंपनी सरकारचं राज्य आहे.' त्याच्या म्हणण्याचा अर्थ होता, 'ईस्ट इंडिया कंपनी.' भारताला स्वातंत्र्य मिळालेलं आहे याची त्या म्हाताऱ्याला कल्पनाही नव्हती.

''मग मी त्याला भारतीय चलनातल्या काही रुपयांच्या नोटा दाखविल्या व त्यांच्यावरील अशोकचक्र दाखविलं. पण त्यालावर काहीच प्रभाव पडला नाही.

''तो म्हणाला, 'हा तर नुसता कागदाचा तुकडा आहे; त्याच्याकडे पाहून थोडंच कळणार आहे, आपल्यावर कुणाचं राज्य आहे ते? आपल्यावर गोरीवाली राणीचं राज्य आहे.' इंग्लंडची ती गोरीवाली राणी आता परत गेली आहे व तिचं आपल्यावर राज्य नाही, हे मी त्याला पटवून देण्याचा किती तरी प्रयत्न केला; पण त्याला काही ते पटेना.

''आदिवासी जमातीत वस्तूंच्या देवाण-घेवाणीची पद्धत अस्तित्वात असते. ती खूप महत्त्वाची असते, याची मला पूर्ण कल्पना होती. त्यामुळे मी मुद्दामच

त्याला प्रश्न केला, 'हे पाहा; या लहानशा कागदाच्या तुकड्यातून तुम्हाला सरपण, साड्या, मिठाची गोणी, आगपेट्या— अगदी जमिनीचा तुकडासुद्धा विकत घेता येऊ शकतो, याची तुम्हाला कल्पना आहे का?'

"त्यावर त्याने दया आल्यासारख्या थाटात माझ्याकडे पाहिलं आणि म्हणाला, 'या कागदाच्या तुकड्यासाठी तुम्ही लोक आपापसात भांडता; वाडवडिलांनी ठेवलेल्या जमिनी सोडून दुसरीकडे जाता; आपलं हे जंगल सोडून शहरात जाता. या कागदाच्या तुकड्याशिवाय आम्ही इतकी वर्षे इथे जगलोच ना? आमचे वाडवडीलसुद्धा जगले. आम्ही देवाची लेकरे. या कागदाच्या तुकड्याशिवाय इथे पिढ्यान्पिढ्या राहत आहोत. ही देवभूमी आहे. ही जमीन कोणाच्या मालकीची नाही. इथली कोणतीही नदी आम्ही बनवलेली नाही. कोणताही पर्वत आम्ही बनवलेला नाही. वारा आमची आज्ञा पाळत नाही. पाऊस कोसळण्याआधी आमची परवानगी मागत नाही. या तर देवाच्या देणग्या. या भूमीची खरेदी-विक्री आम्ही कोण करणार? मला हेच तुमचं समजत नाही. जर इथलं काहीच तुमच्या मालकीचं नाही; तर मग हे देवाण-घेवाणीचे व्यवहार तुम्ही कोणाच्या भरवशावर करता? तुमच्या या लहानशा कागदाच्या तुकड्यामुळे आमच्या आयुष्यात फार मोठी उलथापालथ घडेल.'

"त्याला कोणत्या शब्दांत उत्तर द्यावं, हे काही मला समजेना. त्या क्षणापूर्वीपर्यंत मला हेच वाटत होतं की, माझं ज्ञान त्याच्याहून जास्त आहे.

"चलनवाढ आणि घट; राजकीय पक्ष, या गोष्टी आपण जाणतो. बिल गेट्स कोण व बिल क्लिंटन कोण, हे आपल्याला माहिती आहे. इथे या म्हाताऱ्या माणसाला कशाचीच माहिती नव्हती, पण त्याहीपेक्षा सखोल आणि चिरंतन सत्य तो जाणत होता.

"भूमी, पर्वतराजी आणि वाऱ्यावर कोणाचीच मालकी नसते, हे त्याला माहिती होते. मग जास्त सुसंस्कृत कोण? ओडिशातील लहानशा खेड्यातला म्हणजे कलाहांडीच्या जंगलातील तो म्हातारा, की इंटरनेटच्या जगात वावरणारे आम्ही?"

अप्पा पुढे म्हणाले, "सुधा मूर्तींचा हा प्रत्यक्ष अनुभव फार बोलका आहे. जुन्या म्हाताऱ्या महानुभावांचं हे ज्ञान आम्ही आमच्याजवळ असूनही घेत नाही. आमच्या उशा-पायथ्याशी हा ज्ञानसागर असूनही आम्ही त्याला दूर लोटतो. घराघरांतील ही संस्कार केंद्रे आम्ही वेगळी काढून वृद्धाश्रमाच्या अडगळीत टाकून मोकळे होतोच... याला करंटेपणाच म्हणावयाचे; दुसरे काय?"

॥॥॥

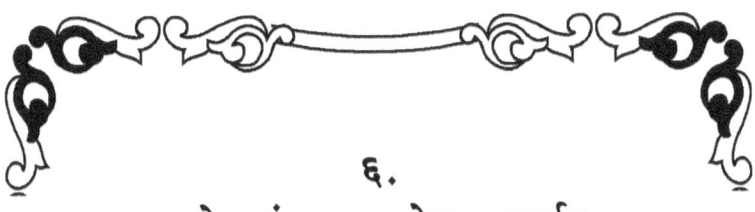

६.
नवे कुटुंब, नवा तोल : अर्थात
कुटुंबव्यवस्थेतील बदल

अप्पांनी घराघरांतून मिळवलेली कुटुंबाची माहिती फारशी वेगळी नव्हती. 'घरोघरी मातीच्या चुली' अशी म्हण पूर्वी होती. आता घराघरांतल्या चुलींनी गॅस शेगड्यांची जागा घेतली असली, तरी माणसांच्या वागण्या-बोलण्यात जाणवण्याइतपत फरक पडला आहे. घरोघरी वृद्ध आई-बाप आहेत. पूर्वीही होतेच. त्यांना मान होता, तसा आज नाही, हे कबूल करावेच लागेल आणि तो का नाही, याची उत्तरे शोधून त्यावर उपाययोजनाही करावी लागेल.

आता मात्र आपापल्या कुटुंबात वृद्ध माणसांना म्हणावे इतके मानाचे स्थान नाही आणि जी वागणूक त्यांना मिळते ती सुखावह नाही, असे आढळते. वृद्ध माणसे म्हणजे अडगळ. वृद्ध माणसे म्हणजे निरुपयोगी. ही माणसे म्हणजे घराला भार. असे चुकीचे हिशोब डोक्यात ठेवून वृद्ध माणसांचे मूल्यमापन केले जाते, याचे अप्पांना फार वाईट वाटते. ते यावर सखोल विचार करतात.

'हे असे कधीपासून झाले? पूर्वीच्या काळी असे नव्हते', असा सूर अनेकदा लावला जातो. एकंदरीत परिस्थिती फारच बदलली आहे आणि अराजक माजले आहे, असेही बोलले जाते. हा कलियुगाचा प्रताप आहे, असेही काही जण म्हणतात.

परंतु खरेच असे आभाळ कोसळण्यासारखे काही घडत आहे काय? किंवा म्हणतात तशी परिस्थिती हाताबाहेर गेली आहे काय? याबाबत कुणालाच काही ठोस असे सांगता येत नाही.

नेमके काय व कधीपासून सुरू झाले, याचे ज्ञान एखाद्या समाजसेवकाला असू शकेल. समाजशास्त्राचा सूक्ष्म अभ्यास करून समाजात होणारे बदल त्याच्या कारणमीमांसेसहित अधिकारवाणीने सांगू शकेल, असा कुणी वक्ता आपल्या ज्येष्ठ नागरिक संघात मार्गदर्शनाकरिता पाचारण करावा, असे अप्पांना

बऱ्याचदा वाटले.

तसा योग त्यांनी आणलाच. पुण्याचे एक विचारवंत 'समाजसेवा' या विषयावर व्याख्यानाला आले होते. ते आपल्या अभ्यासपूर्ण भाषणात म्हणाले, "साधारणत: गेल्या तीन दशकांपासून कुटुंबातली मानसिक आंदोलने जास्त उग्र स्वरूपाची होत आहेत, असे जाणवते. कुटुंब-व्यवस्थेतील बदल याला कारणीभूत आहेत. त्याची काय कारणे असावीत? त्यांच्या मते—

नव्या पिढीच्या आयुष्याला आलेला भन्नाट वेग पाश्चिमात्यांच्या जगण्यातून उचललेला आणि आपल्या जगण्यात आलेला भोगवाद व चंगळवाद, तसेच स्वार्थी-आत्मकेंद्रित वृत्ती, या बाबी त्यांच्या वागण्याला व वृत्तीला खतपाणी घालत आहेत. त्यांना आपल्या कार्यापासून परावृत्त करीत आहेत. त्यामुळेच नात्यांतील दुरावा निर्माण होत आहे.

कुटुंबव्यवस्थेतील हे बदल होण्यास बराच काळ लागला. आर्थिक व सामाजिक बदल झाले आणि त्याचा परिणाम सांस्कृतिक बदल होण्यात झाला. तेच बदल माणसातील माणूसपणाच्या कक्षा अरुंद व आकुंचित होण्यात झाला.

जागतिकीकरणाच्या रेट्यात व माहिती तंत्रज्ञानाच्या या युगात जग जवळ आल्याचा गवगवा केला जातो; परंतु माणूस माणसापासून कित्येक योजने दूर गेला, याचे आश्चर्य वाटते. माणूस इंटरनेटच्या महाजाळ्याद्वारे पृथ्वीच्या या टोकावरून त्या टोकावरच्या मित्राशी बोलतो, हे सत्य असले; तरी तो आपल्या शेजारी घरातल्या माणसाला भेटत नाही, हेही कटू सत्य आहे.

शेजारीच काय, माणूस आपल्या घरातल्या सदस्यांशी तरी मोकळेपणाने बोलतो का आजकाल? मला असे वाटते की, माणूस स्वत:लाही भेटत नाही मनापासून. तो सारखा वाघ मागे लागल्यासारखा धावत असतो. त्याची दमछाक होते. कशासाठी हे सगळे?

काळ तर कधी स्थिर नसतोच. तो सतत प्रवाही असतो व नदीच्या प्रवाहासारखा पुढे-पुढे जात असतो. वाहताना अनेक बदल घडवीत असतो. ते बदल अपरिहार्य असतात. सृष्टी ही परिवर्तनशील असते. या बदलांशी माणसाला जुळवून घ्यावेच लागते.

या परिवर्तनाच्या चक्रात— या काळाच्या वाहत्या ओघात माणसे व कुटुंबे टिकून राहाण्यासाठी धडपडत असतात. बदल स्वीकारून काळाच्या ओघाशी जुळवून घेणे आवश्यक असते. हे स्वीकारताना नैतिक अधिष्ठान शाबूत राखायचे असते.

कौटुंबिक नात्याची वीण उसवणार नाही याची खबरदारी घ्यावी लागते. नपेक्षा, ती वीण आणखी घट्ट करण्यासाठी उपाय योजावे लागतात. ते नव्या पिढीला जमत नाही. त्यामुळेच ही नात्याची पडझड झालेली दिसते आहे.

ज्या कुटुंबव्यवस्थेतील बदलांमुळे वृद्ध व ज्येष्ठांना अडगळ म्हणून जगण्याचे दिवस आले, ते बदल वळणावळणाने त्यांच्या आयुष्यात आले. ती वळणे गेल्या चार-पाच दशकांपासूनच सुरू झाली होती. यंत्रयुगात माणसांच्या जीवनाला गती आली, त्याच गतीने वृद्धांच्या जीवनाची चाके जमिनीत घुसू लागली व त्यांचा वेग मंदावला.

ही आपल्या कुटुंबव्यवस्थेत मागील तीन दशकांपासून आलेली निरनिराळी वळणे आता पाहू.

देशाला स्वातंत्र मिळून तेरा वर्षांनी महाराष्ट्र राज्याची निर्मिती झाली. सन १९६०-७० च्या दशकाच्या प्रारंभीच हे राज्य उदयास आले. त्या वेळचा देश व देशपातळीवरचे नेते म्हणजे एकूणच आदर्श जीवनाचा अध्याय होता.

स्वातंत्र्याविषयीच्या चळवळी व तत्त्वाधिष्ठित विचारांचा पगडा त्या वेळच्या समाजजीवनावर होता. चांगले संस्कार करणारी आधीची पिढी एकाच छत्राखाली नांदत होती. नैतिकता हा जीवनाचा भाग होता.

पाप-पुण्याच्या कल्पनेचा व देव-दैव यांचा विलक्षण प्रभाव असणारा तो काळ होता. लहान मुलांवर बालपणापासूनच निरनिराळ्या तात्त्विक विचारांचे रोपण केले जात असे. सणावारांच्या माध्यमातून प्राणिमात्रांवर दया, वृक्ष-वेलींवर प्रेम, अशा गोष्टी मनामनावर बिंबवल्या जात.

त्याच वेळी उद्योगांची वाढ होऊ लागली होती. कारखाने निघत होते. ते शहरांत असल्यामुळे व रोजगार मिळण्याची हमी होती. म्हणून कुटुंबं खेड्यांतून शहरांकडे धाव घेत होती.

खेड्यांतही घरातील सदस्य वाढल्यामुळे असलेल्या मर्यादित शेतीवर या सर्वांची गुजराण होणे शक्य नव्हते आणि शहरातला झगमगाट या नव्या सदस्यांना आकर्षून घेत होता.

अशी अनेक कुटुंबे खेड्यांतून शहरांत स्थलांतरित झाली, तरी त्या वेळी त्यांची खेड्याशी असलेली नाळ तुटली नव्हती. आपली जन्मभूमी व अन्नदाती काळी माती ते विसरले नव्हते. नात्यागोत्याची वीण उसवली नव्हती. सणावारी व कार्यप्रसंगी त्यांचे शहरातून खेड्यात जाणे-येणे सुरूच होते.

शिवाय शहरात आलेल्या कुटुंबात खेड्यावरचे कोणी ना कोणी आश्रयाला

येऊन राहत होते व हाताला काम शोधत होते. कोणी जवळचे शिक्षणासाठी येऊन राहत होते. नातेवाइकांच्या कामी येण्यात ही शहरातली कुटुंबे धन्यता मानीत होती. कुणाला तरी आधार दिल्याचे समाधान त्यांच्या मुखावर दिसायचे. नात्यातील संबंध व उत्तरदायित्व असे टिकविले जात असे.

परंतु या प्रकारात गावाकडच्या एका कुटुंबाची दोन कुटुंबे आपसूक होत असत. एक खेड्यावर व एक शहरात. खेड्यावरच्या कुटुंबात अर्थातच वृद्ध आई-बाप व त्यांची उर्वरित अविवाहित मुले-मुली. म्हणजेच सासू-सासरे व दीर-नणंदा किंवा पाठच्या भावाचे लग्न झाले तर जावा— असे सदस्य असत.

गावोगावी वास्तव्य करून असलेले नात्यातील मामे, मावश्या, आत्या व त्यांची मुले असा गोतावळा या खेड्यातील घरात सुख-दुःखाच्या प्रसंगी गोळा व्हायचा. जाती-जातीची मुळे घट्ट होतीच. येणारे पै-पावणे व सगे-सोयरे यांची उठ-बसही खेड्यावरच्या सदस्यांना करावी लागायची. एकमेकांचे आजार व सेवा-सुश्रूषा ही आळीपाळीने करणे आलेच. हे त्या कुटुंबातील सदस्य आनंदाने व आपल्या कुटुंबाची ती नैतिक जबाबदारी म्हणून करीत असत. ज्येष्ठांची विशेष काळजी घेतली जात असे.

परस्परांच्या नात्यांविषयीची मंगल भावना त्यामुळे वाढीस लागत होती. त्यात सेवाभाव होता. जन्मदाते माय-बाप ही ईश्वराची रूपे आहेत, ही जाणीव होती. त्यांचा योग्य तो मान राखून आदर सत्कार होत होता. ही वृद्ध मंडळी आपसातील बेबनाव किंवा मतभेद मिटवण्याचे काम करीत.

त्याच वेळी स्त्रीशिक्षणाचे लोण आले होते. केवळ चूल आणि मूल हीच स्त्री-जातीची कामे आहेत, या परंपरेला छेद देण्यासाठी नुकतीच सुरुवात झाली होती. मुली शाळेत जायला लागल्या होत्या.

एकूणच, या दशकात कुटुंब हा समाजजीवनाचा मुख्य घटक होता. कुटुंबाची गावाशी बांधिलकी होती. नात्यांची परंपरा जपली जात होती. नात्यांचे सामाजिक नियम व समाजाने त्यांच्यावर घातलेली बंधने सर्वमान्य होती.

आंतरजातीय किंवा आंतरधर्मीय लग्ने मात्र त्या काळात अजिबात मान्य नव्हती. तो विचार पटण्यासारखा नव्हता. एकूणात काय, तर कुटुंबे आपापल्या आखून दिलेल्या परिघात स्थिर होती. त्यामुळे समाजही स्थिर होता.

आहे त्यात आनंद मानावा, चार भिंतींच्या आत राहून आपले दुःख आपण सहन करावे— त्याचे सार्वजनिकीकरण करू नये, आनंद चारचौघांत वाटून घ्यावा, त्यानिमित्ताने गोतावळा जमवावा, सण सामूहिक पद्धतीने साजरे

करावेत, लग्नकार्यात ज्याचा मान त्याला द्यावा, गावपंगती द्याव्यात, जमेल तसे सगळ्यांना उपकृत करावे, थोरामोठ्यांचे आशीर्वाद घ्यावेत, कृतज्ञता व्यक्त करावी— असा परिपाठ होता. उपकारांची जाण ठेवावी अन् उपकाराची परतफेड करावी... असे सगळे गुण्यागोविंदाने चालले होते. 'ठेविले अनंते तैसेचि राहावे; चित्ती असो द्यावे समाधान ।' या न्यायाने सगळा भार विठ्ठलावर ठेवून आयुष्याची दिंडी पुढे-पुढे जात होती.

एकूणात काय, तर कुटुंबे भावनिक व मानसिक दृष्ट्या सुखी होती. आर्थिक सुबत्ता जेमतेम असली, तरी मनाची श्रीमंती भरपूर होती. घरातली पवित्र नाती जपली जात होती. वृद्धांना यथोचित मानसन्मान होता. त्यांचा सल्ला संकटकाळी घेतला जात असे. त्यांचा आधार वाटत होता. आजी-आजोबा संस्कारांचे केंद्र होते, म्हणून त्यांची आवश्यकता वाटत होती. मुख्य म्हणजे, त्यांची अडगळ वाटत नव्हती.

त्यानंतरच्या ७०-८० च्या दशकात महिलांचे सबलीकरण व सक्षमीकरण या विषयाकडे जास्त लक्ष देण्यात आले. त्यामुळे महिलांची स्वतःच्या पायावर उभे राहण्याची तळमळ व त्यातून नोकरी करण्याची इच्छा प्रबळ होऊ लागली.

महिलांचे शिक्षित होण्याचे प्रमाण वाढू लागले. त्यांना आपल्या स्वातंत्र्याची व अस्मितेची प्रकर्षाने जाणीव होऊ लागली. त्या आणखी सजग झाल्या. पुरुषांची मक्तेदारी असलेल्या क्षेत्रांत आता स्त्रिया काम करताना दिसू लागल्या. अर्थात त्यांना आपले परंपरागत कार्य म्हणजे 'चूल आणि मूल' यातून काही सुटका मिळाली नव्हतीच. तसे समाजाने अपेक्षिलेही नव्हते.

मात्र मुली शिकल्या पाहिजेत व त्यांचे करिअर त्यांनी करावे, या गोष्टी समाजाला मान्य होऊ लागल्या होत्या. नव्हे; तो त्यांचा हक्कच आहे, हेसुद्धा सर्वमान्य झाल्यासारखेच होते. निदान त्याला वैचारिक मान्यता होती. शहरांत याचा प्रभाव पडून फायदाही घेतला गेला. मात्र, खेड्यांत या बाबतीत पूर्णपणे मान्यताही दिली गेली नाही व तिथे शिक्षणाची साधनेही उपलब्ध नव्हती.

याचा परिणाम महिलांवरच झाला. घर सांभाळावे की आपले करिअर करावे, अशा विचित्र कोंडीत त्या सापडल्या. अजूनही कुटुंबात मोठी माणसे, म्हणजे ज्येष्ठ सासू-सासरे होतेच. मुलगा कमावता असला तर स्त्रियांनी कशाला घराबाहेर पडावे, अशीच भावना होती. त्यामुळे महिलांची ओढाताण होत होती.

याच काळात दूरदर्शनचा अवतार या देशात अवतरला होता. त्यातून कौटुंबिक कार्यक्रमाचे प्रदर्शन होत होते. स्त्रियांचे नोकरी करून अर्थार्जन किंवा

पुरुषांच्या खांद्याला खांदा लावून अवघड कामे करण्याचे कौशल्य दाखविले जात होते. शिक्षणाचा प्रसारही बराच झाला होता. दूरदर्शन व सिनेमाच्या पडद्यावर जे-जे दाखवले जाते, ते प्रमाण मानून तरुणवर्ग वागत होता.

ग्रामीण भागातील मुले शहरातून शिक्षण घेऊ लागली होती. आपला रोजगार मिळवू लागली होती. कुटुंबाची आर्थिक स्थिती सुधारू लागली होती. घरातील सोई-सुविधा, कपडे-लत्ते यांत झपाट्याने फरक पडत होता.

शहरे गावाला जोडण्याचा सपाटा सुरू होता. मात्र, ग्रामीण भागात परंपरागत रूढी जोपासल्या जात होत्याच. सणवार, पूजा-अर्चा, दान-धर्म व पाप-पुण्य हे सगळे सुरू होतेच. तीर्थयात्रा व त्यासाठी पैसा खर्च करून देशपर्यटन, दशक्रिया विधी तेरवी, यात्रा, जत्रा यांतून वायफळ खर्चही होत होताच. त्या जोखडातून आपली मान काढून घेण्यास खेड्यातला समाज राजी नव्हताच.

त्यानंतरच्या दशकात म्हणजे १९८० च्या पुढे व ९०च्या आधीच्या काळात कुटुंबव्यवस्थेचा प्रवास हा एकत्र कुटुंबाकडून विभक्तावस्थेकडे सुरू झालेला दिसतो. मुली आई-बापाच्या घरून लग्न होऊन सासरी गेल्या की, त्यांना आपले स्वतंत्र घर असावे, असे वाटू लागले. स्वत:चे म्हणजे, आपले व आपल्या पतीचे.

त्यांचा श्वास एकत्र कुटुंबात गुदमरू लागला. या एकत्र कुटुंबात रांधा, वाढा, उष्टी काढा व धुणी धुवा— हीच दिनचर्या होती. या व्यवस्थेत आपली वैयक्तिक काहीच प्रगती होऊ शकत नाही, असे त्यांना वाटू लागले.

आपले करिअर करण्यासाठी एकत्र कुटुंब ही पोषक बाब नसून तो एक मोठा अडसर आहे, अशी भावना मुलींमध्ये— म्हणजे त्या घरातल्या सुनांमध्ये— दृढ होऊ लागली. त्यामुळे आपले कुटुंब की आपले वैयक्तिक करिअर, असा भावनिक संघर्ष अधिक तीव्र होऊ लागला. त्याचे पडसाद घरात उमटू लागले.

याच वेळी घरातले पुराणमतवादी म्हातारे आपले 'जुने ते सोने' हे पालुपद रेटताना नवे काहीच स्वीकारायला तयार नव्हते; तर नवे सदस्य आपले विचार रेटताना जगाचे दाखले देत जुन्यांना बुरसट ठरवीत होते. मुलांची परिस्थिती दोलायमान व्हायची. विशेषत: नव्याने लग्न झालेल्या मुलांची कुचंबणा व्हायची. बायकोचे म्हणणे पटते, परंतु बापाच्या किंवा आईच्या मताला नाकारण्याची हिंमत नाही—

जुन्यांना आपली संस्कृती प्राणाहून प्रिय वाटत होती. ते ती सोडायला तयार नव्हते; नव्यांना त्यातील फोलपणा कळून आला होता. चंद्रावर जाण्याच्या

गोष्टी करताना ते जुन्याला कालबाह्य ठरवत होते. सुशिक्षित स्त्रिया आपल्या अस्मितेला जपत होत्याच, परंतु स्त्री-पुरुष समतेच्या मंत्राचा त्यांच्यावर चांगलाच प्रभाव पडला होता.

पुरुषांची सगळ्याच क्षेत्रांतली मक्तेदारी त्यांना मोडून काढायची होती. पुरुषांनी अर्थार्जन करावेच, परंतु कुटुंबातील अन्य जबाबदाऱ्याही सांभाळाव्यात, असे त्या स्पष्टपणे सांगू लागल्या. अर्थात, हा विचार सगळ्यांना मान्य होऊ लागला होता.

मुलांच्या संगोपनासाठी पाळणाघरे याच काळात उदयास आली. महिलांना आपल्या हक्काची जाणीव झाली व त्या जाहीरपणे तशी मते मांडू लागल्या. त्यासाठी महिला आघाड्या व संघटना निर्माण झाल्या. त्या आपल्या हक्कांसाठी संघर्ष करण्यासाठी पुढे येऊ लागल्या, लढे उभारू लागल्या, चळवळी निर्माण करू लागल्या.

त्यामुळे कुटुंबातले संघर्ष वाढले. त्याची प्रकरणे कोर्टात जाऊ लागली. मात्र तरीही आपली घराण्याची इज्जत कोर्टापर्यंत जाऊ नये व घरातली भांडणे शक्यतो घरातच मिटवावीत, अशी समाजाची मानसिकता होतीच. त्यामुळे द्विधा मन:स्थितीत कुटुंबे असायची. मनात आहे पण जाहीर वाच्यता करता येत नाही, अशा प्रकारचा कोंडमारा होऊ लागला. वरवरून दिसणारी चांगली कुटुंबे आतून मात्र धुमसत असायची.

दुसऱ्या घरातून आलेल्या या मुली म्हणजे सुना— या कुटुंबाची वाटणी करून आपले स्वतंत्र राजा-राणीचे कुटुंब स्थापन करण्यासाठी उत्सुक आहेत व त्यांच्यामुळेच या भरल्या घराची शकले होत आहेत, अशी भावना जुन्यांच्या मनात पक्की झाली.

कुटुंबातले जुन्या पिढीचे सदस्य व नवीन पिढीचे सदस्य यांची वैचारिक पातळी जुळत नव्हतीच, हे याच काळात जास्त प्रकर्षाने अनुभवास येत गेले. जुने आपला हेका सोडण्यास तयार नाहीत व नव्यांना आपले व्यक्तिस्वातंत्र जपावेसे वाटते म्हणून त्यांच्यात मतभेद होऊन संघर्ष तीव्र होत गेला.

शहरात याची लागण आधी झाली, मग त्याचे लोण खेड्यापर्यंत हळूहळू पसरत गेले. शिक्षणाची स्थिती सुधारल्याने गावातील कुटुंबांचे जीवन बदलण्यास सुरुवात झालीच होती, परंतु अजूनही जुन्या रूढी सोडण्यास जुन्यांचा विरोध काही प्रमाणात होताच.

शहरात मात्र काळाची गरज म्हणून अनेक जुन्या कर्मकांडांना फाटा दिला

जात होता. शहरात शिकलेल्या माणसांना एक तर या कर्मकांडांतील फोलपणा कळला होता. दुसरे म्हणजे, राहावयास जागा कमी असते आणि नोकरीच्या रगाड्यात दिवस उगवल्यापासून मावळेपर्यंत तो सारखा जुंपलेला असतो.

इ. स. च्या १९९० ते २००० या दशकात कुटुंबातले बदल अधिक ठळकपणे दिसू लागले. घराघरांत दूरदर्शनचा संच दिसू लागला. सरकारी कार्यालये व खासगी प्रतिष्ठानांतून संगणकाचा वापर होऊ लागला. ती एक महत्त्वाची गरज भासू लागली. प्रगतीचे ते निदर्शक मानण्यात येऊ लागले. ते अनिवार्य असे समजले जाऊ लागले. सरकारी नोकरीत तर ती प्राथमिक अट घातली जाऊ लागली.

समाजजीवनावर व कुटुंबव्यवस्थेवर त्याचा प्रचंड परिणाम झाला. त्यातल्या इंटरनेटच्या जाळ्याने तर माहितीचा खजिनाच उघडा केला. त्यामुळे सगळे जग जवळ आले. एक जादूई किमया म्हणून त्याच्याकडे पाहता येईल.

जागतिकीकरणाचे वारे सोसाट्याने वाहू लागले. त्याचा या देशाच्या अर्थव्यवस्थेवर व व्यापारावर मोठा परिणाम झाला. मुक्त अर्थव्यवस्थेत स्पर्धेमुळे परदेशी वस्तू सहज व अल्प दरात उपलब्ध होऊ लागल्या. मोठमोठी हॉटेल्स व सुपर बाजार उभे राहिले. हाकेच्या अंतरावर जग आले.

शहरातले कौटुंबिक जीवन तर पार बदलूनच गेले. चंगळवाद कमालीचा फोफावला. माणसांची जीवनशैली पार बदलून गेली. देशोदेशीच्या फॅशन शहरांत व शहरांतून खेड्यांत येण्यास वेळ लागला नाही. जुन्या रूढी व परंपरा कालबाह्य ठरविण्यात येऊ लागल्या. त्या दूर सारून समाजाची पर्वा न करता आपल्याला जे पटेल व रुचेल, ते करण्याचा नव्या पिढीने चंगच बांधला.

आपलं सुख ज्याच्यात आहे ते ठामपणे करायचे; त्यासाठी ज्येष्ठांचा विरोध असला, तर तो जाहीरपणे नाकारायचा व दुसऱ्यांचा सुखाचा विचार न करता आपले म्हणणे वा करणे रेटायचे— अशी आता नव्यांची मनाची तयारी झाली होती.

त्यातच महिला व पुरुष यांच्यातही परस्परसमन्वय राहिला नाही. आपापली अस्मिता जपण्यासाठी कुटुंबाची ही दोन चाके अडखळू लागली. संसाररथाचा मार्ग त्यामुळे खडतर वाटू लागला. परस्पर-मतभेदामुळे आपसातला बेबनाव वाढीस लागला. प्रसंगी संबंधविच्छेद व घटस्फोटापर्यंत मजल गेली. कोर्टातून अशा प्रकरणांची संख्या वाढली.

एकूण काय, तर कुटुंबातील सुसंवाद कमी झाला. वृद्ध माणसे—

म्हणजेच ज्येष्ठ माणसांची या भांडणात फार गोची होऊ लागली. त्यांचे कुटुंबातील स्थान तसेही हिशोबात धरण्यात येत नव्हते; आता तर ती माणसे म्हणजे घरातली अडगळ व टाकाऊ वस्तू वाटू लागली. कारण कुटुंबातील बेबनावाचे व पर्यायाने प्रगतीतल्या अडसराचे तेच कारण आहेत, यालाही मान्यता मिळू लागली.

वृद्ध आई-वडील म्हणजेच सासू-सासरे यांना कुटुंबाच्या परिघातून बाद करण्याचा हाच तो काळ. ही अडगळ म्हणजे अनुत्पादक बांडगुळे व नसता खोळंबा म्हणून आपल्या सुखी संसारात तो नकोच— ही भावना जोर धरू लागली. वृद्धाश्रम नावाची पाश्चात्त्य संस्कृती रुजण्यास या देशात त्याच वेळी वाव मिळाला.

ज्येष्ठांची त्यामुळेच कोंडी झाली. त्यांचा अपेक्षाभंग झाला. त्यांना नैराश्य आले. त्यांचाही श्वास आता या कुटुंबात गुदमरू लागला. अशा मुलाच्या व सुनांच्या सोबत राहण्यापेक्षा आपणच स्वतंत्र राहिलेले बरे, असे त्यांना वाटू लागले. ते अर्थातच वैतागामुळे होते. त्यांच्या करारी व काहीशा हेकट स्वभावामुळे ते इतरांशी जुळवूनही घ्यायला सहजासहजी राजी होत नसत.

ज्या घराचे ते निर्माते व मालक होते, त्यांनाच परागंदा होण्याची वेळ आली. जिथे वैभव भोगले, तिथेच गोवऱ्या वेचण्याची वेळ आली.

औद्योगिकीकरण, यांत्रिकीकरण, मुक्त अर्थव्यवस्था, जागतिकीकरण, उदारीकरण व खासगीकरण, शहरावर आलेली प्रचंड सूज व ओस पडत चाललेली गावे— हे याच काळात घडले.

त्यामुळे माणसांच्या आयुष्याची गती एवढी वाढली की, ते परस्परांना ओळख दाखविण्यास विसरत चालले. घड्याळाच्या काट्याला किंवा मोटारीच्या चाकाला बांधलेली माणसांची आयुष्ये व त्याला मिळालेला हा प्रचंड वेग त्यांना एकमेकांना भेटू देत नव्हता.

त्यांचे आपल्या गावाकडे जाणे बंद झाले. त्यामुळे गावाकडचे भाऊ-बहिणी व इतर आप्त; त्यांच्या नातेसंबंधांत त्यामुळे अंतर पडले; एवढेच नाही, तर माणूस स्वत:लाही भेटण्यास पारखा झाला. केवळ औपचारिकता म्हणून मरणा-धरणात अथवा लग्नात तो कशीबशी हजेरी लावू लागला.

शहरातला मित्र हे एक नवे नाते मात्र निर्माण झाले. माणूस आत्मकेंद्रित झाला. नाती तुटू लागली. वयोवृद्धांच्या समस्या तर त्यामुळे आणखीच बिकट झाल्या. त्यांच्यात असुरक्षिततेची भावना वाढू लागली.

नवे कुटुंब नवा तोल : अर्थात कुटुंबव्यवस्थेतील बदल / ८९

सन २००० ते २०१० या दशकात सामाजिक व धार्मिक कार्याचा बिंदू हा निर्णायकरीत्या तरुणवर्गाकडे सरकला, असे दिसते. जुन्या कर्त्या पुरुषांचे घरातले वर्चस्व कधीचेच संपुष्टात आले होते. तरुण पिढीची प्रवृत्ती व जीवनशैली एकदम बदलली होती.

संगणकाच्या व मोबाईलच्या ज्ञानामुळे एकूणच समाजव्यवहाराचा ताबा तरुणांनी घेतलाच होता आणि याच तरुणांना आपल्या व्यक्तिस्वातंत्र्याची आवश्यकता भासू लागली होती. म्हणून त्यांनी जुन्या-बुरसट रूढींना व परंपरांना केव्हाच तिलांजली दिली होती.

धार्मिक अवडंबर— सण, त्याला लागून असलेली व्रत-वैकल्ये व पूजा-अर्चा, त्यातील पोपटपंची व निष्फळता झुंडीच्या मानसशास्त्रामागे मेंढी वळणाने पळणारी जनता— हे ध्यानात आल्यामुळे त्या गोष्टींचा त्याग करणे काळाला अनुसरूनच होते. मात्र उरल्या-सुरल्या वृद्धांना ते अजूनही अपशकुनाचे वाटते. कौटुंबिक कलहाचे ते एक महत्त्वाचे कारण आहेच.

पाश्च्यात्त्य संस्कृतीचे अंधानुकरण करताना तिकडून आयात केलेल्या गोष्टी तरुणांनी स्वीकारल्या. विवाहपूर्व व विवाहबाह्य संबंध, समलिंगी संबंध, लिव्ह इन रिलेशनशिप अशा प्रकारची फॅडं सर्रास मान्य होऊ लागली, ती याच काळात. त्यावर उघड चर्चा होऊ लागल्या.

मुलांच्या संख्येवर तर सरकारी दरबारातून शिक्कामोर्तब होऊ लागले. लग्न या पवित्र संस्काराची त्यामुळे माती झाली. घटस्फोटाच्या घटना व दुसरे-तिसरे लग्न या नित्याच्या घटना झाल्या. ते सहज स्वीकारले जाऊ लागले.

प्रसारमाध्यमांद्वारे प्रसारित होणाऱ्या कथित समाजप्रबोधनात्मक मालिकांमधून या गोष्टी दाखवण्याची तर स्पर्धाच लागली. आज लग्न, पुढल्या आठवड्यात घटस्फोट व तिसऱ्या आठवड्यात आणखी लग्न— हेच जणू काही सत्य आहे, असे भयानक अवास्तवाचे चित्र या मालिकांमधून बघावयास मिळते.

या सगळ्या खटाटोपात एकत्र कुटुंबाचा विचार आपोआपच संपुष्टात येतो. नातेसंबंध कधी नसतील एवढे ताणले जाऊनही आकुंचित झाले. वयोवृद्ध आई-वडिलांचे आयुष्य आधारहीन झाले ते याच काळात.

आपल्या पायावर उभे राहण्यासाठी करिअर करणे, लग्न झाल्यावर कुटुंब पोसणे आणि जीवननिष्ठा व नातेसंबंध सांभाळणे यातील सोपे व सोईचे कोणते, हे निवडण्याचं द्वंद्व त्यांच्या मनात संघर्ष करीत आहे.

"आमच्या वेळी असं नव्हतं बुवा!" हे ध्रुपद जुनी-ज्येष्ठ माणसं नव्या

पिढीच्या कानाजवळ सतत गुणगुणत असतात. ते अर्थातच ऐकायची नव्यांची तयारी नसते. तो त्यांचा स्वभावधर्मच नाही.

आत्मविश्वासाच्या जोरावर सगळं जग जिंकण्याची त्यांची तयारी असते व त्यामुळेच त्यांच्या वागण्या-बोलण्यातून हेकेखोरपणा डोकावत असतो. ही जुनी थेरं म्हणजे आमच्या यशाच्या वाटेतील दगड-धोंडे आहेत, अशीच त्यांची धारणा आहे.

नव्या पिढीला सर्वाधिक आकर्षण आहे ते व्यक्तिगत स्वातंत्र्याचं. कोणत्याही काळातल्या नव्या पिढीला ते तसं होतंच. आपापल्या आवडी-निवडी जोपासण्याचं, आचार-विचारांचं आणि नाती टिकवण्याचं अथवा नाकारण्याचं स्वातंत्र्य प्रत्येकाला हवेच असते. त्याला काळाची वगैरे बंधनं नसतात.

आपल्या मनासारखं जगायचं अनेकांचं स्वप्न असते; परंतु एकट्याचं जगणं हे समाजशील माणसाकडून अपेक्षित नसते, तर सगळ्यांना सामावून घेणे अपेक्षित असते.

त्या विद्वान विचारवंताकडून कालखंडाचा असा विशिष्ट भाग श्रोत्यांसमोर उलगडून दाखवण्यात आला. एक चांगली बौद्धिक मेजवानी मिळाल्याचा आनंद त्यांच्या मुखावर विलसत होता.

सध्याच्या माहिती तंत्रज्ञानाच्या वेगवान जगात मुलांची बौद्धिक क्षमता झपाट्याने विकसित होते आहे, हे कबूल. स्पर्धेत टिकायचे असेल तर हे स्वीकारावेच लागेल. परंतु याचा अर्थ आपल्या मातीशी असलेली नाळ तुटू द्यावी, असा मुळीच नाही, असे अप्पा म्हणतात. आपली जननी व जन्मभूमीशी जे नाते आहे, ते तर अबाधितच राहावे. आपल्या संस्कृतीला व जीवनमूल्यांना पायदळी तुडवून आपण कोणता विकास साधणार आहोत? हा अप्पांचा सवाल आहे. ते या नव्या पिढीला म्हणतात– "मुलांनो,

तुम्ही लहान असताना, याच अंगणात शेणसडा घालायची तुमची आई.
तुम्ही दुडुदुडु धावायचात तेव्हा घालायची चिमण्यांना दाणे.
आभाळातला चांदोमामा दाखवीत भरवायची तुम्हाला
एक-एक घास चिऊचा, काऊचा!
तुमचे बोबडे बोल ऐकताना तिला
अमृताचे बोल ऐकल्याचं समाधान व्हायचं.
तिचं काळीज व्हायचं सुपाएवढं!

तुमच्या काळजाच्या हार्डडिस्कवर तर रोजच उमलताहेत
बॅडसेक्टर आणि व्हायरसची फुलपाखरं.
तुमच्या सॅटेलाइट चॅनेलच्या इंटर डेकोरशी
मॅच होत नाही तिचा शेणामातीचा एपिसोड काही केल्या.
बाय द वे, तुम्ही किती रे झपाट्याने बदलत आहात!
आता-आतापर्यंत आईला आई आणि बाबाला बाबा
म्हणायचेत तोंडभरून.
आणि आताच कसे रे आईची मॉम करून,
डॅडीच्या अडगळीत दिलेत बाबाला भिरकावून!
आठवते काय रे तुम्हाला माझी मातोश्री–
तिला तुम्ही ग्रॅंडमा म्हणता?
ती तळमळतेय खाटेवर... खोकल्याची उबळ तिला सतावत्येय.
तिच्या ब्रॉंकॉयटिसला बरे करण्यासाठी
आहे काय रे अशी एखादी कळ तुमच्या संगणकीय मेंदूच्या की बोर्डवर–
जी देऊ शकेल तिला चमचाभर अडुळशाचा रस?''

अप्पांनी या कार्यक्रमाचा समारोप करताना अध्यक्षीय भाषणात सांगितले– ''या माहिती व तंत्रज्ञानाचा आता अतिरेक होतो आहे आणि कोणत्याही गोष्टीचा अतिरेक हा कंटाळवाणा होतो. त्यातून कालांतराने विकृती जन्माला येतात. आताच बघा ना, अगदी ग्रामीण भागातसुद्धा घराघरात गॅस नसेल, परंतु मोबाईल मात्र आहे. घराघरात शौचालयाची व्यवस्था नसेल, मात्र मुलाच्या व सुनेच्या हातात मोबाईलआहेच.

''असायला हरकत नाही; परंतु त्याचा योग्य त्या कामासाठी, योग्य त्या वेळी उपयोग करावा की नाही? तेवढी जबाबदारी आजकालचे तरुण घेत नाहीत. मोटार-सायकल चालवताना मोबाईल कानाला लावून भरधाव जाणारे पाहिले की, आपल्यालाच त्यांची काळजी वाटते. त्यांतला एखादा तोल सुटून विजेच्या खांबावर कोसळल्याची बातमी येते आणि त्याच्या बेजबाबदारपणाची प्रचिती येते.

''हे एवढं प्रचंड ज्ञान जर निर्माण करून त्याची साठवण होत असेल, तर परस्परसंबंधांचं जास्तीत जास्त संप्रेषण व्हायला पाहिजे. परंतु आपण पाहतो की, परिस्थिती त्याच्या उलट होत चालली आहे. समाजात शांती आणि सौहार्द्र निर्माण होण्याऐवजी कोलाहल माजत आहे. त्यामुळे सारा समाज भ्रमात जगत

आहे. ऐकायला इतकं सारं असताना हा समाज बहिरा, मुका व आंधळा होत आहे. हे कसे?''

या विचारवंतांच्या मौलिक भाषणांतून जे काही समजले ते एवढेच की, प्रगती-प्रगती म्हणतात ती भावनिक दृष्ट्या काही झालेली दिसत नाही. जीवनमूल्यांची घसरण होत असेल, तर त्या जीवनाला प्रगत जगणे तरी कसे म्हणता येईल? याचा अर्थ असा होतो की, तंत्रज्ञानाच्या प्रगतीमुळे निर्माण झालेला संवेदनाशून्य समाजापेक्षा तो समाज व ती कुटुंबव्यवस्था अनेक पटींनी बरी होती.

❧❧

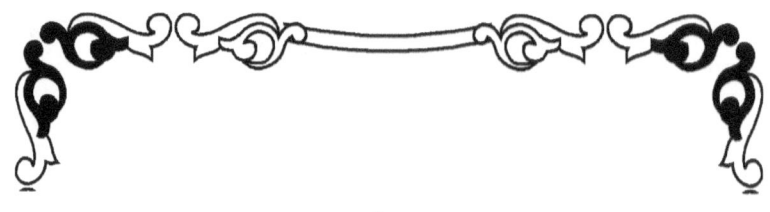

७

नवे कुटुंब- नवे उपाय, नवे बोल

या महिन्याच्या चौथ्या रविवारी भरलेल्या पेन्शनरांच्या सभेला जास्त
संख्येने वृद्ध उपस्थित होते. कुटुंबव्यवस्थेत झालेल्या बदलांमुळे वृद्धांची झालेली
अवस्था व पर्यायाने अवहेलना हा विषय मागील सभेत चर्चेला आला होता.
आता त्याचा पुढील भाग चर्चेला घ्यायचे अप्पांनी कबूल केले होते. त्याप्रमाणे
आजच्या सभेला सुरुवात झाली. आज नवे कुणी पाहुणे आले नव्हते. अप्पांनी
सुरुवात केली. ते म्हणाले,

"सध्याच्या नव्या पिढीने आधुनिकतेसोबत नवा व्यक्तिवाद जोपासणे
सुरू केले आहे, याचा प्रत्यय येत राहतो. त्याचाच परिणाम हा नातेसंबंध
संपुष्टात येण्यात झालेला आढळतो. परिणामी, नवी पिढी ही वरून स्वयंपूर्ण
म्हणवून घेत असली, तरी आतून एकटी असलेली जाणवते. वेगळे राहायला
गेल्यानंतर तर त्यांनाच ही पोकळी जाणवत असेल.

"आमच्या ओळखीच्या एका नोकरी करणाऱ्या मुलीने तिचे स्पष्ट मत
मांडताना सांगितले की, तिचे सासू-सासरे अगदी जुनाट विचारांचे आहेत. ते
सारखे देवा-धर्माच्या व सण-व्रत-वैकल्यांच्या नादात आपला वेळ तर घालवतातच;
परंतु आमचाही वेळ घेतात. त्यांच्या मनासारखं नाही झालं, तर रागावतात किंवा
रुसतात. आमची मते विचारातही घेत नाहीत.

"आम्ही दोघेही नोकरी करीत असल्यामुळे व घरात लहान मुले असल्यामुळे
सगळे आवरणे कठीण जाते. सासू-सासऱ्यांची मदत होत होती, परंतु खोळंबाच
जास्त होत होता. आता मी वेगळी राहते. पूर्वीपेक्षा दगदग जास्ती होते हे खरं
असलं, तरी आपल्या मनासारखं जगता येते. आपल्या सोईप्रमाणे व प्राधान्यतेप्रमाणे
कामे उरकता येतात.

"मात्र मुलांना आजी-आजोबांकडून मिळणाऱ्या संस्कारांना ती मुकली

आहेत. परंतु, कायम चौकटीत राहणे मला योग्य नाही वाटले, म्हणून आम्ही उभयता वेगळे राहतो. आमच्यासोबत आमची मुले राहतात.

"यावरून आपल्या लक्षात आले असेल की, आपल्या व्यक्तिगत स्वातंत्र्यासाठी असे घडताना दिसते; परंतु ते स्वातंत्र्य म्हणजे नेमके काय? त्याची मुद्देसूद व्याख्या मात्र कुणालाही करता येत नाही.

"माझ्या नात्यातली एक नव्या पिढीची सूनबाई म्हणाली, खूप लहान-सहान गोष्टींत आपला म्हणून काही खास विचार असतो; परंतु म्हातारी म्हणजे ही ज्येष्ठ माणसे त्याचा काहीच विचार करीत नाहीत. ते आपलाच हेका चालवतात. त्यांचंच खरं करायला बघतात. एक पाऊल मागे घ्यावे, असे त्यांना कधीच वाटत नाही. अशा वेळी आमची कुचंबणा होते.

"माझे एकत्र कुटुंब अजून तरी आहे. माझ्या सासू-सासऱ्यांच्या नात्यातले किंवा ओळखीचे पाहुणे ऐनवेळी आले, तरी त्या जेवणाचा बेत मला न सांगता ठरवतात. माझी त्याच वेळी एखादी अपॉइंटमेंट असली, तर मोठीच पंचाईत होते. माझं महत्त्वाचं काम असलं, तर ते रद्द करावं लागतं. असं कसं चालेल? त्यांनी अशा वेळी अॅडजस्ट करायला नको का?

"मी कोणते सण करावेत किंवा करू नयेत, मी कोणते उपास करावेत किंवा करू नयेत, मी कोणते कपडे घालावेत आणि कोणत्या गोष्टीत रमायचं, माझी खाण्यापिण्याची आवड व माझ्या मैत्रिणी– हे ठरवणारे हे लोक कोण? असं मग मनात येतं. मला माझ्या गोष्टी ठरवू देत ना!

"माझी काही तरी समजण्याची पात्रता आहेच की! परंतु याचा विचार का केला जात नाही? अर्थात स्वातंत्र म्हणजे वाटेल तसे न वागणे व इतरांना त्रास होणार नाही असे वागणे, हे मान्य. परंतु घरातल्या सर्वांनी असे वागायला पाहिजे की नको? हा नियम सर्वांनाच लागू आहे– किंबहुना, असावा."

अप्पा पुढे म्हणाले, "या सूनबाईचा विचार चुकीचा नाहीच. तिच्या मते, घरातल्या माणसांनीसुद्धा एकमेकांच्या पायात पाय न अडकवण्याचा शिष्टाचार पाळला पाहिजे. तिला म्हणायचे आहे की, आम्हाला नाती नकोशी झालेली नाहीतच, परंतु ती परस्परांचा आदर करणारी असावीत. आम्ही ज्येष्ठांचा आदर करू, तसा ज्येष्ठांनी आमचा करावा. द्यावे तसे घ्यावे.

"तसे नसेल, तर पूर्वीसारखं आपलं मन मारून जगायची मात्र त्यांची तयारी नाही. मोठ्यांचा आदर करावा, याबाबतीत कुणाचेही दुमत नाही. मोठ्यांचा आदर व अनुभवसंपन्नता या गोष्टी मान्यच कराव्या लागतील; परंतु स्वत:च्या

आकांक्षेचा बळी देऊन नव्हे, यावर नवी पिढी ठाम आहे.''

या सभांमधून अप्पा आपले वैयक्तिक अनुभव सांगतात, इतरांचेही अनुभव ऐकतात. नव्या पिढीच्या विचारांशी जुळवून न घेता आल्यामुळे घरात बेबनाव झालेले आढळतात.

अप्पांच्या घराला या दिवाळीत रंग देण्याचे ठरले. समोरच्या खोलीला वेगळा रंग आणि स्वयंपाकच्या खोलीला वेगळा रंग देण्याचे ठरले; परंतु नेमका कोणता रंग द्यावा, यावर एकमत होईना. अप्पांच्या मते, समोरच्या खोलीला डोळ्याला सुखविणारा कोणताही फिक्कट रंग द्यावा, असे होते.

मात्र नव्या आलेल्या सूनबाईला ते पटेना. तिच्या मते, या खोलीला एक भिंत गडद केशरी रंगाची व तीन भिंती फिक्कट रंगाच्या असाव्यात, असे होते. ही नवी फॅशन आहे म्हणे. अप्पांनी आपले म्हणणे मागे घेतले. मुलाच्या व सुनेच्या नव्या फॅशनला मान्यता दिली. त्यांच्या पसंतीला आपल्या होकाराची जोड दिली. नव्यांच्या आनंदात आपण सहभागी होऊन त्यांचा आनंद वाढवावा, यातच समजदारी आहे. अशा लहान-सहान गोष्टींचा बाऊ करून घेऊ नये. उगाच आपण आपल्या मतांना प्रतिष्ठेचा प्रश्न वगैरे बनवू नये, असे अप्पा म्हणतात.

अप्पांच्या या वागण्याचा परिणाम घरातील इतर सदस्यांवर आपोआपच झाला. त्यांना आठवले– अप्पांची दोन मुले माध्यमिक शाळेत शिकत असताना एका दिवाळीला त्यांनी दोघांनाही शर्ट-पँटचे कापड आणले. त्यातील कोणते कुणी घ्यावे, म्हणून मोठ्या मुलाला विचारले; तर तो म्हणाला, धाकट्याने त्याला आवडेल ते घ्यावे म्हणजे उरलेले जे राहील ते मी घेईन.

एवढ्या लहान वयात अशी समजदारी या मुलांमध्ये कशी आली? हा योग्य वेळी केलेल्या संस्कारांचा परिणाम होता. शामच्या आईच्या वाचनाचा परिणाम होता. ही मुले मोठी झाली. त्यांचे संसार सुरू झाले; फुलले, फळले. आजही ते कुटुंबात तेवढ्याच समजूतदारपणे वागतात. अप्पांशी व आईशी जुळवून घेतात. एक आदर्श म्हणावे असे हे एकत्र कुटुंब आहे.

जुन्या पिढीने नव्यांशी जमवून घेणे व नव्यांनी त्यांचा आदर करणे, हे तत्त्वत: सर्वांना पटते; परंतु प्रत्यक्षात ते तसे उतरत नाही.

एक नव्या पिढीतली सून म्हणाली, ''आम्हा स्त्रियांना नेहमी घरात राहावे लागते. पुरुष बाहेर असतात. शिवाय घरातला पुरुष हा मूळचा त्याच कुटुंबातला असतो. त्याचे या ज्येष्ठांशी रक्ताचे नाते असते आणि पुरुषप्रधान संस्कृतीत

त्याचेच चालते. त्याच्या चुकाही हिशोबात धरल्या जात नाहीत आणि इतरांशी जमवून घेणे त्याला बंधनकारकही नसते, अशी आपल्या समाजाची व्यवस्था व मानसिकता आहे.

''म्हणजे जमवून घेण्याचा प्रश्न पुरुषांच्या बाबतीत फारसा येतच नाही. त्यात गोवल्या जातात केवळ बायका. कारण घराचं घरपण जपण्याचा ठेका त्यांनीच घेतलेला असतो. पुरुष त्यांना हवे ते करून मोकळे होतात आणि घरपणाची गोष्ट निघाली की, तुम्हीच काय ते ठरवा– असं म्हणत नामानिराळे राहतात.

''असे असले तरी मोठेपण त्यांनाच मिळते. तो त्यांचा सद्गुण, म्हणून तेच नावाजले जातात. वाईट घडले तर मात्र घरातल्या स्त्रीच्या– त्यातल्या त्यात सुनेच्या डोक्यावर त्याचे खापर फोडले जाते. अशा परिस्थितीत ज्येष्ठांचं हे वागणं आणि त्यांचं ते परंपरा जोपासणं– सगळं फार कटकटीचं आणि मनस्ताप घडवणारं वाटतं.''

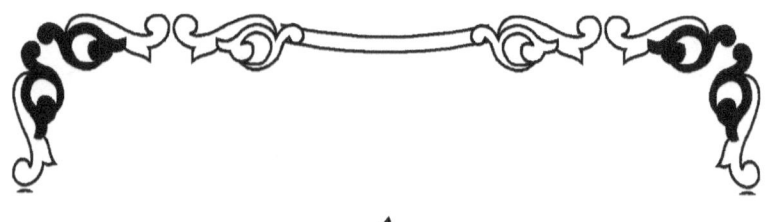

८

निष्पर्ण वटवृक्षाच्या सावलीत भर दुपारी

आजच्या सभेला देशमुखसाहेब बरेच उशिराने आले. अर्धे-अधिक कामकाज आटोपले होते. देशमुख आले ते रागातच. रागाचे कारण विचारले तर, जाम भडकलेच म्युनिसिपालिटीवर. नळाला आज पाणी आले, म्हणजे आठव्या दिवशी. आठ दिवस काय प्यायचे, हा त्यांचा सवाल होता. वॉर्डमेंबर मते मागायला आला, तेव्हा हात जोडून उभा होता दारात; आता त्याला भेटायला वेळ नाही. पाणीटंचाई ही सर्वांत भयंकर समस्या आहे.

देशमुख तणतणत त्याच्या घरी गेले. तो भेटावयास तयार नाही. आता नगरपालिकेवर मोर्चा नेला पाहिजे. देशमुखांनी तसा ज्येष्ठांच्या सभेत ठरावच मांडला. त्यात आणखी काही बाबी लिहिल्या. उदा.–

नळाला पाणी येत नाही. येते ते आठ दिवसांनी आणि तेही गढूळ.

रस्त्यावर खड्डे आहेत. सफाई कामगार साफ करायला येत नाहीत.

सर्वत्र घाण पसरलेली राहते. कचरागाड्या येत नाहीत.

सर्वत्र डासांची पैदास झालेली आहे. डासनिर्मूलनाचे उपाय करीत नाहीत. डी.डी.टी फवारायला हवी.

देशमुखांचा त्रागा बरोबर होता. यासाठी आवाज उठवायलाच हवा. आपण ज्येष्ठ नागरिकांनी आता सजग झाले पाहिजे. सहन करायचे ते किती व का म्हणून? सर्व एका आवाजात बोलले. अप्पांनी नगराध्यक्षांना सर्वांच्या सहीचे एक निवेदन दिले. प्रत्यक्ष भेट घेतली. परिस्थितीत थोडा फरक पडला.

सगळीकडे बेशिस्त वातावरण झाले आहे. त्याविरोधात कुणीच आवाज उठवीत नाही, हेच मुळात चूक आहे. अन्याय सहन करणे पाप आहे. या लोकशाहीत आपले विचार मांडण्याचा आपल्याला हक्क आहे. तो हक्क आपण बजावला पाहिजे.

शिस्तीवरून गोष्ट निघाली. अप्पा म्हणाले, "आमच्या देशात कायदे फक्त पुस्तकात आहेत; प्रत्यक्ष कुणीच ते पाळत नाही. सार्वजनिक ठिकाणी धूम्रपान करू नये. सरकारी कार्यालयातसुद्धा धूम्रपान निषेधाच्या पाट्या लावलेल्या असतात. परंतु लोक बस, गाडीत, रेल्वेत, रस्त्यावर, सिनेमागृहात सिगरेटी सर्रास ओढत असतात.

"कॉलेजची पोरं भर रस्त्यात सायकली, गाड्या उभ्या करून रस्ता अडवून धरतात. काही मुले रस्त्यावर क्रिकेट खेळत असतात. रहदारीला अडथळा होतो, परंतु त्यांना त्याच्याशी काही घेणे-देणे नसते. हा बेजबाबदारपणा आपणच खपवून घेतो. त्यांना ते फावते. आपण याविरोधात आवाज उठवायला पाहिजे."

अप्पांच्या मुलीच्या घरात– म्हणजे तिच्या सासरी– तिच्या नणंदेचे लग्न होते. अप्पा सपत्नीक लग्नाला हजर राहिले. मुलीसाठी कपड्यांचा आहेर नेला. लग्न धडाक्यात पार पडले. परंतु दुपारी ११ वाजताचे लग्न दुपारी दोन वाजता लागले. नवरा मुलगा व त्याचे मित्र जल्लोषात नाचत राहिले. लग्नाला आलेली आठशेच्या वर पाहुणेमंडळी तिष्ठत राहिली.

अशा नाचण्याच्या प्रथा बंद करायला पाहिजेत. तरुणांनी हे समजून घ्यायला हवे. कुणी तरी याचा निषेधही करायला हवा, म्हणजे थोडा आळा बसेल.

अप्पा म्हणाले, "एका लग्नसंबंधात या नाचण्याच्या बाबीवरून मतभेद झाले. मुलीवाल्या मंडळींनी असा आडमुठा नवरा मुलगाच नाकारला. भर उन्हात नाचणारा नवरा व दारू पिऊन धिंगाणा घालीत तासन् तास नाचत वेळेचे बंधन न पाळणारी ही नवी पिढी आयुष्यात काय करील? यांचे आदर्श कुठले? यांची ध्येये कोणती? अनेकांना भुका लागलेल्या असतात. अनेकांना इतर कामे असतात. अनेकांना लग्न आटोपून दूरच्या गावी जायचे असते. याचा विचार ही नवी पिढी करणार आहे की नाही? यावर उपाय शोधायला हवा. कुठे तरी कठोर झाल्याशिवाय अशी मनमानी बंद होणार नाही. शिस्त लावायला हवी. वेळेचा सदुपयोग करायला हवा."

पेन्शनर्स असोसिएशनच्या मासिक सभेत– म्हणजेच अप्पांच्या ज्येष्ठ नागरिकांच्या क्लबमध्ये आलेले वयोवृद्ध आता खुलून बोलू लागले. अप्पांनी त्यांना बोलके केले. कुटुंबातून बाद ठरवलेले व एकटे राहणारेही त्यांत काही आहेत. त्यांनाही स्वत:हून काही सांगावेसे वाटले.

काहींची धर्मपत्नी त्यांना सोडून गेली. त्यांची मुले मोठमोठ्या शहरांत

आपापल्या कामधंद्याला लागली. त्यांची बिहाडं वेगळी झाली. त्यांना या ग्रामीण बापाची त्यांच्या घरात अडचण होते. काही बापांनाच शहरातील वातावरण आवडत नाही. ते गावाकडे एकटेच राहतात. या वयात एकटे राहणे नशिबी आल्याचा ठपका मात्र ते मुलावर किंवा सुनेवर ठेवतात.

अप्पा म्हणतात, "आल्याचे सुख नाही व गेल्याचे दुःख नाही अशा वृत्तीने वागले की, अडचणी येत नाहीत फारश्या. मुलांच्या व सुनांच्या आनंदात आपला आनंद मिसळला की, आपण त्यांच्यामधले अडसर ठरत नाही. हे गणित समजले की, आयुष्याचे प्रमेय सोडवणे सोपे जाते.''

एकदा मासिक सभेत आपले अनुभव आणि कळलेली माहिती सांगताना रावसाहेब धरणगावकर म्हणाले,

"वाघमारेमास्तर देवाघरी गेले. मागे त्यांची पत्नी राहिली. त्यांना पाच मुली. सगळ्यांची लग्ने होऊन त्या आपापल्या घरी सुखात आहेत. मुलगा नाही, ही खंत त्यांनाही सतावत होतीच आणि आता त्यांच्या पत्नीला तर ते दुःख जास्तच जाणवते. त्यांना घरात आधार नाही. मास्तरांची पेन्शन आणि मास्तरांच्या नावावर असलेली थोडी शेती हाच एकमेव आधार मागे सोडून मास्तर निघून गेले.

"मास्तरांच्या पत्नीचेही वय झालेले. डोळे अधू झाले. कानांनी नीट ऐकायला येत नाही. हे म्हातारपणी ठरलेलेच आजार. आता राहायचे ते कुणाच्या आधाराने? शेती कसावी ती कुणाच्या भरोशावर? शिवाय खेड्यावर दवाखान्याची सोय नाही.

"पाच मुलींकडे आलटून-पालटून राहावे, असा सल्ला देणारे अनेक भेटले; परंतु तेही म्हणावे तेवढे सोपे नाही. तसे करूनही पाहीले. परंतु आपण मुलीकडच्यांना जड होत आहोत, असेच त्यांच्या वागणुकीतून सतत जाणवत राहिले. आपल्या माय-बापांना पोसायला तयार नसलेले जावई सासूबाईला पोसायला कसे तयार होतील?

"दोन जावई शेतकरी व तीन सरकारी नोकर. कुणाकडेही पैशाची वानवा नाही; परंतु म्हातारीच्या पेन्शनवर डोळा ठेवण्यात ते एकमेकांशी स्पर्धा करणारेच दिसले. मास्तरांची वीस एकर जमीन... वारसदार म्हणून आपला वाटा किती व कधी मिळतो, याची वाट बघत म्हातारीच्या मरणावर डोळा ठेवून सगळे बसलेले आहेत. म्हणून आताच परमेश्वराने उचलून न्यावे, असे म्हातारीला वाटते. आपलं रक्तसुद्धा पैशामागेच वाहत जाते, हा अनुभव आता पदोपदी आढळून

येतो. नको ते जगणे— असे होऊन जाते.

"शेवटी नाइलाजास्तव म्हातारीने तिच्या सर्वांत धाकट्या मुलीकडे राहावयाचे ठरले. दोन वर्षांपासून म्हातारी त्या मुलीकडे राहून तिला पेन्शनचा पैसा देते. आपलाच पैसा देऊन दोन वेळचे जेवण पदरात पाडून घेताना तिला कसेसेच होते. एका ओळखीच्या वसतिगृहात राहिल्यासारखे तिला वाटते. करणार तरी काय? सकाळ-संध्याकाळ दोन घास पोटात तर पडायलाच हवेत ना!

"पेन्शनचा आधार नसता, तर काय अवस्था झाली असती— या कल्पनेने म्हातारीचा जीव खालीवर होतो. तुटपुंजी का होईना; पेन्शन ही म्हातारपणाची हक्काची भाकरी असते, हे अशा वेळी तिला प्रकर्षाने जाणवते."

रावसाहेबांनी सांगितलेली गोष्ट काळजाला स्पर्श करून गेली. थोडा वेळ थांबून ते म्हणाले, "खरी गंमत तर पुढेच आहे. त्याला गंमत तरी कसे म्हणायचे? ती एक शोकांतिकाच आहे." रावसाहेब पुढे सांगू लागले...

"त्या म्हाताऱ्या आजीबाईला धाकट्या मुलीकडे दोन वर्षे पूर्ण झालीही नसतील... त्याच दरम्यान म्हातारी साध्या आजाराचे निमित्त होऊन देवाघरी निघून गेली. नेमक्या त्याच वेळी तिचे उर्वरित चार जावई (ज्यांचं आपसात फार काही पटत नाही.) एकत्र आले आणि वीस एकर जमिनीतला आपला-आपला हिस्सा मागू लागले. हा हिस्सा अर्थातच त्या म्हातारीच्या मुलीचा, म्हणजे त्यांच्या बायकांचा आहे. त्यांचा तो हक्कही आहे. कायदा त्यांच्या बाजूने आहे.

"परंतु हिस्सा मागताना आपण त्या म्हातारीची किती काळजी घेतली किंवा तिची किती विचारपूस केली, याचे भान मात्र कुणालाच नाही. म्हातारीच्या दोन वेळच्या जेवणाची सोय बघणाऱ्याला हिस्सा मागण्याचा नैतिक अधिकार पोहोचतो; बाकी सगळे आयत्या बिळातले नागोबाच! तरीही ते निगरगट्ट हट्टाला पेटलेलेच. अखेरीस प्रत्येक जावयाला चार एकर जमीन मिळाली, तेव्हा ते शांत झाले."

रावसाहेबांनी कथन केलेली ही कथा सत्य आहे.

अप्पा म्हणाले, "आई-बाप हे पिकलं पान; कधी तरी ते गळणारच. शिवाय बाजारात सगळ्या गोष्टी पैशाने विकत मिळतात, पण माय-बाप मिळत नाहीत व ते एकदा गेले की परत येत नाहीत. म्हणून त्या पिकल्या पानांना हळुवार जपावे, असेही वाटते काहींना; परंतु असे फारच थोडे असतात."

त्याच मासिक सभेत आपलं मनोगत व्यक्त करताना सुशीलाबाई म्हणाल्या,

"माझी दूरसंचार खात्यात अडतीस वर्षे नोकरी झाली. निवृत्त होऊन

आता सहा वर्षे झालीत. मला दोन मुलगे व दोन मुली. सर्वांची लग्ने थाटामाटात पार पडली. आता चार नातवंडे आहेत. मी धाकट्या मुलाकडे राहते. सूनसुद्धा मायाळू मिळाली.

"थोरला मुलगा तिकडे कर्नाटकात नोकरी करतो. त्याचाही राजा-राणीचा संसार मस्त चालू आहे. सुना मला 'अहो आईऽ' अशी हाक मारतात. तशी फॅशनच आहे हल्ली. मलाही तेच बरे वाटते.

"मोठा मुलगा व सून मला तिकडे कर्नाटकात येण्याचा आग्रह करतात, पण मला तिकडचं वातावरण मानवत नाही. तिकडची भाषा समजत नाही. शिवाय आपला प्रदेश व आपल्या माणसांची आठवण सतावते.

"शेती आहे थोडीशी गावाकडे. गाई-गुरे आहेत. जीवाभावाची माणसे आहेत. हे सगळं त्या परप्रांतात कुठले मिळायला? म्हणून मी तिकडे जात नाही. नाही म्हणता, तिकडच्या नातवात जीव गुंततो. त्यालाही अधून-मधून भेटण्याची ऊर्मी येतेच आणि या घरातल्या नातवातही मन गुंतते. अशी ओढाताण होते.

"पण सुना चांगल्या मिळाल्या हो; मला 'आईऽ' म्हणून हाक मारतात..." असे म्हणताना सुशीलाबाईंच्या पापण्या ओल्या झाल्या. त्यांचा कंठ दाटून आला. त्या आपलं मनोगत आवरतं घेत डोळ्याला पदर लावत खाली बसल्या.

यावरून एक गोष्ट लक्षात येते की, सरसकट सारेच वृद्ध हेकेखोर किंवा विक्षिप्त स्वभावाचे नसतात; तशाच सगळ्याच सुना व मुले दुष्ट नसतात. प्रश्न परस्परांवर विश्वास ठेवण्याचा आहे; समज-गैरसमज दूर करून एकमेकांना सांभाळण्याचा आहे.

৩৩

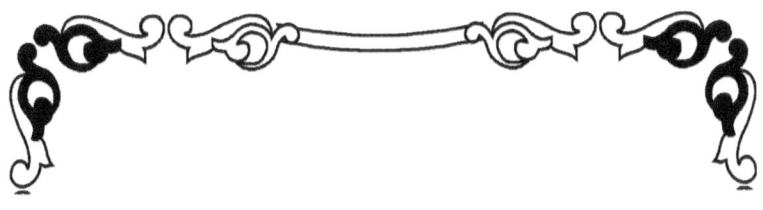

९
कृतघ्नतेच्या परिसीमा

अप्पा म्हणाले, ''याउलट सारजाबाईंची कथा आहे. त्या कुठल्या पेन्शनर्स क्लबच्या सदस्या नाहीत, की, कोणत्या ज्येष्ठ नागरिक संघाच्या मेंबर नाहीत... त्या ग्रामीण भागात राहतात. अक्षरशत्रू असलेल्या सारजाबाई शहरात आल्या की बुजतात. त्यांना आपले घर बरे की गाव भले, यापलीकडे विचार सुचत नाही आणि आता गावाकडच्या घरात तर कुणीच राहत नाही.

''मोठा मुलगा दूर कर्नाटकाच्या सीमेवर कारखान्यात कामाला गेला आणि दुसरा जवळच्याच तालुक्याच्या गावी शहरात कंपनीत नोकरी करतो.

''सारजाबाईंचं उभं आयुष्य उन्हात मर-मर घाम गाळून शेता-वावरातले काबाडकष्ट करण्यात गेलं. त्यांचं वय असेल ८० वर्षे. थकला जीव. घरात अठरा विश्वे दारिद्र्य. त्यांच्या तरुणपणी तर सासू-सासऱ्यांना सांभाळून, त्यांची आजारपणं काढून त्या शेता-वावरात राबल्या मजुरीनं.

''रोजचं कमावायचं आणि खायचं, अशी आर्थिक स्थिती. कुठली हौसमौज नाही, की जिभेचे चोचले पुरवले नाहीत. पोटाला फडकं बांधून पाण्याच्या घोटावर दिवस काढले. रणरणत्या उन्हात जीव जाळला.

''सारजाबाईला दोन मुलं व एक मुलगी. मुलगी न शिकलेली. सुदैवाने मुलगी चांगल्या घरात पडली. ती वैभवात लोळते. ते एकमेव समाधान त्यांच्या आयुष्यात आलं.

''मुलांना जेमतेम एकाला बारावी व दुसऱ्याला बी.ए.पर्यंत शिकवलं आणि त्यांनी हात टेकले. परंतु नशिबानं साथ दिली आणि तेही कसेबसे पोटापाण्याला लागले, यातच खुशी मानली.

''मालक होते, पण या यशात खरा वाटा सारजाबाईंचाच. मालक अल्पशा आजाराचं निमित्त होऊन गेले. तोपर्यंत दोन्ही मुलांचं शुभ मंगल उरकले होते.

“मुलांची लग्ने झालीत तीसुद्धा साध्या पद्धतीने व कमी खर्चात. कुणाची पै हुंडा म्हणून घेतली नाही. कारण सुना आल्या त्या आत्याघरी सून म्हणूनच. म्हणजे सारजाबाईंच्या भावाच्याच मुली— म्हणजे सख्ख्या भाच्याच.

“आता काही काळजी नाही. आता सुखाचे दिवस आले, असं म्हणत सारजाबाईंनी नि:श्वास सोडला. चारचौघांत, शेजारी-पाजारी त्या सुनांचं कौतुक सांगत सुटल्या.

“आपलीच मुलं आणि आपल्याच भाच्या म्हटल्यावर मतभेदाला आणि वादाला वावच राहिला नाही. सगळा गोतावळ्यातलाच मामला. म्हणून तू-तू मैं-मैं होण्याचा संबंधच नाही. असं सगळं घरातल्या घरात असल्यामुळे वाद-प्रतिवाद उद्‌भवणार नाहीत. साधं भांड्याला भांडंसुद्धा लागणार नाही, असा कयास भोळ्या सारजाबाईंनी बांधला होता.

“ते साहजिकच होते. मुली त्या घराला काही नवीन नव्हत्या, की परक्या नव्हत्या. नात्यानं सासू असली तरी ती आपली आत्या आहे व सुना असल्या तरी त्या आपल्या भाच्या आहेत, हा ओलावा पुरेसा होता. म्हणून आप-परभाव नव्हताही.

“मुलांचे संसार कसे दृष्ट लागण्यासारखे होतील, घर गोकुळासारखं आनंदात नांदेल... अशी स्वप्नं सारजाबाईंनी रंगवली होती. शेजारी-पाजारी तसंच म्हणायचे. सुरुवातीला तसंच झालंही.

“दोघी बहिणी एकाच घरात सुखाने नांदू लागल्या. दोघींनाही एक-एक अपत्य झालं. घराचं गोकुळ व्हावं आणि ते नांदतं घर डोळाभरून पाहावं, एवढीच माफक अपेक्षा या वृद्धांची असते, तशीच या बाईंचीही होती. आता या सुखाला अंत नाही, असेच सारजाबाईंना वाटले होते.

“सारजाबाईंनी नातवाचं सुख भोगायचं मनात आणलं आणि कुठे माशी शिंकली, हे कळलेसुद्धा नाही. कारण सुनांना आता आपापला स्वतंत्र संसार हवासा वाटू लागला. त्यांचं आपसात काही बिघडलं नाही. त्या दोघी बहिणीच होत्या. त्यांचं संगनमत झालं. मिया-बिबीच्या मधे हे म्हातारं खोड कशाला, हा विचार मात्र बळावला.

“म्हणून सारजाबाईंशी त्या साप-मुंगसासारखं वैर धरू लागल्या. साप आणि मुंगूस आता त्या एकाच बिळात राहणे अशक्य होऊन बसले. सारजाबाईंनी ते आपल्या मुलांसाठी काही दिवस सहन केलेही.

“मुलं आपल्या नोकरीत दंग होती... त्यांना घरात काय चालले आहे

याची कल्पनाही कुणी दिली नाही. सगळं आलबेल आहे या भ्रमात आणि खोट्या समाधानात ती डोळ्यांना झापड बांधलेली मुलं आपापल्या ठिकाणी आनंदात होती.

"सारजाबाई आला दिवस ढकलीत होत्या. घरातलं त्यांचं मालकीपण केव्हाच खुंटीला टांगलं होतं. त्यांच्या शब्दाला मान तर नव्हताच, परंतु ब्र उच्चारायचीसुद्धा मुभा नव्हती. त्यातल्या त्यात सारजाबाईंना कॅन्सरची लागण झाली की काय, असा संशय आला. त्याचे ऑपरेशन लहान्या मुलाने करवून घेतले. थोडक्यात, चक्क निभावले. सारजाबाई शरीराने बऱ्या झालेल्या दिसत असल्या, तरी आतून पोखरल्या होत्या. मनाने कच खाल्ली त्यांच्या.

"थोड्याच दिवसांत मनाने खचलेल्या सारजाबाई शरीराने पार थकून गेल्या. शेवटचा दिवस गोड व्हावा, म्हणून अत्याचार सहन करीत राहिल्या.

"आपणच कमावलेल्या घरातल्या घरात लाचार होऊन जगण्याची वेळ त्यांच्यावर आली. दोन वेळच्या जेवणासाठी हे आपल्याच दारात भिकारी म्हणून उभे राहणे त्यांच्या नशिबी आले. घरातून हाकलून तर दिले नाही, परंतु स्वाभिमानाने जगण्याचेही हातात उरले नाही— असे झाले.

"अगदी राहावलेच नाही म्हणून त्यांनी आपली कैफियत मुलांजवळ मांडली, तर ते खाली मान घालून बसलेले नंदीबैल आहेत व त्यांचे बायकोपुढे काहीच चालत नाही, हा नवा शोध लागला. सगळी घडीच विस्कटून गेली होती बघता-बघता.

"जगाच्या नजरेत खरोखरच सज्जन वाटणारे हे दिवटे चिरंजीव तसे जगाच्या दृष्टीने निरुपद्रवीच आहेत; परंतु घरात मात्र 'जोरू के गुलाम' त्यांना आपल्या आईची अवस्था बघून दया येत नाही, असे नाही; परंतु ते बायकांच्या ताटाखालचे मांजर झाले आहेत. त्यांचे चुकतेच जरा, हेही त्यांना कळते. 'कळते परंतु वळत नाही', अशी त्यांची अवस्था झाली आहे. प्रसंगी बायकोची बाजू खरी असल्याचे सांगू लागले. त्यांच्या या खासगी आयुष्यात कुणी कशाला डोकावून बघायचे?

"सारजाबाई आता बऱ्याचदा एकट्या राहतात. लहाना मुलगा परगावी नोकरीसाठी गेला आहे. तिथे सारजाबाईंना जागा नाही. मोठा मुलगा दुसरीकडे कामाला आहे. त्याची बायको उपकार म्हणून दोन वेळचे ताट समोर ठेवते आणि वारंवार माहेरी जाते.

"सूनबाई अनेकदा माहेरी गेली की, सारजाबाई आपली एक भाकरी सकाळी भाजतात व दोन सांजेला दुधात कुस्करून खातात. भाकरी भाजताना

तापलेल्या तव्यावर भाकरीसोबत हातही करपतात, कारण त्यांच्या डोळ्यांनी नीट दिसत नाही. गॅसच्या शेगडीची त्यांना सवय नाही. विस्मरणामुळे काही भलतेच होईल याची भीती वाटते.

"त्यांना मग मागचे दिवस आठवतात. आपलं उभं आयुष्य या दिवट्या चिरंजीवांसाठी उन्हात वाळत घातलं व त्यांच्या पोटापाण्याची सोय करता-करता सगळा देह करपला; ...त्या आपल्याच मनाला समजावतात.

"त्यांना गॅस पेटवता येत नाही की, टीव्ही लावता येत नाही. कूलर लावायला मनाई आहे, कारण विजेचे बिल वाढते. नातू घरात असले, तर त्यांना आजीच्या जवळ जाण्याची मनाई केली आहे. तिला कॅन्सर झाला होता, त्याचा संसर्ग मुलांना होऊ नये, हे बाष्कळ कारण पुढे केले जाते. असा सगळा अडाणी मामला!

"त्यांच्यातल्या आजीचं मन कळवळते. नातवाला मांडीवर घेऊन खेळवण्यास आतुरते. परंतु या इच्छा त्या मनातल्या मनात गिळून टाकतात. कशासाठी हे आपले जगणे? —असा प्रश्न त्यांना पडतो. अशा लाजिरवाण्या जगण्यापेक्षा मृत्यू आलेला बरा, अशी अघोरी इच्छा त्यांच्या मनात घर करते.

"याच मुलांसाठी पै-पै जमा करून त्यांनी चार एकर शेतीचा तुकडा विकत घेतला आहे कधी काळी. याच मुलांच्या शाळेसाठी व वह्या-पुस्तकांसाठी फाटक्या लुगड्याला ठिगळ लावून तेच वापरले. ते दिवस भूतकाळात जमा झाले, पण विसरताही येत नाहीत काही केल्या.

"मुलांना ते आठवून पुन: पुन्हा सांगण्याचा त्यांना मोह होतो. त्या आपलं मन मुलांजवळ मोकळं करतातही; परंतु ते एवढे बेरकी निघाले की म्हणतात, 'तुझंच चुकते आई. तुला कसं वागावं कळतच नाही सुनांसोबत. जमाना बदलला आता. तू असं करतेस, तू तसं करतेस; तू हे करू नको, तू ते करू नको. तू समजून घे. मिळेल ते व तेवढेच खा आणि गप्प बैस.'

"सारजाबाईंना वाटते की, हे माझं घर आहे; हे मी कमावलेलं आहे. ही माझी मुलं आहेत. या कोण आल्या कानामागून अन् शहाण्या झाल्या! या कालच्या बोटाएवढ्या पोरी; मला कशाला वागणं-बोलणं शिकवतात? त्यांनी माझ्या घरावर अतिक्रमण केलं आहे. या घराची वीट न् वीट त्यांच्या घामात भिजलेली आहे. गेलेले दिवस आठवून त्यांच्या काळजाला चरे पडतात.

"या सुनांची फिर्याद न्यावी तरी कुणाकडे? त्यांचा बाप म्हणजे सारजाबाईंचा सख्खा भाऊ; परंतु तो आता मुलीचीच बाजू घेतो. आपली मुलंही आपली

राहिली नाहीत, ते बायकांचीच बाजू घेतात. सारजाबाईंचे आभाळ फाटले आहे. ते शिवायचे तरी कुठे कुठे आणि कुणी?

"इतर कुणाजवळ सांगावं, तर आपल्या घराची अब्रू चव्हाट्यावर नेण्यासारखं आहे. आपलेच दात आणि आपलेच ओठ— असे झाले आहे आणि कुणाजवळ काय सांगणार? ते कोण कशाला ऐकील? सगळंच अवघड झालेलं आहे."

सारजाबाईंची कथा अप्पा सांगत होते. ती ऐकून उपस्थितांची मने हेलावत होती. अशी कथा अनेकांची आहे. कुणाच्याच आयुष्यात अशी स्थिती येऊ नये, अशी कामना मनातल्या मनात ज्येष्ठ करीत होते. अप्पा कथा पुढे रेटत म्हणाले,

"अशी मानहानी आणि अपेक्षाभंग झालेल्या सारजाबाईंच्या मनात नाही-नाही ते विचार येतात. आत्महत्या करावीशी वाटते त्यांना. पण त्याच वेळी आतलं मन बजावते— 'आत्महत्या केली तरी नालस्ती होईल ती तुझ्याच मुलांची. जग त्यांना काय म्हणेल, याचा विचार कर.'

"आत्महत्येचा विचार मग मागे पडतो. म्हणजे मेल्यावरही माझ्या मुलांचे काय होईल, हीच काळजी करते आईचं मन. या अभागी आया मग आपलं सरपटणारं जगणं तसंच पुढे रेटतात. हा प्रवास फार काही लांब नाही. आलाच तो संपत. आता फक्त मरेपर्यंत तर जगणे आहे. तोंडावर हसू आणायचं, हे त्या मनोमन ठरवतात.

"आजचा दिवस मावळतो आणि उद्याचा उगवतो. तो उगवणारच आहे. आपण उद्याचा सूर्योदय पाहू की नाही, हे कोण सांगू शकतो? जातीलच हे दिवस निघून."

अप्पा म्हणतात, "खरे तर मुलांनी सारजाबाईंना टाकूनही दिले नाही आणि तसे पाहता जवळही ठेवले नाही. त्यांच्या दोन वेळच्या जेवणाची सोय ते करतात, औषधेही आणतात; परंतु प्रेम देत नाहीत. असा मानभावीपणा सुरू आहे. म्हणजे जगाच्या दृष्टिकोनातून ती मुलं संभावित आहेत. आपल्या आईला ती पोसतात, अशीच सर्वांची धारणा आहे.

"परंतु ज्या आईनं आपल्याला जन्म दिला, जन्माच्या आधी व नंतरही पोसलं; तिला दोन घास देणं म्हणजे तिच्यावर उपकार करणे नव्हे. म्हणून तिला जिवंतपणी मेल्यासारखे वाटते. तिच्या भावनांची कदर कोण करील? म्हातारपणी आयुष्यात फक्त भावनिक आधार हवा असतो. अन्न-पाणी या प्राथमिक गरजा पूर्ण करणे आजकाल काहीच कठीण नाही. परंतु दोन शब्द प्रेमाचे या ज्येष्ठ वृद्ध जीवांना मिळाले पाहिजेत. तीच त्यांच्या अखेरच्या काळातील संजीवनी आहे."

"अशा किती तरी ज्येष्ठांचे आपापल्या कुटुंबात हाल होत आहेत. धड विभक्तही नाही आणि धड एकत्रही नाही, अशी ही कुटुंबे खेड्यांतून सर्रास बघावयास मिळतात. या कुटुंब प्रकाराला काय म्हणावे?"

अप्पांनी ही सत्यकथा सांगताना त्यांचे डोळे पाणावले, तसे ऐकणारांचेही. हे असे का होत असावे, हा प्रश्न सगळ्यांनाच पडला होता.

अप्पा एकदा म्हणाले, "अडाणी अशिक्षित आई-वडिलांच्या माथीच अशा अवहेलना येतात, असे नाही. चांगले शिक्षित व दुसऱ्यांना ज्ञान सांगणारेही या कौटुंबिक अत्याचाराला बळी पडतात, अशी उदाहरणे आहेत. अति पुत्रप्रेम किंवा भीती यांपैकी एक गोष्ट त्यांना शेळी व्हायला भाग पाडते. दिनूभाऊंची कथा यापेक्षा वेगळी नाही."

"दिनूभाऊ हे अप्पांचे सख्खे भाऊ. ते आधी राज्य सरकारच्या सेवेत होते. मूळचा अतिशय भावभोळा माणूस. गांधी-विनोबांच्या विचाराने भारलेला हा संतवृत्तीचा देवमाणूस; असं लोक म्हणायचे. अर्धे आयुष्य सरायला आले, तेव्हा खस्ता खाऊन सर्व सुखे त्यांच्या पायाशी आली होती; परंतु आयुष्याला कलाटणी कशी व केव्हा मिळते, याचं एक नमुनेदार उदाहरण म्हणून त्यांच्या आयुष्यातील स्थित्यंतराकडे पाहता येईल."

"अठरा विश्वे दारिद्र्य भोगत असताना दिनूभाऊंना कशीबशी कमी पगारावर का होईना, एक सरकारी नोकरी लागली. पुढे पगार वाढत गेला. स्वतःचं घर झालं. चार-दोन एकर शेती झाली. संसारात सुख आले. मुले-मुली मिळून घराचे गोकुळ झाले. आर्थिक स्थिती सुधारली. दारिद्र्याचा मागमूस राहिला नाही. अशी पंधरा वर्षे पार पडली. मुले मोठी झाली.

"दिवस बरे आले असे वाटत असतानाच त्यांना दूरच्या एका चुलत्याकडे दत्तक पुत्र म्हणून जाण्याचा मोह झाला. आपली चार-दोन एकर शेती व घरदार, नोकरी सोडून ते तिकडे गेले. तिथे तीस एकर जमीन मिळाली. त्यासोबतच गुरे-ढोरे, पैसा-अडका मिळाला. दिनूभाऊ जमीनदार वगैरे झाले. सर्वांना आनंद वाटला, परंतु तो फार काळ टिकला नाही.

"त्या तथाकथित चुलत्याने मरण्याआधी त्याच इस्टेटीचे कुठल्या तरी बनावट संस्थानला दान दिले. दिनूभाऊंचा व त्याचा बेबनाव झाला. त्या चुलत्याला गावातील काही समाजकंटक येऊन मिळाले. त्यांना ही संपत्ती बळकावण्याचा मोह झाला. त्यांनी त्याच घराच्या अंगणात एक मंदिर बांधले आणि एक बनावट ट्रस्ट तयार करून त्या मंदिराच्या नावे ही सर्व संपत्ती करून घेतली.

''आपलं असूनही आपल्या हातातून हिसकावलं जात आहे याचं दुःख, कोर्टकचेऱ्या करीत ते परत मिळवण्यासाठी खाव्या लागणाऱ्या खस्ता, यात दिनूभाऊची पुढची आणखी पंधरा वर्षे गेली. त्यात प्रचंड मनस्ताप झाला. जवळ काहीच उरले नाही; उलट कर्ज झाले. हे करता-करता मुलांकडे व स्वत:कडे लक्ष देता आले नाही. मुले अल्पशिक्षित राहिली. दिवस फिरले.

''कशीबशी ती इस्टेट जाता-जाता वाचली. प्रचंड मनस्ताप सहन करीत कोर्टाने ती दिनूभाऊंना परत मिळवून दिली. आपलीच संपत्ती विकत घेण्यासारखा हा प्रकार झाला. मनाचा मवाळपणा आणि भित्रेपणा म्हणा हवा तर. त्यामुळेच दिनूभाऊंना हा त्रास झाला.

''आपली संपत्ती आपल्याला परत मिळाली, याचाही आनंद त्यांना फार काळ उपभोगता आला नाही. शेता-वावरात कष्ट करून त्यांनी गेलेले वैभव परत मिळवले, परंतु त्यातही मिठाचा खडा पडला. ती जमीन धरणाच्या प्रकल्पात पाण्याखाली गेली. त्यामुळे गाव सोडावे लागले. पैसा मिळाला जरूर, परंतु दोन मुलांच्या ओढाताणीत त्याला अनेक पाय फुटले. संबंध बिघडले. त्यात एका मुलाच्या स्वार्थापायी धाकट्या मुलाचा आत्महत्या करून अंत झाला.

''धरणात गेलेल्या जमिनीचा मोबदला म्हणून मिळालेल्या पैशांची विभागणी झाली. विधवा सुनेने व मोठ्या मुलाने आपापले हिस्से घेतले. मोठ्या मुलाने बापाचाही हिस्सा हिसकावला.

''दिनूभाऊ आता दोन्ही मुलांच्या घराला परके वाटतात. ते आपल्या मुलीच्या आश्रयाने वेगळे राहतात. जवळ असलेल्या पूंजीतली पै न् पै मुक्तहस्ते वाटप करून तुकाराम होण्यात शहाणपणा कसला? पण हे त्यांना कळत नाही. कुणी सांगितले, तर ते ऐकत नाहीत. दुष्ट लोक त्यांचा गैरफायदा उचलतात.

''दिनूभाऊंजवळची महत्प्रयासाने मिळवलेली सगळी पूंजी गेली. मोठा मुलगा दिनूभाऊला मदत करायचे सोडा; त्याने त्यांनाच त्रास देणे सुरू केले. सृष्टीचा नियम परिवर्तन करीत असतो म्हणतात. तसेच त्यांचे झाले. पैसा नव्हता तो आला आणि गेला. पुन्हा तेच दारिद्र्य वाट्याला आले.

''योग्य नियोजन केले नाही. पुत्रमोहाला बळी पडून आपल्याजवळचे होते- नव्हते ते सगळे मोठ्या मुलाला दिले. त्याला जास्त दिले म्हणून धाकटा मुलगा विष घेऊन या जगातून निघून गेला. धाकट्या सुनेच्या मनावर याचा विपरीत परिणाम होऊन तिला आता असुरक्षित वाटू लागले. ती आपला हिस्सा घेऊन वेगळे कुटुंब थाटून राहू लागली. भावनिक नात्याचा अंत झाला.

''दिनूभाऊंनी स्वत: ओढवून घेतलेले दारिद्र्य, हा त्यांच्या नियोजनशून्य आयुष्याचा परिणाम. हा तथाकथित मायेच्या जंजाळात गुंतण्याचा शेळपट प्रकार. सुशिक्षित व पुरेशा अनुभवी बापाने आपली कुटुंबातली अवस्था अशी करून घ्यावी, याला नशिबावर ढकलणे— हेच एक ढोंग म्हणता येईल.

''या आंधळ्या पुत्रप्रेमातून साधले ते काय? असा प्रश्न विचारला, तर त्याचे उत्तर 'शून्य' असे येते. पोरगा स्वार्थाने त्यांच्याजवळचे सगळे लुबाडून बसला आणि आता बापाला बाप म्हणवून घ्यायला त्याला लाज वाटते. त्यांना मदत करायची सोडाच; त्यांनाच तो शिव्या घालतो. त्याच्या या असभ्य वागणुकीमुळे जवळचे नातेवाइक तुटले. त्याचाही मनस्ताप दिनूभाऊंनाच सहन करावा लागतो. त्याला त्याचे ना भय ना लज्जा, ना सोयर ना सुतक. दिनूभाऊ आता मोलमजुरी करतात.

उपस्थित ज्येष्ठांच्या मनाचा ठाव घेणारी ही दिनूभाऊंची कथा थरकाप उडवणारी होती.

अप्पा शहरात राहत असले, तरी त्यांचे गावाकडे जाणे-येणे असते. गावाकडे मुक्काम असला तर ते मुद्दामहून चावडीकडे किंवा पारावर चक्कर टाकतात. गावातील अशा वृद्धांचे मनोगत जाणून घेण्याचे त्यांच्या मनात येते. ते त्यांच्यात सामील होतात. गप्पांत सहभागी होतात. त्याशिवाय या ज्येष्ठांचे प्रत्यक्ष आयुष्य कसे कळणार?

गावाकडे पारावर जमलेल्या, अशा एकटे पडलेल्या ज्येष्ठांचे या उतारवयातले अनुभव त्यांच्या मनाला चटका लावतात. कुटुंबात मौन धारण करणारे हे म्हातारे जीव पारावर काहीसे मोकळे होतात आणि साठवलेल्या मौनाला हळूच कंठ फुटतो. कुचंबणा थोडी सैल होते.

अप्पा म्हणतात, ''गावाकडे मातीच्या ओढीने एखादी चक्कर टाकली की, यातले थोडेफार कळते. केवळ शहरात राहून आतल्या गोष्टी कळतही नाहीत व वळतही नाहीत. 'जावे त्याच्या वंशा' वगैरे तर दूरच.''

अप्पा म्हणतात, ''एकटेपणा ही सर्वांत मोठी शिक्षा वाटते या वृद्धांना.'' अप्पांचे एक वयोवृद्ध मित्र कवी आहेत. त्यांनी या एकटेपणाच्या स्थितीबाबत एक कविताच करून आणली आणि सभेत वाचून दाखवली.

''काडी काडी जमवून उभारलेल्या
माझ्याच घराला फुटले,
पंख मिटून आपापले,

आणखी एक अबोल घरटे आणि
घरातल्या भिंतींनी केले धारण मौन.
ऋतुचक्राच्या चिरंतन फिरण्यातून
अंगणातल्या झाडांचीही
झालेली पानगळ.
झाडांच्याइतकेच माझेही
उदास एकटेपण, हळवे...
आणि निराश हळवेपण, एकटे.
शरीरही हळूहळू होत गेलेले शिशिर.
पाचोळ्याचे ढीग झालेले
भग्न स्वप्नांचे तुकडे.
थांबवताही येत नाहीत,
शिथिल होण्यापासून गात्रे.
कितीही हाकलले तरी जाता जात नाही
हे एकटेपणाचे लोचट कुत्रे!''

'एकटेपणाचे लोचट कुत्रे' ही कल्पना सर्वांनाच भावली. कविता सर्वांनाच आवडली, कारण त्यांपैकी अनेकांची अवस्था थोड्या-फार फरकाने सारखीच होती. आपल्याच घरात एकाच छताखाली आपल्या म्हणविणाऱ्या माणसांच्या गराड्यात राहूनही एकटेपणाचा अनुभव घेतात ही ज्येष्ठ माणसे. हा अनुभव मरणप्राय दुःख देणारा.

अशा वेळी त्यांना अनोळखी प्रदेशात आल्यासारखे वाटत असेल किंवा एखाद्या लांबच्या प्रवासात कुणीही ओळखीचे नसेल अशा गच्च भरलेल्या गाडीमध्ये बसल्यासारखे. एकमेकांकडे बघत असतात ही गाडीतली माणसे, परंतु बोलत नाहीत मोकळेपणाने. क्वचित कुणी चौकशी करते अपवादाने कुठून आल्याची व कुठे उतरणार याची. परंतु घरातल्या घरात सगळे परिचयाचे असताना कुणीच विचारपूस करीत नाही, याचा दंश थेट काळजालाच होतो. आपली निढळाची कमाई आपल्या प्रिय पुत्राला व पर्यायाने सुनेला देऊन हे दुःख विकत घेतलेले असते. हा अनोखाच सौदा म्हणावयाचा. देव या व्यवहारामागचा एजंट असतो. तो या ज्येष्ठांची परीक्षा पाहतो.

नवं तंत्र शिकलेले नव्या पिढीचे सदस्य आपापल्या कामाला लागलेले आहेत. त्यांचा 'हम दो-हमारे दो' असलेला छोटा संसार, सुखी संसार मजेत

चालला आहे. त्यांना या दोघांत तिसरा नको आहे. म्हणून वृद्ध त्यांना नकोसे झालेले आहेत.

वृद्धांचं शेतीविषयक शहाणपण, मातीची ओढ, पावसाचे अंदाज, पिकाची मशागत, त्यातलं इंगित— असा प्रचंड अनुभव त्यांच्या गाठीशी आहे. मात्र आज त्यांना कोणी सल्ला विचारावा किंवा त्यांनी आपला अनुभव कोणाला सांगावा, अशी स्थिती राहिली नाही. तरणेताठे गडी आपापलं ठरवतात. या वृद्धांना मग 'आपल्याला कोणी कोणीच विचारत नाही', याचं वाईट वाटत राहतं. एकटेपणा सोसत नाही.

अप्पांचे एक सहकारी पेन्शनर कांबळे. त्यांचा मुलगा हुशार निघाला. तो अमेरिकेत गेला. तिथेच स्थायिक झाला. आता तो अमेरिकेचा नागरिक आहे. भारतातील शिक्षण व भारतातील बायको घेऊन गेला तो कायमचाच. त्याला एक मुलगा झाला. कांबळे आणि त्याच्या बायकोला सुरुवातीला याचे मोठे कौतुक वाटले. ती दोघं अमेरिकेतही चार-सहा महिने राहून आली. त्यांच्या जीवाची अमेरिका झाली खरी, मात्र आता मुलाच्या व नातवाच्या विरहात त्यांना कोणतीच गोष्ट सुखाची वाटत नाही. अंगणात दुडुदुडू धावणारा, बोबडे बोल बोलणारा, मांडीवर खेळवायला नातू नाही— याचे दुःख म्हातारपणात जास्त जाणवते. कांबळेची बायको नातवाच्या आठवणीत झुरून हे जग सोडून गेली. कांबळेच्या नशिबी आलेले भयाण एकटेपण आता त्यांना जीवघेणे वाटते.

जमीनमालक असो की मजूर; कष्ट होईनासे झाले की हतबल होतात. त्यांनी शेती सोडून बाकी काम केलेलं नसतं. आपल्याचसाठी दवाखान्यात, ऑफिसात, बँकेत जायचं झालं तरी शहरातून वावरण्याची त्यांना भीती वाटते. कोणी बोलेल काय, अपमान करेल काय— म्हणून ते संकोचून गप्प बसतात.

नातीच्या लग्नाची बोलणी करताना आपल्याला बोलावलं नाही, अशाचं दुःख त्यांना पार खचवून टाकतं. गावकीमध्ये आपल्याला विचारत नाहीत, एवढ्यानंच ते हलून जातात. आपण त्यांना आपल्याचसाठी सावरायला हवं. त्यासाठी आपल्याला हे करता येईल—

—त्यांची अवहेलना, अपमान होऊ देता कामा नये.

—त्यांचं स्थान घरात-शेतात किंवा पारावरही अबाधित राहायला हवं.

—त्यांच्यासाठी गावातल्यांनी एकत्र येऊन विचार करायला हवा.

—त्यांना महत्त्वाचं काही सांगायची संधी द्यायला हवी.

—त्यांच्यावाचून होणार नाहीत, अशी कामं घडोघडी शोधायला हवीत.

—त्यांच्याच घरात ते हवेसे राहावेत, असं वातावरण बनवायला हवं.

—त्यांच्यासाठी छोट्या-मोठ्या समारंभात विशेष जागा असायला हवी.

—त्यांच्या काठीची, फेट्याची वा टोपीची चेष्टा खपवून न घेणारे आसपास तयार व्हायला हवेत.

—शिकलेल्या माणसांना जमणार नाही, असं याच मातीतलं शहाणपण आपणच समजून घ्यायला हवं. (साधना साप्ताहिक, २३ सप्टेंबर २००६)

अप्पांनी एकदा या सर्व ज्येष्ठ सभासदांना वनभोजनाला नेले. आपला जेवणाचा डबा घेऊन जाण्याचे ठरले. अप्पांच्या बागायती शेतात ही वृद्धांची सहल गेली. लहान मुलांसारखी रस्त्याच्या डाव्या बाजूने चालत जाणारी ही पांढरा कुर्ता-पायजमा घातलेली वृद्धांची रांग हातात पिशवी घेऊन शिस्तीत चालत होती. अग्रभागी अप्पा होते. त्यांच्या खांद्यावर एक भगवा झेंडा असता, तर ही पंढरीच्या वाटेवरची भगवद्भक्तांची दिंडी शोभली असती, असे कुणी तरी गमतीने म्हणाले.

हिरव्यागार मळ्यात बांधाच्या बाजूला काळ्या मातीत सर्वांनी गोलाकार बसून पंगतीत जेवण्याचा आनंद लुटला. बहुतेकांना आपल्या बालपणीच्या गावाकडच्या गोष्टी आठवल्या. सध्याच्या रोजच्या धकाधकीपासून आज सगळे मुक्त होते. मनसोक्त गप्पा झाल्या. कुणी गाणी म्हटली. कुणी शब्दांच्या गाण्याच्या भेंड्या खेळले. कुणी विनोद सांगितले.

अप्पांनी आग्रह केल्यावर देशमुखांनी एका वृद्ध बापाची शोकांतिका सांगितली. त्याची माहिती सांगताना ते म्हणाले, ''वृद्धांना जाणीवपूर्वक एकटे पाडणारी मानसिकता आताशा फोफावत आहे. 'मुकी बिचारी कुणी हाका' अशी त्यांची अवस्था झालेली आहे. आजूबाजूचे समाजमन त्यामुळे जराही द्रवत नाही किंवा कुणीही त्याची दखल घेत नाही. 'कशाला कुणाच्या खासगी आयुष्यात नाक खुपसावे' अशा कातडीबचाऊ धोरणाचे सगळे बळी होत आहेत.

''तथापि, वृद्धांच्या या समस्या सोडवणाऱ्या काही संस्था आहेत, असे परवाच दूरदर्शनच्या एका कार्यक्रमातून समजले. डॉ. प्रकाश बोरगावकर अशाच एका संस्थेचे काम बघतात. ज्येष्ठांच्या समस्या समजून घेऊन ते त्या सोडवण्याचा प्रयत्न करतात. घरोघरी किंवा वृद्धाश्रमांना भेटी देऊन ते हे समाजकार्य करतात, ही समाधानाची गोष्ट आहे.''

अप्पा म्हणाले, ''डॉ. प्रकाश बोरगावकरांच्या अनुभवकथनातून सह्याद्री वाहिनीवरून प्रसारित झालेल्या कार्यक्रमातून एक हृदयद्रावक सत्य घटना समजली.

ती सांगण्याचा मोह मला आवरता येत नाही. कहाणी मुंबईच्या उपनगरातली आहे.''

अप्पा आता एखादी चांगली गोष्ट सांगणार, म्हणून सगळे सरसावून बसले. श्रोत्यांची उत्सुकता जरा ताणली की, अप्पा आपली कथा धीम्या गतीने सुरू करतात. या वेळीही असेच झाले. अप्पांनी एक पॉज घेतला आणि उपस्थित श्रोते पेन्शनरांवर एक नजर टाकून ते म्हणाले...

''एक म्हातारा विधुर बाप आपल्या मुलांसोबत अंधेरीला एका अपार्टमेंटमध्ये तिसऱ्या मजल्यावर राहतो. राहतो म्हणजे काय की, त्याला राहणेच भाग आहे. मुलगा आर्थिक बाजूने संपन्न आहे. परंतु मुलाची व बापाची वैचारिक पातळी जुळत नाही. कोणीच कोणाला समजून घेत नाही. बाप जुन्या काळातला ग्रॅज्युएट आणि मुलगा नव्या युगातला चार्टर्ड अकाउंटंट. बाप भारतीय संस्कृतीत वाढलेला आणि मुलगा पाश्चिमात्य पाणी प्यायलेला. त्यांचा तोल जमत नाही.

''दोघेही आपापल्या जागी विद्वान आहेत- हा भाग वेगळा. मात्र हात-पाय थकले आणि मिळकतीचा श्रोत सरला की, माणूस चहुबाजूने हरतो; तशातली गत या बापाचीही झालेली. बाकी काही मिळो न मिळो— परंतु त्या बापाचे संपूर्ण स्वातंत्र्य त्या मुलाने हिरावून घेतले, याचेच त्याला मोठे दु:ख होते.

''या बापाने घरातच बसून राहायचे, बाहेर कुठेही फिरायचे नाही— असा कायदाच आहे त्या घरात. या वृद्ध बापाने दोन वेळा जेवायचे व कुणाशीही बोलायचे नाही, हा दंडक आहे. अशा विक्षिप्त आणि विचित्र बंधनात हा म्हातारा बाप बंद दाराच्या आत कुढत आहे.

''मुलगा व सून कामासाठी बाहेर पडले की, घराला बाहेरून कुलूप लावून म्हाताऱ्याला घरात कोंडून ठेवतात. बाहेरचा उजेडही बघणे त्याच्या नशिबात नाही व कुणाशीही बोलायची त्याला मुभा नाही— असे आयुष्य असू शकते? किंबहुना, त्याला आयुष्य तरी म्हणावे काय?

''परंतु, तसे दुर्दैवाने घडते आहे. आमची संस्कृती थोर आहे, अशा वल्गना करीत असतो आम्ही; परंतु ती अशी पायदळी तुडवली जाते, हे उघड्या डोळ्यांनी आम्हीच बघतो आणि चकार शब्दही काढीत नाही— ही शोकांतिका आहे. 'मातृ देवो भव, पितृ देवो भव,' वगैरे सद्विचाराचे धन आम्ही गमावले आहे.'' अप्पांची ही विस्मयकारी कथा उपस्थितांच्या मनाला चरे पाडून गेली. अप्पा म्हणाले, ''शोकांतिका खरी पुढेच आहे—'' अप्पा सांगू लागले...

''त्या अभागी बापाची एक मुलगी कॅनडाला राहते. ती अधून-मधून आपल्या जन्मदात्याला फोन करून त्याच्या प्रकृतीची विचारपूस करायची; परंतु आता

मुलाने आपल्या बापाचा मोबाईल फोनसुद्धा काढून घेतला, असे तिला समजले. आपल्या भावाचे व बापाचे पटत नाही, हे तिला माहिती होते; परंतु एवढ्या टोकाचे बिघडलेले संबंध झाले असतील याची तिला कल्पना नव्हती.

"अर्थात भाऊ विक्षिप्त आहेच. त्याने आपला लँडलाईनचा फोन बंद केला आणि मोबाईलचे सिम बदलले. त्यामुळे तिचा संपर्क कुणाशीच होऊ शकला नाही. म्हणून तिने हस्ते-परहस्ते माहिती गोळा केली. ज्या कुणी माहिती दिली, त्यानेही आपले नाव उघड न करण्याच्या अटीवरच दिली होती. ती ऐकून त्या कॅनडातल्या मुलीला धक्का बसला. म्हणून तिने प्रकाश बोरगावकरांच्या संस्थेला फोन करून सत्य जाणून घेण्याची विनंती केली.

"लोकांमध्ये सामाजिकतेची भावना जागृत होत आहे, असे आपण म्हणतो; परंतु बऱ्याचदा हे खोटे असते. प्रकाश बोरगावकर ज्या वेळी अंधेरीच्या त्या दिलेल्या पत्त्यावर गेले, तर त्यांना शेजारची कुणीही माणसे काहीही सांगायला तयार नव्हती. उगाच कशाला वाईटपणा घ्या— अशी संकुचित वृत्ती आहे लोकांची. कशाला दुसऱ्यांच्या निजी आयुष्यात डोकावून बघा— असा जुनाट विचार माणसे करताना दिसतात. ते आपली सामाजिक जबाबदारी टाळत असतात.

"परंतु प्रकाश बोरगावकरांनी पिच्छा सोडला नाही. त्यांनी तो फ्लॅट शोधून काढलाच. खरेच तो बाहेरून बंद होता. दारावर ठक्ठक् केले, तर आतून प्रतिसाद नाही. अखेरीस त्यांनी खिडकीवर ठक्ठक् करून पाहिले, तेव्हा आतून त्या बाबांचा प्रतिसाद आला.

"आपली ओळख, त्या कॅनडातील मुलीचे नाव व तिच्याशी झालेले संभाषण या सगळ्या गोष्टी ऐकून तो म्हातारा बाप ढसाढसा रडला. आपल्याशी अनेक दिवसांनंतर कुणी तरी बोलले याचा आनंद त्याला झाला होताच; परंतु आपली आत्मीयतेनं कुणी चौकशी करते आहे, याचा आनंद किती तरी पटीने जास्त होता, हे त्याच्या खिडकीआडून केलेल्या संभाषणातून बोरगावकरांना जाणवत होते.

"बंद खिडकीच्या बाहेर बोरगावकरसाहेब व खिडकीच्या आत तो अभागी बाप... तो आपलं तुंबलेलं मन मोकळं करीत होता. त्यांनी त्या बापाची समस्या कशी सोडवली, कुणास ठाऊक! परंतु अशा सामाजिक संस्था आहेत, हाच मोठा दिलासा आहे ज्येष्ठांसाठी.

"सरकारने अशा वृद्ध आई-बापांसाठी कायदाही केला आहे. वृद्ध आई-बापांनी लेखी तक्रार केली, तर मुलाला सजा होऊ शकते आणि वृद्धांची चरितार्थाची

सोय करता येते. त्याला पोटगी म्हणतात.''

अप्पा म्हणाले, ''असे कायदे केवळ पुस्तकातच पडून राहतात. कुणीच बाप अथवा आई आपल्या पोटच्या मुलांची तक्रार देत नाही आणि तक्रार दिली व त्यांना कायद्याने न्याय मिळाला, तरी दुरावलेले संबंध सुधारण्याऐवजी आणखी वाईट होतात. वार्धक्यात पैशाऐवजी भावनिक व मानसिक आधार आवश्यक असतो; तो तर काळजातून यायला हवा. कायदा अशा नाजूक बाबीमध्ये फारसा उपयोगी ठरत नाही. त्यासाठी हृदयपरिवर्तनच व्हायला हवे.''

एके दिवशी अप्पांनी या तरुण पिढीच्या व वृद्धांच्या, तसेच बालमनाच्या अवस्थेवर भाष्य करणारे एक विद्वान अतिथी मार्गदर्शनाकरिता बोलावले. त्यांचा मानसशास्त्राचा चांगला अभ्यास होता. गावोगावी व घराघरात भेटी देऊन या विषयाचा सखोल अभ्यास केला होता. ते आपल्या भाषणात म्हणाले,

''बालमनावर सुसंस्कार करणारी आजी-आजोबांची अशी कुचंबणा होताना सर्वत्र दिसते. प्रकार वेगवेगळे असतात, मात्र दुखणं एकच. हे वृद्ध जीव आपली संस्कार केंद्रे आहेत. या संस्कार केंद्रांनाच असे टाळे लावले, तर नवी पिढीला भवितव्य काय, असा प्रश्न आहे. नातवंडांना घराघरांतून असे बेबनावाचे प्रकार बघावयास मिळतात.

''मोठ्यांचं हे असं वागणं बाल-कुमार वयाच्या मुलांच्या हल्ली लवकर लक्षात येते. त्यांची अवलोकन व आकलनशक्ती चांगली आहे. घरातली धुसफुस ते चट्‌कन ओळखतात. आई-बाबा आज भांडले व त्यांनी कट्टी घेतली आहे, हे घरातल्या अबोल्यावरून किंवा तुसड्या बोलण्यावरून ते समजतात.

''आपल्या आईचे किंवा बाबांचे आपल्या आजी-आजोबांशी भांडण झाले आहे किंवा ते परस्परांशी म्हणावे तसे चांगले वागत नाहीत, हे आताच्या मुलांना कळायला वेळ लागत नाही. त्यांना मात्र आजी-आजोबा हवेच असतात.

''आजी-आजोबांशी वैर किंवा मतभेद असण्याचं त्यांना काय कारण? उलट, आजी-आजोबा हे त्यांच्या करमणुकीचं आणि आधाराचं एक ठिकाण असते. आजी-आजोबांना तर नातवंडं म्हणजे जीवनातला सर्वांत महत्त्वाचा विरंगुळा असतो. ते एकमेकांचे आधार असतात. परंतु मोठी माणसे हा आधार हिरावून घेतात. केवळ आपला अहंकार जपण्यासाठी ते या असहाय जीवांचा असा बळी देत असतात.''

अप्पांनी तो दूरदर्शनवरचा कार्यक्रम बघितला होता. आपल्या जिव्हाळ्याचा विषय म्हणून त्यात विशेष रुची घेतली होती. त्यांना प्रकाश बोरगावकरांच्या बोलण्यातून

आणखी एक रोचक गोष्ट समजली, ती अशी—

"एका शाळेची सहल जात असताना सहलीची बस रस्त्यात एका गावी नेमकी एका वृद्धाश्रमासमोर थांबली. बसमधल्या मुली-मुले खाली उतरली. त्यातल्या एका मुलीला आपली म्हातारी आजी त्या वृद्धाश्रमासमोर दिसली. हा योगायोग होता खरे तर.

"परंतु त्या मुलीने आजीला भेटून चौकशी केली आणि 'तू इथे कशी काय?' म्हणून विचारले. आजी बिचारी काय सांगणार? तिच्या डोळ्यांत पाणी आले होते. ती काहीही सांगावयास तयार नव्हती. तिला केवळ हुंदक्यावर हुंदके येत होते. आपल्या पुत्राने आपल्याला घरातून बाहेर काढले आणि या वृद्धाश्रमात आणून टाकले, याचे दुःख तिच्या एका डोळ्यातून झरत होते; तर आपली चित्त चोरटी नात भेटल्याचा आनंद एका डोळ्यातून पाझरत होता.

"ती म्हातारी काहीच बोलली नाही. ती शाळेची सहल तिथून पुढे निघून गेली. त्या रस्त्यावर उडालेल्या धुळीकडे बघत आपल्या नातीला 'बाय' करीत आजी किती तरी वेळ उभी होती. तिचे डोळे आणखी एकदा पाणावले होते.

"ती मुलगी हुशार होती. आपल्या आजीला वृद्धाश्रमात आणून टाकल्याचे समजायला तिला फार वेळ लागला नाही. तिच्या आई-बाबांनी मात्र आजी लांबच्या गावाला गेल्याचे सांगितले होते. खोटे सांगून वेळ निभावून नेली होती. आपल्या जन्मदात्रीला वृद्धाश्रमात टाकणारा व आपल्या मुलीपासून हे लपवून ठेवणारा तो कुटुंबाचा कर्ता म्हणजे एक लांच्छनच होते खरे तर.

"कुणाकुणाशी, कशी प्रतारणा करतात माणसे, याचा हा जिवंत अनुभव होता. त्या निरागस मुलीला आपली आजी भेटल्याचा आनंद झाला होता, तेवढीच तिच्या मनात आपल्या आई-बाबाविषयीची घृणा उत्पन्न झाली होती. का अशी विचित्र वागतात ही माणसे, याचे तिला कोडे पडले होते.

"त्या मुलीने मात्र घरी आल्यावर आपल्या आई-बाबांची चांगलीच हजेरी घेतली. हट्ट धरून आपल्या आजीला त्या वृद्धाश्रमातून घरी आणावयास आपल्या वडिलांना भाग पाडले.

"ही सत्यकथा आहे. नंतर कळले की, त्या मुलीचे आई-वडील सतत भांडायचे. भांडणाचे कारण अर्थात घरात असलेली आजी हेच होते. त्या मुलीच्या आईला आपल्या घरात या म्हाताऱ्या आजीची अडगळ वाटत होती, परंतु मुलाला आपल्या आईला घरापासून दूर करायचे नव्हते.

"या भिन्न विचारांमुळे त्या दोघांत नेहमी खटके उडत असत. रोज-रोज ही

कटकट नको, म्हणून त्या मुलाने आपल्या आईला एका वृद्धाश्रमात नेऊन ठेवले. या विषयावरून त्या दोघांची मने मात्र दुभंगलेलीच राहिली. आपली आजी कुठे दिसत नाही म्हणून त्या मुलीने चौकशी केली, तेव्हा ती बाहेरगावी गेल्याचे तिला खोटेच सांगण्यात आले.

"आपला राजा-राणीचा संसार असावा व त्यात तिसरे कुणीही असू नये, या चुकीच्या समजुतीवर आधारलेला हा संसार सुखी कसा असणार? म्हणून नवरा-बायकोत सतत कुरबुरी व्हायच्या. मुलगी लहान आहे; तिला काय कळते, असाही गैरसमज त्या आई-वडिलांनी करून घेतला होता.

"परंतु आजकाल मुलांचा बुद्ध्यांक खूप वाढला आहे. त्यांची ग्रहणशक्ती व चौकसबुद्धी तीक्ष्ण आहे, हे आजचे पालक विसरतात. आपल्या सततच्या भांडणामुळे मुलांवर विपरीत परिणाम होतो, हे त्यांच्या गावीही नसते. मुले मात्र त्यांच्या वागणुकीचे बारीक निरीक्षण करीत असतात."

त्या विद्वान वक्त्याच्या भाषणातील या जगावेगळ्या गोष्टी ऐकून सारेच अंतर्मुख झाले. ते पुढे म्हणाले,

"पालकांनो, भांडू नका; मुलं बिघडतील! ...अशा शीर्षकाचा एक माहितीवजा लेख महाराष्ट्र टाइम्समध्ये प्रकाशित झाला होता. पालकांनी भांडताना यापुढे सावधगिरी बाळगायला हवी, कारण त्यांच्या सततच्या भांडणांचा परिणाम घरातील लहान मुलांवर होत असल्याने त्यांचा स्वभाव चिडचिडा होत असून, लहान वयातच मुले बिघडण्याचे प्रमाण वाढले असल्याचा निष्कर्ष त्यात काढण्यात आला होता. याला अर्थातच ठोस मानसशास्त्रीय निष्कर्षाचा आधारही आहेच."

यशवंतराव चव्हाण विकास प्रशासन प्रबोधिनीच्या (यशदा) मानव विकास केंद्रातील प्रशिक्षणार्थींनी केलेल्या अभ्यासातून ही माहिती पुढे आली होती. या केंद्रात बालकांसाठी समुपदेशन प्रमाणपत्र अभ्यासक्रम सुरू केलेला आहे. तीन महिन्यांच्या या अभ्यासक्रमात प्रत्येकाने किंवा एका गटाने एका मुलाची केस स्टडी करावयाची असते. या अंतर्गत केलेल्या एकूण ८० केसस्टडीच्या विश्लेषणातून ही माहिती उघड झाली आहे.

चिडचिड करणाऱ्या आणि पालकांचे न ऐकणाऱ्या मुलांचा अभ्यास यात करण्यात आला होता. यात मध्यमवर्गीयांसोबतच झोपडपट्टीतील मुलांचाही समावेश होता. या दोन्ही गटांतील मुलांना विचारलेल्या प्रश्नांतून एकच निष्कर्ष निघाला की, आई-वडील घरात सतत भांडतात. ही भांडणे आई-वडिलांची आपसात व मुलांशीही असतात. मुले त्यामुळे चिडचिड करतात.

वरील उदाहरणामधील मुलगी ही आई-बाबांच्या भांडणामुळे वैतागली होती. शिवाय तिला मिळणारे आजीचे प्रेम त्यांनी तिला वृद्धाश्रमात ठेवून संपवले होते. याचा त्याच्या मनावर परिणाम झाला होता.

म्हणजे, या पालकांनी आपले आई-वडील तर गमावलेच, परंतु ते आपल्या मुलांच्याही आदरास पात्र राहिले नाहीत. याचा या नव्या पिढीतील आई-बाबांनी अंतर्मुख होऊन विचार करायला हवा.

मी, माझा नवरा व माझी मुले— एवढीच कुटुंबाची व्याख्या करणाऱ्या या मुलांना व सुनांना कसे कळत नाही की, आपणही आयुष्याच्या अखेरीस वृद्ध किंवा ज्येष्ठ होणार आहोत. आपणही आजी-आजोबा होणार आहोत व आपलीही मुले मोठी होणार आहेत. आपली ते अशीच अवस्था करतील तर?

अप्पा म्हणतात, "नियतीचा न्याय तर सर्वांना सारखाच असतो आणि आपण तर आयुष्यभर चिरतरुण राहणार नाही आहोत; तेव्हा आपले काय होईल, हे समजून घ्यायला कुणाला वेळ नाही, की समजून-उमजून असे होत आहे? की, असा नियमच झाला आहे? कळायला मार्ग नाही.

"ज्येष्ठांचा अनुभव तर खूप मोठा असतो. त्यांनी तरी आयुष्याच्या या वळणावर काही आकांडतांडव न करता घडणाऱ्या प्रत्येक घटनेला सकारात्मक दृष्टीने बघावे व स्वीकारावे. मान-अपमान, राग-लोभ, नफा-तोटा या गोष्टींना मनात थारा न देता—

नसे दुःखात उद्वेग, सुखाची लालसा नसे;
नसे तृष्णा भय क्रोध...

अशा संयमी वृत्तीने आपले उर्वरित आयुष्य घालवावे, हेच उत्तम!"

अप्पा पुढे म्हणाले, "आई-वडिलांची आठवण किंवा त्यांचे आपल्यावर असलेले ऋण अंशत: का होईना, फेडण्याच्या परंपरेतून आपल्याकडे पितृ पंधरवडा पाळतात. किंवा अक्षयतृतीयेच्या दिवशी परलोकवासी झालेल्या माता-पित्यांना जेवायला घालतात. त्यांच्याविषयीचा कृतज्ञताभाव त्याच्या पाठीमागे असतो.

"पितरांच्या नावाने जेवायला घालून त्यांचे उतराई होण्यासाठी अशा परंपरा हिंदू संस्कृतीत आहेत. नव्या पिढीला त्या कालबाह्य वाटत असल्या आणि त्यांचा दृश्य उपयोग व परिणाम शून्य वाटत असल्यामुळे त्या परंपरा आजच्या काळात टाकाऊ किंवा आऊटडेटेड वाटण्याची शक्यता आहे. म्हणून शहरी संस्कृतीत त्या गोष्टीला फाटा देण्यात येतो किंवा त्याची चेष्टा केली जाते. परंतु त्यामागची भावना व हेतू लक्षात घेता, ते आवश्यक आहे, असे वाटते.

"या रूढी व परंपरांद्वारे आपल्या वाडवडिलांचे स्मरण करण्यात गैर काय? उच्चशिक्षितांना किंवा तथाकथित पुढारलेल्यांना या प्रथा अडाणीपणाच्या वाटत असल्या, तरी तो त्यांचा चुकीचा समज आहे. या रीती पाळताना त्यांत अनावश्यक अवडंबर येता कामा नये, हे मात्र लक्षात घ्यायला हवे.

"आपल्याकडे मृत आई-वडिलांची तेरवी, श्राद्ध वगैरे धुमधडाक्यात लोक साजरे करतात. त्यांच्या अस्थी गंगा नदीत वगैरे नेऊन टाकतात. अन्नदान करतात. प्रत्यक्ष आई-वडील जिवंत असताना मात्र त्यांच्याकडे लक्ष देत नाहीत. मृत्यूनंतर केलेल्या अशा ढोंगबाजीवर संत कबीराने जोरदार प्रहार केला आहे. राष्ट्रसंत तुकडोजीमहाराजांनीही त्यावर ग्रामगीतेतून टीका करून लोकांना मार्गदर्शन केले आहे. संत कबीर म्हणतात—

"जीयत पितासे झंगम झंगा, मरे पितासे भेजे गंगा ।
जीयत पितासे मिले ना रोटी, मरे पिताको दाल और बाटी ।।

संत तुकडोजीमहाराज तर अत्यंत परखड भाषेत या पिंडदान वगैरे थोतांडाची टर उडवतात. ते म्हणतात—

"म्हणती कावळ्याने पिंड नेला तरीच तो स्वर्गाला गेला.
नाहीतरी आत्मा भटकला, त्याचा कोठे ।।
हे म्हणणे कसेसेच वाटते, पिंडाचे नाही महत्व येथे ।
महत्त्वाचे असे काय केले, ते जन्मा येऊनी मानवाच्या ।
मेल्यावरी दहा दिवस भ्रमतो, जीव पिंड तो स्वर्गी जातो ।
नाही तरी तो नरकी पडतो, ऐसे म्हणणे व्यर्थ असे ।
त्याने केले असेल उत्तम कर्म, तरीच पावेल उत्तम धाम ।
नाहीतरी पुन्हा अधम योनीत, जाणे स्वाभाविक ।
नाहीतरी मेला की रडावे, जिवंतपणी लक्ष न द्यावे ।
ऐसे ढोंग कासयासी करावे, समाजाने ?
जिवंत असता रोटी ना दे, मेलियावरी वाजवी वाद्ये ।
कावळ्यासी पिंड, इतरांसी दक्षिणा दे, साधे काय त्याने ?"

"आपल्याकडे पाश्चात्त्यांकडून आलेली संकल्पना म्हणजे 'मदर्स डे' साजरा करण्याची प्रथा आता बरीच रुजली आहे. त्याचप्रमाणे 'फादर्स डे'सुद्धा साजरा करण्याची प्रथा मूळ धरते आहे. 'टीचर्स डे' किंवा गुरू पौर्णिमेचा उत्सव तर आपण त्यांच्याविषयीची कृतज्ञता म्हणून साजरा करतोच ना!

"अमेरिकेत तर प्रत्येक मे महिन्यातला तिसरा रविवार हा 'मदर्स डे' व

प्रत्येक जून महिन्यातला तिसरा रविवार 'फादर्स डे' म्हणून आवर्जून साजरा होतो. आपल्याकडे मोठमोठ्या शहरांतून हे दोन दिवस समारंभपूर्वक साजरे करण्यात येतात. सर्वसामान्य मध्यमवर्गीय लोकही आणखी येत्या काळात हे दिवस साजरे करतील.

"आम्ही कोणते दिवस साजरे करावेत व कोणते साजरे करू नयेत, याबाबतीत मतभेद असू शकतील; परंतु तशी सक्ती नाही करता येणार. जबरदस्ती करून लोकांना 'अमुक एक दिवस साजरा करू नका' असे या लोकशाही मानणाऱ्या देशात योग्य होणार नाही. भिन्न जाती-धर्मांचे लोक या लोकशाही देशात ते म्हणणे मान्य तरी कसे व का करतील?"

त्या विद्वान वक्त्याचे भाषण ऐकताना सारेच तद्रूप झाले होते. समारोप करताना ते म्हणाले,

"असो. त्या फंदात किंवा त्या वादात आपल्याला पडावयाचे नाही. जनरेशन गॅप कमी केली, तरच कुटुंबातील वाढत चाललेला विसंवाद कमी होईल व ज्येष्ठांची एकटेपणाची ही समस्या कमी करता येईल. तरुण वयातील विचारक्षम पिढीच्या सदस्यांनी हे करायला हवे. त्यांच्या कुटुंबाचा विस्तार होताना त्यांना मग कुटुंबाचा तोल सावरणे सोपे पडेल."

जनरेशन गॅप वाढतच चाललेल्या या युगात ती कमी करण्यासाठीचे उपाय सतत करावयास हवेत. अप्पांच्या एका ज्येष्ठ लेखक मित्राचा (विनोद शिरसाठ) सल्ला एकदम पटण्यासारखा आहे. ते म्हणतात—

"या दोन दिवसांचं औचित्य साधून प्रत्येक युवकाने आपले आई-वडील आणि एकूणच 'आई-बाप व मुलं' या नात्याकडे थर्ड अँगलमधून बघावं, अशी नम्र सूचना कराविशी वाटते. 'मातृ-पितृ देवो भव।' अशी श्रद्धा असणाऱ्या समाजात असं काही सुचवणं म्हणजे उद्धटपणाचा कळसच झाला; पण जराही उद्धटपणा न करता, अतिशय सहृदयतेने हे चिकित्सेचे काम करता येईल. किंबहुना, हेच इथे अभिप्रेत आहे."

घरातील आजी-आजोबा आणि त्यांची तरुण मुले व सून यांच्यातील पारंपरिक मतभेदांची व परिणामी उद्भवलेल्या संघर्षाची उजळणी नेहमीच होत राहते. हे दोन पक्ष एका छपराखाली नांदत असले, तरी ते परस्परांचे विरोधक म्हणून गृहीत धरलेले असतात; परंतु कौटुंबिक संघर्षाला हे दोनच पक्ष कारणीभूत असतात, असेही नाही. मतभेदाची कारणे अनेक असू शकतात. त्यात नव्या-जुन्या पिढीची वैचारिक पातळी न जमणे, हा महत्त्वाचा फॅक्टर असतो. मग त्यात

तरुण मुले व त्यांचे जुने आई-वडीलसुद्धा येतात.

अनेकदा मुलगा जे करतो, ते आई-वडिलांना पसंत पडत नाही. आई-वडील म्हणतात, ते मुलाच्या पचनी पडत नाही. अगदी अभ्यासाला कोणते विषय घ्यावे, यापासून मतमतांतरांचा खल होतो. एकमत होत नाही व संघर्षाची ठिणगी पडते. आपापली जीवनशैली निवडण्याचे स्वातंत्र्य हिरावल्याचे मुलांना वाटू लागते आणि मुलगा आपल्या तथाकथित आदर्शाबरहुकूम वागला पाहिजे, असा हट्ट आई-वडिलांचा असतो.

सर्वांचा बुद्ध्यांक सारखा नसतो. घराघरांतील वातावरण वेगळे असते. काहींचे प्रयत्नही कमी पडत असतील. परीक्षेतील यशापयशाला हे सगळे कारणीभूत असते. परंतु याची त्याच्याशी केलेली तुलना बऱ्याचदा कुणाचा तरी इगो दुखावून जाते. त्यातून मने दुभंगतात. आई-वडील व मुले यांच्यातील हा संघर्ष अनेकदा फार महागात पडतो.

शिक्षणाचे— तसेच जीवनसाथी निवडण्याचे. या नाजूक विषयाला हात घालताना परस्परांना विश्वासात घेतले जात नाही. संकोचामुळे असे होत असावे. मात्र बऱ्याचदा आपली जुनाट मते तरुणांवर लादल्यामुळे या विषयाचे भिजत घोंगडे पडलेले दिसते. दोन्ही बाजूंनी धरलेले मौन ते प्रकरण निकाली काढण्यास बाधक ठरते. अविचाराने काही मुले-मुली आत्मघाताचा मार्ग पत्करतात.

'आम्ही शाळेत जात होतो, तेव्हा कसे आदर्श होतो' —असे तुणतुणे सतत वाजवले गेले की, ते बेसूर होते. शेजारचा मुलगा किती अभ्यास करतो व मार्क मिळवतो, अशी तुलना आपल्या मुलाशी केली जाते. तू त्याच्यापेक्षा कमी व तो तुझ्यापेक्षा सरस, अशी जाहीर वाच्यता केली जाते. त्यामुळे मुलांचा आत्मविश्वास वाढण्याऐवजी कमी होत जातो. त्यांच्यात न्यूनगंडाची भावना निर्माण होते. परिणामी, प्रयत्नांतीही अपेक्षित यश मिळत नाही.

हे 'पेक्षा कमी व पेक्षा जास्त' म्हणण्याचे थांबले पाहिजे. जसे शाळकरी मुलांच्या बाबतीत, तसेच ते घरातल्या मुली-सुनांच्या बाबतीत झाले पाहिजे. या मुलांचे, मुलींचे व सुनांचे कौतुक करण्यासाठी ज्येष्ठांनी वेळ दिला पाहिजे. कुणालाही छोटं समजून आपण मोठे होत नाही; तर समोरच्याला त्याच्यात असलेल्या सद्‌गुणांची तारीफ करून मोठं म्हणणं, यात आपलं मोठेपण असतं, हे समजले पाहिजे. आपण सर्वज्ञ आहोत व आपण कधीच चुकत नाही, या गैरसमजातून बाहेर पडल्यास हे जमू शकेल.

अप्पा म्हणतात... ''मी असे वाचले होते की, पंचवीस ते तीस या वयोगटातील

युवक-युवतींना आपल्या आई-वडिलांचे सर्वच्या सर्व विचार पटतात, असं क्वचितच घडतं. असं अपवादात्मक उदाहरण असेल, तर त्याच्या दोन शक्यता संभवतात.

१. ते आई-वडील फारच परिपक्व व समजदार आहेत.

२. ते युवक किंवा युवती अजून अपरिपक्व आहेत.

३. म्हणजे शेकड्यातलं एखादं उदाहरण वगळलं, तर इतर सर्वांनीच आपल्या आई-वडिलांकडे किमान तीन बाजूंनी पाहायला शिकलं पाहिजे.

अ. ते आई-वडील म्हणून कसे आहेत?

ब. ते माणूस म्हणून कसे आहेत?

क. ते जो काही व्यवसाय करतात, त्यात कसे आहेत?

''या तीन बाजूंनी आपल्या जन्मदात्याकडे पाहणं अतिशय कठीण आणि क्लेशदायक असतं. निराशा आणि उद्विग्नता आणणारं असू शकतं. कारण असं करताना आई-वडिलांचे अनेक दोष उघडे पडू शकतात. त्यांच्या आचार-विचारांतील विसंगती खुपत राहतात.

''पण निरीक्षण व अधिक खोलवर चिंतन केलं, तर आई-वडिलांची झालेली जडण-घडण समजून घेणं अपरिहार्य वाटू लागतं. त्यांच्यावर आलेल्या मर्यादा, त्यांना सामोरं जावं लागलेली परिस्थिती, याकडे अधिक लक्ष द्यावं लागतं. हे जर पुरेशा सहानुभूतीने आणि व्यापक दृष्टिकोनातून केलं; तर आई-वडिलांनी स्वतःत बदल करून घ्यावेत, हा आपला अट्टहास कमी होऊ लागतो. मग त्यांच्याशी आपलं जे वर्तन आहे, त्यातच बदल करावासा वाटतो. यातून बरेचसे वादविवाद कमी होऊ शकतात.''

आपल्या समाजातील बहुतांश लोकांची (विशेषत: मध्यमवर्गीयांची) मानसिकता एक चाकोरीबद्ध जीवन जगण्याची असते. व्यावहारिक यशाला ते प्रमाणापेक्षा अधिक महत्त्व देतात. व्यावहारिक यशातही आर्थिक निकष सर्वांत महत्त्वाचा मानतात. या मानसिकतेमुळे त्यांच्या व्यक्तिमत्त्वविकासात अडथळे येतात.

पंचविशी-तिशीत लग्न झालेली माणसं चाळिशीत स्थिरावतात. नोकरी-व्यवसायाची दिशा व प्रगतीची मर्यादा निश्चित झालेली असते. नवं काही समजून घेण्याची, शिकण्याची ऊर्मी संपुष्टात आलेली असते; राहिलेल्या इच्छा-आकांक्षा आपल्या मुला-मुलींनी पूर्ण कराव्यात, अशी पळवाट स्वतःच्या मनाला दाखवलेली असते मग मुला-मुलींचा उत्कर्ष किंवा त्यांचा पराभव हाच त्यांच्या आई-वडिलांचा होऊन जातो.

एकंदरीत विचार केला, तर असं चाकोरीबद्ध जीवन जगणाऱ्यांच्या बाबतीत

असंच म्हणावं लागेल.

नवं काही शिकणं, समजून घेणं थांबवून, सरळ मार्गाने निघालेल्या माणसांच्या बाबतीत सर्वांत मोठी शोकांतिका काय घडते? आपला पंचवीशी-तिशीचा अनुभव घेऊन ते पुढील वाटचाल करतात. मुलं-मुली तारुण्यात येतात, तेव्हा मधल्या पंचवीस-तीस वर्षांत झालेल्या सामाजिक-सांस्कृतिक बदलाचं नीट आकलन त्यांना झालेलंच नसतं. सभोवताली काय घडतंय, याचा विचार व विश्लेषण करण्याचं त्यांनी टाळलेलं असतं किंवा त्यांना वेळच मिळालेला नसतो.

परिणामी, आपल्या मुलांची-मुलींची जडण-घडण कशी झाली, त्यांचे प्रश्न काय आहेत, हे समजून घेणं त्यांच्या आवाक्याबाहेर जाते. मुला-मुलींचा भावनिक स्तर ओळखण्यात ते असमर्थ ठरतात. परिणामी, 'ही आजकालची पोरं अशी का वागतात?' किंवा 'आमच्या वेळी नव्हतं बुवा असं' असे हताश उद्गार काढले जातात.

मुलं-मुली तारुण्यात येतात, तेव्हा त्यांचे आई-वडिलांशी असणारे संबंध तणावपूर्ण का बनतात; याचा विचार केला, तर अनेक धक्कादायक निष्कर्ष हाती येतात. बालवयात व किशोर अवस्थेत असणाऱ्या मुला-मुलींची बऱ्यापैकी ओळख आई-वडिलांना असते. पण त्याच काळात आपल्या मुलांच्या अनेक सुप्त इच्छा-आकांक्षा आई-वडिलांनी मारून टाकलेल्या असतात.

एक तर मुला-मुलींचे सुप्त गुण ओळखण्यात आई-वडील कमी पडतात. कोणी लक्षात आणून दिले, तर 'स्कोप नाही' म्हणून दुर्लक्ष करतात. याउलट, कधी कधी मुलाची-मुलीची 'कुवत' समजून न घेता त्याच्यावर नको ती जबाबदारी लादली जाते. कधी कधी छोट्या-छोट्या दोषांचं भांडवल केले जाते, तर अनेक वेळा मोठ्या दोषांकडे दुर्लक्ष केले जाते. रोजच्या परिचयातील अनेक वाईट सवयी, बोलणं किंवा असभ्य भाषा याकडे कौतुकानं पाहिलं जातं.

या सर्व विसंगती सुरुवातीला त्रासदायक वाटत नाहीत, पण नंतरच्या काळात जन्मदाते व मुलं यांच्यातील दरी रुंदावण्याचं काम त्या करतात. अनेक सुसंस्कृत ध्येयवेडी माणसं आई-वडील म्हणून सुमार कामगिरी बजावतात, तर अनेक सुमार दर्जाची माणसं चांगली कामगिरी बजावताना दिसतात. तेव्हा 'आई-बाप व मुले' या नात्यातील प्रचंड गुंतागुंत ध्यानात येते.

तरीही एक प्रश्न शिल्लक राहतोच. आई-वडिलांकडे 'थर्ड अँगल'मधून का बघायचं? त्यांची चिकित्सा का करायची? उत्तर सोपं आहे.

त्यांना अधिक समजून घेण्यासाठी, आपल्या अंतरंगात डोकावण्यासाठी.

त्यांच्याशी आपले भावनिक नातेसंबंध आणखी घट्ट करण्यासाठी.

आपल्या चुका शोधून आपल्या वर्तनात योग्य सुधारणा करण्यासाठी आणि; 'हेचि फल काय मम तपाला' असे हताश उद्‌गार काढण्याची त्यांच्यावर वेळ येऊ नये, यासाठी!

याची चिकित्सा या पंचवीस-तीस वयोगटातील युवकांनीच का करावी?

कारण, याच काळात ते सम्यक्‌पणे पाहू शकतात.

उपजीविकेसाठी नोकरी-व्यवसायाची आणि जीवनसाथीची निवड याच काळात केलेली असते.

स्वत: आई-वडील होण्याचा टप्पाही जवळ आलेला असतो.

एका परिपक्व अवस्थेतून दुसऱ्या परिपक्व अवस्थेत जाण्याचा हा काळ असतो.

मागच्या पिढीच्या बहुतांश लोकांनी पुरेशी किंवा अजिबात तयारी होण्यापूर्वीच गृहस्थाश्रमात प्रवेश केला होता आणि आई-बापाची जबाबदारी स्वीकारली होती. त्यामुळे दोन पिढ्यांतील दरी जास्त होती.

आपल्या पुढच्या पिढीत ही दरी किंवा 'जनरेशन गॅप' कमी करायची असेल, तर आपल्या आई-वडिलांकडे व एकूणच मागच्या पिढीकडे चिकित्सक दृष्टीने पाहायला हवे. त्यांनी केलेल्या चुकांची पुनरावृत्ती होणार नाही, याची काळजी घ्यायला हवी. हे करता आलं, तर आपण आपल्या मुलांकडेही चिकित्सक दृष्टीने पाहू शकू.

आपल्या आई-वडिलांच्या (मुलगा-मुलगी म्हणून) जबाबदाऱ्या एका बाजूला आणि आपल्या मुलांच्या (आई-वडील म्हणून) जबाबदाऱ्या दुसऱ्या बाजूला— असं तारेवरच्या कसरतीचं काम या टप्प्यात आपल्याला करावयाचं आहे. थोडासा तोल इकडे किंवा तिकडे गेला, तरी दु:खच वाट्याला येईल याचीही जाण ठेवायला हवीच अर्थात!

शिवाय याच टप्प्यात यशाची नवनवी शिखरं खुणावीत असतात. म्हणून आपलं व्यक्तिमत्त्व खुरटणार नाही, बौद्धिक वाढ खुंटणार नाही याची काळजी घेणंही तितकंच आवश्यक आहे; अन्यथा पंधरा-वीस वर्षांनी 'मदर्स डे' आणि फादर्स डे' साजरे केले जातील, तेव्हा 'आपण संदर्भहीन झालो आहोत' असे वैफल्यग्रस्त उद्‌गार बाहेर पडतील!

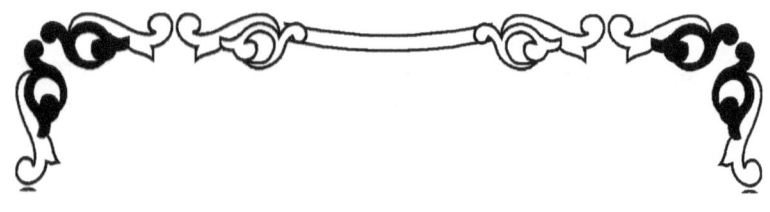

१०
वाळवंटातील हिरवळी

आज महिन्यातला चौथा रविवार होता. अप्पांनी असा नियम केला होता की, दर महिन्याच्या चौथ्या रविवारी या ज्येष्ठांच्या समस्यांवर आपापली मते नोंदवावीत. आपल्या कौटुंबिक व सामाजिक व्यवस्थेतील बरे-वाईट सांगावे.

दोन वर्षांआधी टेलिफोन खात्यातून सेवानिवृत्त झालेले श्री. जैन हे जरा उशिराच आले. उशिराचे कारण विचारले, तर एक वेगळीच कथा समोर आली. ते म्हणाले, ''आज जरा स्थानिक रुग्णालयात गेलो होतो. आज एकादशी आहे आणि प्रत्येक शुद्ध एकादशीला मी सामान्य रुग्णालयात जाऊन गरीब वृद्ध रुग्णांना फळे देत असतो. हा माझा नित्यक्रम गेल्या दोन वर्षांत कधी चुकला नाही. त्यामुळे आज उशीर झाला.''

जैनसाहेबांचा हा रुग्णसेवेचा उपक्रम अनेकांनी आदर्श घ्यावा, असाच होता. सामान्य रुग्णालयात भरती होणाऱ्यांची गर्दी ही गोरगरिबांचीच असते. त्या रुग्णांना जेवण मिळायची मारामार असते. फळे वगैरे तर त्यांच्या नशिबात कुठून मिळायला! जैनसाहेब म्हणाले, ''माझ्या पेन्शनीतला दहा टक्के भाग मी असा खर्च करतो.'' सर्वांनी जैनसाहेबांचे अभिनंदन केले.

आज देशमुख बोलावयास उभे राहिले. ते म्हणाले, ''नियम झाला असला, तरी त्यालाही अपवाद असतातच ना! आणि सगळेच काही वाईटच झाले आहे, अशी हाकाटी पिटण्यातही फारसा अर्थ नाही. परिस्थिती अगदीच हाताबाहेर गेलेली नसली, तरी ती तशी होण्याआधी प्रयत्न करणे तर ओघानेच येते. काही चांगली उदाहरणेही आहेत.'' देशमुख पुढे म्हणाले,

''जेव्हा तेव्हा नव्या पिढीलाच सरसकट दोष देणे काही बरोबर होणार नाही. प्रत्येक वेळी मुलं किंवा सुना दोषीच असतील, असेही नाही. सगळ्यांना— म्हणजे नव्या पिढीला एकाच तराजूत तोलणे योग्य होणार नाही.''

"आपण समजतो; नपेक्षा जो बाऊ तयार करतो, ते थांबवून त्यावर सांगोपांग चर्चा घडवून आणल्या पाहिजेत. जगात कुठे काय चालले आहे, हे तपासले पाहिजे. आपले मर्यादित क्षेत्र अथवा परिसर व त्यातले मर्यादित अनुभव घेऊन शितावरून भाताची परीक्षा करणे कदाचित चुकीचे होऊ शकेल.''

देशमुख आणखी म्हणाले, "समाजामध्ये कुठेही नेहमी अशीच चर्चा ऐकायला मिळते की, नवी पिढी ज्येष्ठांचा अनादर करते. समाजात या ज्येष्ठांना अजिबात मानसन्मान मिळत नाही. त्यांना हिडिसफिडिस करतात. अगदी आभाळ कोसळल्याची हाकाटी पसरते. परंतु, हे सरसकट खरे नसते. उगाच एखाद्या गोष्टीचा बाऊ करण्यात अर्थ नाही. नव्या पिढीला संपूर्णपणे दोषी धरणे माझ्या मते गैर आहे.''

देशमुखांचा हा पवित्रा बघून ज्येष्ठांच्या भुवया ताणल्या गेल्या. जो-तो आश्चर्याने त्यांच्याकडे बघू लागला. सर्वांच्या नजरेत एक भले मोठे प्रश्नचिन्ह साकारले होते. देशमुखांनी सगळ्यांच्या नजरेत निरखून पाहिले. त्यांच्याविषयीचा अविश्वास त्यात ठासून भरलेला होता. त्यांनी मुद्दामच एक मोठा पॉज घेतला. एक दीर्घ श्वास टाकून ते शांतपणे पुढे म्हणाले,

"आपण नेहमीच सर्व जगाला एका चाकोरीत बसवायला बघतो. जे-जे काही नकारार्थी, ते-ते चट्कन स्वीकारतो. नपेक्षा, जे सोईचे तेच बरोबर, अशी सोपी व्याख्या करतो. प्रत्येक गोष्टीला दोन बाजू असतात, ते विसरतो. स्वार्थ साधला की, आपल्याला झाल्या-गेल्याची आठवण होत नाही. जे मिळाले ते माझे हक्काचेच होते व आता मला आणखी काही मिळाले पाहिजे, यासाठी आपण हात पसरलेला असतो. या विचारसरणीतून आपण बाहेर पडायला हवे.''

ते म्हणाले, "मला नाण्याची दुसरी बाजू सांगायची आहे. आता बघा— आपण ज्येष्ठांची अवहेलना व न मिळणारे मानसन्मान किंवा फायदे-तोटे याबाबतीत बोलतो. बहुतेक सर्वांचा सूर याबाबतीत नकारार्थी असतो. मात्र हाच समाज आपल्याला कळत-नकळत बरेच काही देत असतो. या समाजाचे मिळून बनलेले सरकार आपल्या ज्येष्ठांसाठी काहीच करीत नाही, असे थोडेच आहे?

"बघा ना— आपली महाराष्ट्र एस.टी. ज्येष्ठांना अर्ध्या तिकिटाची प्रवास सवलत देते. तसेच रेल्वेमध्येसुद्धा ज्येष्ठ नागरिकांसाठी तिकीट दरात सवलत आहे. जास्त कशाला, आयकरातसुद्धा सूट मिळते आणि बँकांतूनसुद्धा ठेवीवर वाढीव व्याज मिळतेच की!

"माझ्या पाहण्यात तर असेही आलेले आहे की, ज्येष्ठांना वेगळ्या रांगेतून सरकारी कार्यालयात, रेल्वे स्टेशनवर, बसस्टॉपवर, डाकघरात, बसण्याची

वेगळी व्यवस्था असते. बसमध्ये वृद्धांसाठी राखीव आसने असतात. वाचनालयात ज्येष्ठांसाठी खालच्या मजल्यावर वेगळा वाचनकक्ष असतो.

"महाराष्ट्र सरकार निराधार वृद्धांना श्रावणबाळ योजनेतून मदत देते. संजय गांधी योजनेतून दरमहा ठरावीक रक्कम देते. हे सगळे आपण सकारात्मक दृष्टीने बघायला हवे."

"हे सगळे ठीक आहे हो— परंतु आपल्याच घरात आपण परके होतो आणि आपलाच पदोपदी अपमान होतो, त्याचे काय?" देशपांडे त्राग्याने म्हणाले.

"आपले म्हणणे बरोबर आहेच. मात्र असे सर्वत्रच घडते, असे मात्र नाही. अनेक घरांत ज्येष्ठांना सन्मान मिळतो. काही घरांतून तो तेवढ्या प्रमाणात मिळत नसेलही किंवा काही घरांतून तो अजिबात मिळत नसेल; म्हणून हा सर्वसामान्य नियम तर होत नाही ना? प्रत्येकाची परिस्थिती वेगळी व स्वभाव वेगळा. त्यात नवे व जुने सगळे आलेच. आणि सरकारी कायदे असतात तसे कायदे घरात नाही लावता येत. इथे हवेत काळजाचे कायदे, संस्कारांचे नियम आणि जबाबदारीची जाणीव, आपले उत्तरदायित्व निभावण्याची भावना."

देशमुखांचे भाषण लांबले पण त्याला कुणीच प्रतिवाद केला नाही.

देशमुखांचा युक्तिवाद बरोबर होता. त्यांनी आपल्या म्हणण्याला दुजोरा म्हणून वर्तमानपत्राचे एक कात्रणच सभागृहात वाचून दाखविले. कात्रणातील बातमीच्या लेखाचे शीर्षक होते—

'अहो, आईसाठी पाणावले सुनांचे डोळे!'

बातमीचा मथितार्थ किंवा आशय आपल्या शब्दांत सांगण्यापेक्षा देशमुखांनी तो संपूर्ण लेखच वाचून दाखविला.

"जन्मदात्या आईसाठी अनेकांचे डोळे ओले होतात, असे ऐकले होते; तसा प्रत्यक्ष अनुभवही घेतला होता. परंतु, सासूबाईंसाठीसुद्धा सुनांचे डोळे ओले झाले, याचा अनुभव आगळा-वेगळा वाटला.

"याच विषयावर पुण्याच्या कर्वेनगर परिसरातील 'उदयना ग्रुप'तर्फे मातृदिनाचे निमित्त साधून 'अहो आई' हा विषय बोलण्यासाठी दिला होता.

"अहो आई म्हणजे सासूबाई. आता सासूबाईंबद्दल कोण आणि काय बोलणार, अशीच काही जणींची प्रतिक्रिया होती. पण कार्यक्रम सुरू झाला आणि बहुतेक सगळ्याच जणी 'अहो आई'बद्दल भरभरून बोलल्या.

"एक म्हणाली, 'मला लग्नानंतर माझ्या सासूबाईंचा सहवास दोनच वर्षे लाभला. त्यात त्यांनी मला कुळाचार व निरनिराळे पदार्थ तयार करायला

शिकवले. घरातल्या माणसांबद्दल आई अगदी भरभरून बोलायच्या.' असे सांगताना तिला हुंदकाच फुटला. तिचा हा अनावर हुंदकाच 'अहो आई'बद्दलच्या भावना व्यक्त करून गेला होता.

"एका सुनेचा अनुभव तर फारच वेगळा होता. ती म्हणाली, 'माझ्या सासूबाईंनी मला एक मौलिक सल्ला दिला. त्या म्हणाल्या की, तू जॉब करतेस; तेव्हा नवऱ्याला तुझ्या कामात सहभागी करून घेत जा.' आपल्या मुलाला कामाची सवय लावणाऱ्या या 'अहो आई'चा तिला अर्थातच अभिमान आहे.

"साधारणपणे वयोवृद्ध म्हातारी माणसे व त्यातल्या त्यात स्त्रिया पूजा-अर्चा, कर्मकांड, अवडंबर, जुन्या रूढी जपण्याचा वृथा अहंकार आणि त्यातलं महत्त्व व माहात्म्य आपल्यालाच कळते, असा अहंमभाव दीर्घकाळ बाळगून असतात. ही त्यांची वागणूक कुटुंबातील इतरांच्या दैनंदिन कामात अडसर ठरते.

पूजा-अर्चा करून वातावरण शांत होण्याऐवजी गरम होऊ शकते आणि पूजा-अर्चा हीच घरात अशांती निर्माण होण्यास कारणीभूत ठरू शकते. परंतु, हेही समजून घेणारी एक सासूबाई आढळलीच.

"आपल्या मनोगतात 'आपली पूजा-अर्चा इतरांना अडसर ठरणार नाही' अशा पद्धतीने तसेच पूजेचं अवडंबर न करता सगळ्यांचं सगळं झाल्यावर पूजा-अर्चा करणाऱ्या 'अहो आई'चं कौतुक एका सुनेने केले— तेही अगदी दिलखुलासपणे.

"लग्नानंतर तुला सासरच्या घरात आल्यावर आईचे प्रेम मिळेल— असे सांगणाऱ्या 'अहो आई'ची आठवण सांगताना एका सुनेच्या भावना अनावर झाल्या होत्या.

"एका सुनेने तर वेगळाच अनुभव सांगितला. ती म्हणाली, 'आम्ही एकमेकींना अगं-तुगं म्हणतो. माझ्या वयाच्या पाचव्या वयापासून आमची ओळख आहे. सासूबाईंचं व माझं त्यांच्यावर खूप प्रेम आहे.' हा अनुभव खरोखरच आगळा-वेगळा आहे. सासू-सुनेचं अगं-तुगंचं नातं विरळाच.

"सुनांमुळे सुखाचे दिवस बघावयास मिळाले, अशी कृतज्ञता व्यक्त करणाऱ्या सासूबाई म्हणजेच 'अहो आई' या कार्यक्रमात बघावयास मिळाल्या.

"स्वत:चा दृष्टिकोन सकारात्मक असेल तर समोरच्या व्यक्तीबद्दल सकारात्मक विचार आपण करू शकतो आणि असा विचार केला, तर आपल्या आईसाठी जसे आपले डोळे पाणावतात तसे 'अहो आई'बद्दलही पाणावतात, याचे दर्शन या कार्यक्रमातून घडले."

ममता ही माणसांच्या हृदयात उपजत असते. स्त्रियांच्यात तर असतेच

असते. परंतु स्त्रियांनाच जास्त दोषी धरण्यात येते. कधी कजाग खाष्ट सासू म्हणून, तर कधी घर तोडणारी सून म्हणून.

त्यातल्या त्यात ज्येष्ठांकडे ही संशयाची सुई जरा जास्तच सरकते. ज्येष्ठांना जरा समजून घ्या. हे पालुपद नेहमीच आळवले जाते. जणू काही ज्येष्ठ हे कायमचे पीडित असतात व तेच खरे मायाळू-दयाळू असतात वगैरे.

परंतु ज्येष्ठसुद्धा अनेकदा तऱ्हेवाईकपणे वागतात व आपलाच हेका चालवितात. कुणालाही समजून न घेता विक्षिप्त वागतात. त्याचा त्रास मधल्या पिढीला होतो व त्यांची बाजू कुणीच समजून घेत नाही. असाही युक्तिवाद करण्यात येतो.

ज्येष्ठ नागरिक संघाचे आमचे एक सर्वांत ज्येष्ठ सदस्य अनिरुद्ध देशपाण्ड्यांनंतर कार्यरत आहेत, ते म्हणजे शालिकराम भाऊ. ते ग्रामीण भागात राहतात. ते जिल्हा परिषदेच्या शाळेत शिक्षक होते. म्हणजे, खरे तर शाळामास्तर होते. सोळा वर्षांपूर्वी ते सेवानिवृत्त झाले. आता त्यांचे वय ७४ वर्षे आहे.

या गेलेल्या ७४ वर्षांकडे ते कधी कधी वळून बघतात. नव्हे, आम्हीच त्यांना बोलके करतो आणि 'गेले ते दिवस' असा नि:श्वास टाकून ते भूतकाळ सजवतात. ज्येष्ठ नागरिकांनी आपापले अनुभव सांगावेत, आपल्या जमान्यातल्या गोष्टी-व्यथा- वेदना-सुख इ.ची उजळणी करावी, असा त्यामागे उद्देश असला; तरी केवळ त्या आठवाव्यात व झालंच तर स्मरणरंजनाचा आनंद घ्यावा, हाच आमचा उद्देश असतो.

हे करताना त्याची नंतरच्या पिढ्यांशी किंवा आताच्या वातावरणाशी तुलना करावी, हा हेतू मुळीच नसतो. किंवा त्या जुन्या गोष्टी उगाळून दु:खी व्हावे, असा तर नसतोच नसतो. आपण कितीही नाही म्हटले, तरी आठवणी यायच्या किंवा त्या कुणाला सांगाव्या, असे वाटणे कुणालाही थोपवता येत नाहीतच. निदान त्या आणखी कुणाशी— त्यातल्या त्यात समवयस्कांशी— शेअर केल्या, तर ताज्या होतात.

ते दिवस आठवता-आठवता पूर्वजांचे किंवा गुरूंचे वा मित्रांचे स्मरण होते. आपलेच यश किंवा अपयश नजरेखालून घालता येते. कुणाविषयी कृतज्ञता व्यक्त केली जाते किंवा कुणाला दुवा दिला जातो. कटू आठवणी तेवढ्या मनात घोळवू नयेत व त्यामुळे झालेल्या जखमांवरच्या खपल्या काढून त्या भडभडू नयेत याची दक्षता मात्र घ्यावीच, हे काय वेगळे सांगायला हवे?

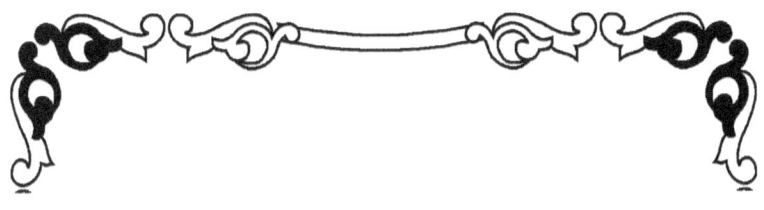

११
अनुभवांचे संचित

''पेन्शनर्स असोसिएशनच्या अथवा ज्येष्ठ नागरिकांच्या मासिक सभेत आपले गत आयुष्यातील अनुभवकथन करावे व वर्तमानातील वातावरणाचे आपल्याशी संबंधित असल्यास अनुभव सांगण्याचा आम्ही या वर्षात कार्यक्रमच ठरवला आहे. किमान दोघांनी आपले अनुभव सांगावेत, असे ठरले आहे. त्यावर विचारमंथन करावे, हा परिपाठ आहे.'' अप्पांनी आज सुरुवातच अशा शब्दांनी केली होती. ते पुढे म्हणाले,

''त्यात समस्या असतील, तर त्यावर चर्चा करावी. कदाचित ते अनुभव इतर समवयस्कांचेही असू शकतील. त्यावर चर्चा होईल. कुणाच्या खासगी आयुष्यात नाही डोकवायचे, असे ठरले तरी ज्या अनुभवांची व्याप्ती वातावरणाला सारख्याच प्रमाणात वेढून असते; तेव्हा ते सार्वत्रिक म्हणून सामूहिक स्वरूपाचे असू शकतात. काही सुखाचे, तर काही वेदनेचे, करुणेचे व कृतज्ञतेचेही असू शकतात. ते सगळ्यांनी आता नव्याने शेअर करावयाचे, हा प्रांजळ उद्देश त्यामागे आहे, हे समजून घ्यावे.''

अशा काही शहरी व काही ग्रामीण वृद्धांचे मनोगत जाणून घ्यावे, असे खूप वेळा वाटून गेले. परंतु आपले निजी जीवन लोकांसमोर येऊ नये, अशाच मताचे बहुतेक जण आढळले. म्हातारपणात जे काही भोगायचे व सोसायचे, त्याला आपल्या नशिबाचा भोग मानायचे; तर मग इतरांना दोष कशापायी द्यायचा, हेच पारंपरिक मत पडले बहुतेकांचे.

मनातून आपल्या पोरांना शिव्या घालणारेही आपल्या आयुष्याची लक्तरे अशी जाहीरपणे वेशीवर टांगायला तयार नव्हते. यातून झालीच तर आपल्या कुळाची व मुलांची— म्हणजेच पर्यायाने आपलीच बदनामी होईल, अशी त्यांची भावना होती म्हणून त्यांनी जे काही सांगितले ते विसरून जा, असेच ते

मला सांगू लागले.

अर्थात त्यांच्या कुटुंबातील सदस्यांचे दोष तेवढे गोळा करण्याचा माझा मानस नव्हताच. मात्र वृद्धांच्या होत असलेल्या अवहेलनेला जबाबदार त्यांची संततीच ठरत होती. समाज तर वृद्धांनाच झुकते माप देणार होता. सहानुभूतीचा काटा वृद्धांकडेच वळत होता. नव्या पिढीला ते सुखावह वाटणारे नव्हते. म्हणून कोण कशाला हात दाखवून अवलक्षण करणार!

अप्पांचे एक मित्र खेड्यावर राहतात. ते या ज्येष्ठ नागरिक संघाचे सभासद नाहीत. मात्र साहित्याच्या माध्यमातून अप्पांना नेहमी येऊन भेटतात. त्यांच्याविषयी त्यांच्या घरी जाऊन अप्पांनी बरेच काही जाणून घेतले. ते सांगताना अप्पा म्हणाले,

"तब्बल ८६ वर्षे वय असलेले माझे साहित्यिक मित्र श्री. शंकर विठोबा पाटील हे एका सुखवस्तू घरातले. मुलांची सांपत्तिक स्थिती चांगली. त्यांना दहा वर्षांआधी पत्नी-वियोग झाला. तेव्हापासून ते एकाकी, परंतु एका मुलासोबत राहतात. आपला पुस्तकांचा व्यासंग जोपासतात. परंतु मन लागत नाही. आयुष्याचा जोडीदार निघून गेल्याचे दुःख व पोकळी भरून काढता येतच नाही. आता केवळ मरणाची वाट बघायची— असे उद्विग्नतेचे उद्गार ते काढतात.

"या वयात मिळालेले सुख उपभोगायचे, ते दोघांनी मिळूनच. कारण ते मिळविण्यात आपल्या अर्धांगिनीचाही वाटा असतो. म्हणून ताटात सोन्याचा घास वाढला तरी तो गोड कसा लागेल? शंकर विठोबांचे मत योग्यच आहे."
ते पुढे म्हणाले,

"म्हातारपण हीच मुळात शिक्षा असते; ती भोगावीच लागते, असे मानू नये. त्याला जबाबदार कोण आहेत याचा हिशोब करून आणखी दुःखी होऊ नये. म्हातारपणीच्या जीवनाचा आर्थिक स्थितीवरील, शैक्षणिक स्तरातील फरक पाहून; घरदार, शेजारी, सवंगडी, शाळा शिक्षक आदींचे आपल्यावर होणाऱ्या संस्कारांनुसार आपली वेगवेगळ्या घरी वेगवेगळी जडण-घडण होत असते. त्याप्रमाणे विविध घरांतील व विविध स्तरांतील वृद्ध स्त्री-पुरुषांचे वेगवेगळ्या प्रकारांचे हाल होतात. क्वचितच सहज मरणाचे सुखही मिळत नाही, तर सुखाचे मरण कोठले? याविषयी भिन्न मते व भिन्न अनुभव बघावयास मिळतील. संत तुकाराममहाराजांच्या शब्दांत 'कळो येईल अंतकाळी । प्राण प्रयाणाचे वेळी । राहती निराळी । रांडापोरे सकळ ।'"

"हे शंकर विठोबा पाटील म्हणतात— 'मानवाचे सर्वांत कार्यक्षम वय

पन्नाशीपर्यंतच असते. त्यानंतर आपल्या कार्यक्षमतेचा ऱ्हास सुरू होतो. म्हणजेच— आपल्या कार्यक्षमतेचा ऱ्हास, म्हणजेच नाश. ते वय पन्नास. त्यानंतर येते ते साठ वर्ष वय. ही 'साठी बुद्धी नाठी असते' असे गृहीत धरूनच की काय, माणसाला सरकारी सेवेतून निवृत्त करून घरी बसवतात. तो सन्माननीय पेन्शनर बनतो.

"यानंतर आलेल्या सत्तर वयाचे काही खरे नाही. सत्तर म्हणजे माणूस बनतो फत्तर. त्यानंतर येते ते वय अस्सी आणि हे 'अस्सी' म्हणजे माणूस होतो पूर्णपणे खस्सी. त्यानंतरही जगला-वाचलाच तर नव्वदीला येतो. या नव्वदीचे काय वदावे? न-वद, म्हणजे काही सांगू नकोस आणि शेवटी शत म्हणजे शंभर. शत म्हणजे त्याची काय वदावी गत; कुठेच न उरते पत, ते शत!"

अशा अफलातून व सहज पटण्यासारख्या आयुष्याच्या टप्प्या-टप्प्यांच्या व्याख्या शंकर पाटलांनी सांगितल्या. मोठी गंमत वाटली आणि नवलही.

शालिकरामभाऊ तसा मोकळ्या मनाचा माणूस. काहीही लपवाछपवी न करणारा, जुना परंपरावादी स्वभावाचा. तरीही नव्या पिढीला समजून घेणारा व आपले वागणे-म्हणणे पटवून देणारा. त्यांच्याच शब्दांत सांगावयाचे झाल्यास—

"बालपणापासूनच माझे सगळे जीवन कष्टमय. गरिबीचे चटके पदोपदी सोसावे लागल्यानंतर दुसरे काय होणार? वरवट म्हणजे तीन-चारशे घरांचं खेडेगाव. तिथेच इयत्ता चौथीपर्यंत शिक्षण झालेलं. आता पुढे काय? शिक्षणाची आवड तर भारी. म्हणून संग्रामपूर या जरा मोठ्या खेड्यात आणि तसल्याच एका उरळ नावाच्या खेड्यात नातेवाइकाच्या आधाराने पुढील शिक्षण घेतले कसेबसे. पायी, उन्हातान्हातून, काट्याकुट्यांतून जायचे अनवाणी; परंतु एक रुपयाला मिळणारी चप्पल घेण्याचीही ऐपत नव्हती.

"रखरखत्या उन्हात विस्तवासारख्या तापलेल्या धुळीतून जायचे म्हणजे मरायचेच काम. अशा वेळी कित्येकदा पायाला पळसाची हिरवी पाने बांधून रस्ते पार केले, परंतु शाळा चुकवली नाही.

"सातवी पास झालो आणि प्राथमिक शाळेवर शिक्षक म्हणून नोकरीला लागलो. शिक्षकाचा पवित्र पेशा मिळाला याचा आनंद होताच, परंतु तो चार वर्षांतच मावळला. मला एका भयंकर व्याधीने ग्रासले. सुटी घेऊन घरी बसण्याशिवाय पर्याय नव्हता. चार वर्षे बिनपगारी काढून घरी बसलो. आजारातून बरा झालो. आभाळ फाटले होते, तरीही मन मात्र उसवू दिले नाही.

"त्या काळात घरात एक वेळ चूल पेटायची. माझा मुलगा त्या वेळी

एकलारा शाळेत पायी जायचा. त्याला जेवणाचा डबा कसा करून द्यायचा, हा प्रश्न माझ्या पत्नीला पडायचा. ज्वारीची भाकरी आणि मिरचीचा ठेचा त्याच्या डब्यात— म्हणजे फडक्यात बांधून दिलेल्या शिदोरीत— देताना तिच्या डोळ्यांत आसू येत.

"अशी महाभयंकर परिस्थिती होती. यात जराही अतिशयोक्ती नाही. सारेच भयानक होते. तरीही मी धैर्याने दिवस काढत होतो... आणि मला देव पावला. मी माझ्या जीवघेण्या व्याधीतून मुक्त झालो. पुन्हा शिक्षकाच्या नोकरीत रुजू झालो. सुखाचे दिवस पुन्हा आले.

"मात्र हा अवती-भवतीचा समाज आजही मला समजून घेत नाही. पदोपदी अपमान सहन करावा लागतो. तो मी कधीच मनावर घेतला नाही व मी माझ्या ध्येयापासून ढळलो नाही. विद्यादानाचे पवित्र कार्य करीत राहिलो.

"नव्या पिढीला घडवण्याचे आम्हा शिक्षकांचे काम आहे. त्यात कुचराई करणे म्हणजे पाप आहे, असे मी मानत होतो. माझ्या सेवेत प्रामाणिकपणा व सेवाभाव होता. मी नवे आदर्श निर्माण केले. जिद्दीने काही वेगळे करून दाखवण्याचा धडा शिकवला. लोकप्रबोधनासाठी स्वतः कलापथक तयार केले. हातात डफ घेऊन स्टेज कार्यक्रम केले. समाजाची जागृती व अंधश्रद्धेतून मुक्ती करण्यासाठी पदरमोड करून गावोगावी कार्यक्रम केले.

"वऱ्हाडी कवितांचे स्टेज-शो केले. अर्थात, माझ्या या अफलातून वागण्याने व समाजाची दुःखे विकत घेण्याच्या वृत्तीमुळे माझ्याच कुटुंबीयांना अनेकदा त्रास सोसावा लागला. मात्र, त्यांनीच मला समजून घेतले व सहन केले. आम्ही आमचे भूतकाळाचे दिवस विसरण्याचा प्रयत्न करीत होतो, कारण आता सुखाचे दिवस आले होते. त्या कटू स्मृती आठवून काय मिळणार?

"मी सुखासमाधानाने सेवानिवृत्त झालो. काटकसर करून आपल्या हौसा-मौजा बाजूला ठेवल्या होत्या. पत्नीने आपली सोन्याच्या दागिन्यांची हौस दूर सारली होती. आपले सुखाचे दिवस बघण्यासाठी ते आतूर होते. म्हणून चार पैसे हातात पडले तरी ते जपून ठेवले. त्यामुळेच तर चार एकरांचा मळा उभा झाला. त्यात माझ्या पत्नीने व शाळकरी मुलानेसुद्धा घाम गाळला आणि मोती पिकविले.

"माझ्या चाकोरीबद्ध आयुष्याचे व कष्टाच्या जीवनाचे बाळकडू मिळाले म्हणून की काय, माझा मुलगा चांगला निघाला. निर्व्यसनी मुले मिळायला आजकाल भाग्य लागते. त्याने आपला हॉटेलव्यवसाय व बर्फाच्या निर्मितीचा उद्योग सुरू केला. त्यात त्याला अभूतपूर्व यश मिळाले. आता तो लक्षाधीश

आहे. माझ्या गवताच्या झोपडीवर डोळ्यांत भरेल असा बंगला उभा करीत आहे.

"तुम्ही म्हणाल, हे आपलीच प्रौढी मिरवणारे भाषण कशासाठी? मला माझी स्तुती करायची नाही, की सोसलेल्या दु:खाची उजळणीही करायची नाही. मला हे अशासाठी सांगावेसे वाटले की, माझ्या आयुष्याचा हा उत्कर्ष झाला व त्याला गोड फळे आली ती केवळ घरातल्या सदस्यांच्या आपसी समजुतीमुळे, एकमेकांना समजून घेतल्यामुळे!

"मी सेवानिवृत्त झालो व आता माझी अर्धी लाकडे स्मशानात गेली असली, तरी माझे माझ्या घरात तेवढेच आदराचे स्थान आहे— जे आधी होते. परक्या घरातली मुलगी सून म्हणून आली तरी ती मला तेवढेच समजून घेते, जेवढी माझी पत्नी समजून घेते. हा महत्त्वाचा मुद्दा आहे. म्हणून माझ्या आयुष्यात आता या संधिकाळाच्या समयाला काळजी नावाचा शब्द नाही. मला म्हणूनच एकटेपण वाटत नाही.

"नव्या पिढीच्या सदस्यांची जीवनपद्धती जरा वेगळी आहे. त्यांच्या सवयी किंवा आचार-विचार बदलले आहेत. त्यांचे तांत्रिक ज्ञान व अनुभवाचा अवकाश आमच्या पिढीला दिपवून टाकणारा आहे, हे मलाही कळते. मात्र मला त्याचा अडसर होत नाही. मला त्यात गैर काही वाटतही नाही. ते जे करतात, ते बाकी सगळं जग करीत आहे; म्हणून मला ते चुकीचे वाटत नाही.

"आणि माझेच सगळे बरोबर आहे, हा अट्टहास तरी कशाला धरावा म्हणतो मी? खरे तर मी त्यांच्या वयाचा होतो, त्या वेळीसुद्धा माझे बाबा व आजोबा माझ्या दृष्टीने जुन्या मताचेच होते. हे प्रत्येक पिढीला असेच वाटत असते.

"सृष्टीचे परिवर्तनाचे चक्र सतत फिरत असते. वातावरणात बदल हे अपेक्षित असतात. नव्याची उत्सुकता असते. जुन्याचा कंटाळा येतो. हे असे चालायचेच.

"उगाच 'आमच्या काळात असे नव्हते बुवा!' अशी हाकाटी पिटत बसण्यात अर्थ नाही. त्याउलट 'आमच्या वेळी आम्हाला असे का सुचले नाही?' असा विचार करायला शिकले पाहिजे व नव्यांचे कौतुक करायला शिकले पाहिजे.

"ज्येष्ठांनी नव्यांशी जुळवून घ्यावे हा माझा सल्ला आहे, उपदेश नव्हे. कारण ज्येष्ठांना मोठा अनुभव असतो. आयुष्यात त्यांनी अनेक प्रसंग अंगावर घेतलेले असतात. बऱ्या-वाईटाचा अनुभव व त्यातून सहीसलामत निसटण्याचा

मार्ग त्यांना ज्ञात असतो.

"आणि सर्वांत महत्त्वाचे म्हणजे दया-क्षमा करण्याचे औदार्य त्यांच्याच जवळ असते. हे औदार्य दाखवायला हीच संधी लाभली आहे; तिचे सोने करावे, असे मला वाटते.

"म्हणून एक लक्षात ठेवावे की— आपले आता थोडे दिवस उरले आहेत. ते 'ठेविले अनंते तैसेचि राहावे, चित्ती असू द्यावे समाधान,' या तुकोबाच्या उक्तीप्रमाणे; खळखळ न करता घालवावेत— हाच सुखाचा मंत्र आहे."

शालिकरामभाऊंच्या बोलण्यात व वागण्यात सच्चेपणा आहे. त्यांचे अनुभव हे त्यांचे स्वतःचे आहेत. परिस्थितीच्या भट्टीत तावून-सुलाखून निघालेले आहेत. आत्मकेंद्रित झालेल्या नव्या पिढीला समजून घेताना त्यांनी आपले कसब पणाला लावले होते. आपला तोल सांभाळला होता. त्यात ते यशस्वी झाले होते. उगाच नव्या पिढीला दोष देत आपल्या पराक्रमाचे पोवाडे ते गात बसले नाहीत.

उपस्थित सहकारी ज्येष्ठ नागरिकांनी आग्रह करून-करून त्यांना विचारले की, हा सुखाचा मंत्र कोणता? ही कसरतीची भाषा व कृती कोणती?

त्यांच्याच तोंडून ते ऐकण्याची सगळ्यांची इच्छा होती. शिक्षकी पेशात आयुष्य काढलेला तो प्रगल्भ माणूस; आपला मराठीचा तास घ्यावा, अशा आविर्भावात सांगू लागला. पिरियड संपल्याचं भान नाही, एवढ्या एकाग्रतेने सगळे ऐकत होते.

"मित्रांनो, आपण सगळेच खरे तर एकाच नावेचे प्रवासी. सगळेच संधिप्रकाशाच्या धूसर उजेडात वावरणारे. धड उजेडही नाही व धड अंधारही नाही, अशा किनाऱ्यावर येऊन थांबलेले.

"भविष्याच्या भयसूचक लाटा भेदरवितात व भूतकाळ आठवून आपले मन लाटांपेक्षाही उचंबळून येते. वर्तमान हा आपला नाहीच; तो आपण इतरांचा उपभोगायचा, त्यांच्या वर्तमानातच आपला सूर मिळवायचा.

"आपली आयुष्याची संध्याकाळ जवळ आली आहे, हे सगळ्यांनाच समजते. या मैलाच्या दगडावर बसून माणूस निवांतपणे आपला कर्तृत्वाचा भूतकाळ आठवतो. खाल्लेल्या खस्ताही त्याला स्मरतात. तो आपल्या मनाशीच स्वतःचं मूल्यमापन करतो.

"चांगलं काही घडलं असलं, तर त्याचं श्रेय स्वतःकडे घेतो व देवाचे आभार मानतो. वाईट काही असेल, तर त्याचा दोष तो नशिबावर ढकलतो.

"आपल्या कुटुंबाचा डोलारा सांभाळता-सांभाळता आलेल्या बऱ्या-वाईट

प्रसंगाला तोंड देत, न डगमगता समर्थपणे या मुक्कामावर आणून सोडण्याचा अहंकार त्याला स्पर्शून जात नाही असे नाही. तो अहंकार वेळोवेळी फणा वर काढून आपल्या अस्तित्वाची जाणीव इतरांना करून देत असतोही. आणि, हाच अहंकार आतापर्यंत केलेल्या कर्तृत्वावर पाणी फिरवतो.

"सुमारे वीस वर्षांच्या आधी बहुश: सर्वत्र एकत्र कुटुंबपद्धती होती. घरातील मोठ्या वडिलधाऱ्या माणसांचा नव्याने संसार थाटलेल्यांना आधार वाटायचा. मोठी माणसे तर आपल्या वंशाच्या दिव्याला व वाढत्या संसाराच्या वेलीला जीवापाड जपायची. त्यांच्यासाठी वाटेल त्या सुखाचा त्याग करायची.

"मुले, सुना व नातवंडे यांचं गोकुळ झालेलं पाहिलं की, त्यांचं जगण्याचं प्रयोजन सार्थकी लागलं, असं त्यांना वाटायचं. त्यांच्या भविष्यासाठी चार पैसे अथवा जमीन-जुमला गोळा करण्यात त्यांची हयात जायची. आपुलकीच्या नात्याची घट्ट वीण अशी आपसूक विणली जायची. नैतिक कर्तव्य व पवित्र नात्याची जपणूक त्यामुळे आपोआप होत असे.

"परंतु गेल्या दोन-तीन दशकांपासून सगळी चक्रे उलटी फिरू लागली की काय, असे वाटायला लागले. खेड्यात असो की शहरात; मुले व मुली म्हणजे सुना— म्हणजेच तरुण-तरुणी यांना शिक्षण किंवा उच्च शिक्षण म्हणा हवे तर; मिळू लागले.

"ही मंडळी उच्च विद्याविभूषित होऊ लागली. त्यातून त्यांना आपले करिअर घडवण्याची व व्यक्तिगत स्वातंत्र्य जपण्याची प्रकर्षाने जाणीव झाली. स्वत:चा विचार स्वत: करण्याची क्षमता व मानसिक गुलामगिरी नाकारण्याची शक्ती त्यांच्यात निर्माण झाली, हे तर नाकारताच येणार नाही. हे तुमच्या, माझ्या व सर्वांच्याच कुटुंबात घडले किंवा घडते आहे; त्याची चिंता कशाला करावी?

"या व्यक्तिगत स्वातंत्र्याच्या हव्यासापायी मुलाला तो कर्ता झाल्यावर व लग्न होऊन नव्याने सासरी नांदायला आलेल्या सुनेला आपली भावी संसाराची स्वप्ने सजवण्याच्या मार्गात कुणाचीच लुडबूड किंवा भागीदारी नको असते. त्यांच्या आपल्या योजना असतात. त्यांचं विचारविश्व वेगळं असतं. नवं फॅशनेबल जग व जागतिकीकरणाच्या वेगात त्यांनाही पुढे-पुढे जावेसे वाटते. आजूबाजूला सहकारी स्पर्धक असतातच. खरी कुचंबणा होते ती या नव्यांची.

"संस्कृती, परंपरा व मूल्ये; त्यासाठी जुन्या त्याच त्या निरर्थक वाटणाऱ्या गोष्टी उराशी कवटाळणारे आई-वडील म्हणजेच सासू-सासरे यांच्याशी जुळवून

घेणे म्हणजे त्यांच्यापुढेच खरा पेच असतो. म्हणून घराघरांतून वैचारिक दरी रुंदावताना दिसते. त्यातूनच जुने हेच त्यांच्या प्रगतीच्या मार्गातील अडसर ठरतात. आणि म्हणून, ज्येष्ठ हीच एक घरातील समस्या बनते.

"आयुष्यात टक्के-टोणपे खात, खाचखळगे पार करीत हे कुटुंब व हे घर आणि जमवलेली गंगाजळी त्यांच्या समर्थपणाची साक्ष देत असते; हे खरे असले, तरी त्याची उजळणी कितीदा करावी? त्याचा अहम् किती उराशी कवटाळावा?

"शिवाय 'आमच्या वेळी असे नव्हते; आमच्या वेळी अमुक अशी शिस्त होती; आम्ही थोरा-मोठ्यांचा मान राखत होतो; अशा-अशा रूढी-परंपरा होत्या व त्या आम्ही कटाक्षाने पाळत होतो...' हे पालुपद वारंवार कशासाठी आळवायचे? मित्रांनो, यातूनच या दोन पिढ्यांतली वैचारिक दरी रुंदावते, खटके उडतात, घरातील शांतता भंग पावते. आपणच तेवढे आदर्श आणि आपणच तेवढे शिस्तबद्ध व बाकीचे म्हणजे नवे सगळेच नासमज; हा गैरसमज आहे— तो आधी काढून टाकावा.

"काळ बदलला आहे. तो कुणासाठीच थांबत नाही. नवी पिढी ही संगणक आणि इंटरनेटच्या वेगाने धावते. त्यांचे वास्तव वेगळे आहे. त्यांच्यासभोवतीचे वातावरण वेगळे आहे. त्यांचे आदर्श हे विज्ञान आहे. त्यांचे ज्ञानाचे माध्यम कॅल्क्युलेटर, संगणक आणि इंटरनेटचे जाळे आहे. ते परस्परांशी फेसबुकच्या माध्यमाद्वारे बोलतात. चॅटिंग करतात. शोध घेतात. अभ्यासही करतात.

"त्यांना तुमच्या चिऊ-काऊच्या व राजा-राणीच्या गोष्टींत रस नाही. त्यांना पूजा-अर्चा किंवा यज्ञ-यागात स्वारस्य नाही. ते वर्तमानात जगतात. ते भूत व भविष्याची पर्वा करीत नाहीत. त्यांच्या ज्ञानाच्या कक्षा रुंदावल्या आहेत. ते क्षितिजापार असलेल्या जगाचा वेध घेत आहेत. ते परग्रहावरच्या वस्तीचा शोध घेत आहेत.

"तुम्ही तुमचे कालबाह्य झालेले नाणे कशाला चालवून बघता? जुन्यांचे जसेच्या तसे पालन करणे त्यांना शक्य होत नाही. जुने त्यांना स्वीकारार्ह नाही व त्याचा आग्रह धरला तर मतभेद आलेच. प्रतिकार हा ठरलेलाच. त्यातून असंतोष व संघर्ष हा येतोच. कुटुंब दुभंगण्याचे हेच एकमेव कारण होय.

"हे कसे थांबेल? यावर उपाय काय? यावर अनेकदा चर्चा होते. चर्चासत्रेही होतात. काही जण विशेषत: ज्येष्ठ असे सुचवतात की— वृद्ध किंवा ज्येष्ठ नागरिक हे घराचे व कुटुंबाचे खऱ्या अर्थाने आधारस्तंभ असतात. ते

अनुभवसंपन्न असतात. त्यांनी सर्वांपेक्षा जास्त उन्हाळे-पावसाळे अंगावर झेललेले असतात. त्यामानाने इतर सदस्य हे अनुभवी व परिपक्व असतीलच, असे नाही. तसे असले, तर मतभेद किंवा तणावाची स्थिती उद्‌भवणारच नाही.

"म्हणून ज्येष्ठ नागरिकांनी पुढाकार घेऊन दोन पावले मागे यावे. नव्यांच्या विचारांना प्राधान्य द्यावे. आपले म्हणणे खरे असले तरी ते मागे ठेवावे. आपला हट्ट किंवा अहम् बाजूला ठेवावा. आपल्या कुटुंबासाठी एवढा त्याग करायला काय हरकत आहे?"

ज्येष्ठ नागरिक संघातील एक वयोवृद्ध व आमचे मित्र म्हणाले, "वृद्धांना माझे नम्र निवेदन आहे की, त्यांनी उगाच आपले म्हणणे रेटण्याचा आततायीपणा करू नये. त्यांनी आपल्या आयुष्याचा नकाशा समोर उलगडावा अन् झालेल्या प्रवासाचे एकदा सिंहावलोकन करावे.

"सुखाची वा दुःखाची अनेक स्टेशने लागली असतील प्रवासात. त्यांतल्या नेमक्या सुखाच्या स्टेशनावर बोट ठेवावे व प्रत्येक सुखाच्या आठवणीत रमावे. आपला इथवरचा प्रवास सुखाचा झाला, म्हणून परमेश्वराला धन्यवाद द्यावेत. पुढील प्रवासासाठी आशीर्वाद मागावेत."

नव्या पिढीचे सदस्य व ज्येष्ठ नागरिक यांच्यातील वैचारिक अंतर हे त्यांच्यातील भावनिक दरी रुंदावण्यास कारणीभूत ठरते, हे आपण पाहिले. त्यामुळे नातेसंबंध संपुष्टात येतात आणि जवळचे दूर गेले की, ज्येष्ठांचे हळवे मन आणखीच कच खाते. त्यांना एकटेपणाची जाणीव प्रकर्षाने व्हायला लागते.

असे वाटणे अगदी साहजिक आहे. आपल्याला कुणीच नाही असे वाटणे, हे भयानक व भयावह आहेच; परंतु त्याचाही एवढा बाऊ करून घेऊ नये. जगात कोणत्या ना कोणत्या कारणाने असंख्य माणसे एकटी आहेत. काही तर प्रचंड गर्दीत वावरत असूनही एकटी असतात व काही गोतावळ्यात राहूनही एकटेपणात कुढत बसतात.

अशा वेळी त्यांना भावनिक आधार देणं, हेच त्यावर औषध असते आणि तो नव्या पिढीने द्यावा, हेच बरोबर व आवश्यक असते. त्यांच्या दररोजच्या धावपळीत ही एक आणखी धावपळ त्यांनी अंगीकारायलाच हवी. ही गोष्ट तरुण मुले-मुली व सुनांनी आपल्या मनाला विचारायला हवी.

आपण आज सुपात असलो तरी उद्या जात्यात जाणार आहोत, याचे भान ठेवले म्हणजे समस्या ही समस्या वाटणार नाही किंवा ती सोडवण्याचा मार्ग सोपा होईल. म्हणजे काय की, दैनंदिन व्यवहारात कुटुंबातील प्रत्येक सदस्याने

जमेल तेवढी एकमेकांची काळजी घेणे आवश्यक आहे.

एकमेकांची काळजी घेणे म्हणजे तरी काय? याचे उत्तर अगदी सोपे आहे. आजच्या वेगवान जगात प्रत्येकाची आपली वेगळी जीवनपद्धती आहे. ती अर्थातच अतिशय वेगवान आहे. कामाचे वा शिक्षणाचे असंख्य प्रकार आहेत. नवरा-बायकोचे कार्यालयीन कामकाज वेगवेगळे व त्यांच्या वेळा निरनिराळ्या आहेत. दिवसाच्या चोवीस तासांत बदलणाऱ्या शिफ्ट आहेत. त्यांच्या आरामाच्या वेळा वेगवेगळ्या आहेत. मुलांच्या शाळेच्या किंवा महाविद्यालयाच्या अथवा ट्युशनच्या किंवा कोर्सेसच्या वेळा भिन्न-भिन्न आहेत.

यातील प्रत्येकाचे मित्रमंडळ, त्यांच्या सवयी व आशा-अपेक्षा त्यांना जपाव्या लागतात. पूर्वीसारखे एकसूरी जीवन राहिलेले नाही. नातलग जरी जवळ नसले तरी मित्र नावाचा नवा नातलग उदयास आला आहे. कार्यालयात किंवा खासगी कंपनीत बॉस नावाचा मालक असतो व नातेवाइकापेक्षाही त्याचे संबंध जपावे लागतात.

एकत्र कुटुंबात आई, बाबा, आजी, आजोबा, मुलगा, मुलगी आणि सूनबाई एवढे घटक असले; तर एकमेकांच्या कामाच्या प्राधान्यानुसार ज्याला-त्याला अग्रक्रम द्यायला हवा.

कुणाच्या कामाची अथवा वेळेची व त्यानुसार असलेल्या वाहनांची (गाडीची वा लोकलची वगैरे) वेळ लक्षात घेऊन आपले घोडे पुढे न दामटता सहकार्य करायला हवे. त्यामुळे संभाव्य वाद टळू शकतात.

आमचे एक ज्येष्ठ मित्र— जे आज ७५ वर्षे वयाचे आहेत— ते एक चांगले बालसाहित्यिकही आहेत. जीवनाचा प्रत्येक क्षण त्यांनी अनुभवताना सभोवतालाचे सूक्ष्म निरीक्षण केले आहे. सारासार विचार करून आयुष्यातला प्रत्येक निर्णय घेणारा हा कुटुंबवत्सल माणूस आहे. श्री. भालचंद्र देशपांडे हे त्यांचे नाव. ते नागपूरचे राहणारे आहेत.

आई-वडिलांच्या रूपाने ज्येष्ठांची पिढी व एक स्वत:ची पिढी आणि आपला मुलगा व नातू अशा दोन आधुनिक युगातल्या पिढ्या, यांचा अनुभव त्यांच्या गाठीशी आहे. जीवनातले चढ-उतार त्यांनी जवळून अनुभवले. जुन्या परंपरेत ते वावरले, तसेच नव्या जीवनशैलीचेही अतिशय निकट राहून रागरंग पाहिले.

साठी ओलांडली की, प्रकृतीच्या तक्रारी सुरू होतात. निरनिराळे रोग उद्‌भवतात. साहजिकच ज्येष्ठांच्या एकूणच खाण्या-पिण्यावर व दिनचर्येवर

बंधने येतात. त्यांना अनेक प्रकारची पथ्ये पाळावी लागतात. मधुमेह हा गोड प्रवृत्तीचा रोग साखर व साखरयुक्त पदार्थ खाण्यास मनाई करतो, तर इतर काही रोग आंबट-तिखट-तेलकट सेवनावर बंधने घालतात; त्याचबरोबर निरनिराळी औषधे, चूर्ण, काढे, आसवे, गोळ्या अशी आयुधे सुदर्शन चक्रासारखी मागे लागतात. ही पाळावी लागणारी पथ्ये वृद्धांना हैराण करतात.

परंतु भालचंद्र देशपांडे यांनी वृद्धांसाठी काही पथ्ये सांगितली आहेत. ही पथ्ये पाळली तर कुटुंबातील इतर सदस्यांची प्रकृती चांगली राहते, असे त्यांचे म्हणणे आहे व ते पटण्यासारखे आहे. आपण या वयात दुसऱ्यांची काळजी घ्यावी, हा मंत्र अगदी सोप्या भाषेत त्यांनी मला सांगितला. वाचकांच्या माहितीसाठी तो येथे देणे मुळीच अप्रस्तुत होणार नाही. भालचंद्र देशपांडे यांनी सांगितलेली काही पथ्ये त्यांच्याच शब्दांत इथे देत आहे—

''वृद्ध म्हणा की ज्येष्ठ नागरिक म्हणा; ते ज्या कालावधीत आतापर्यंत वावरले, त्यापेक्षा आजचा काळ अगदी वेगळा आहे. आजचे जग अतिशय गतिमान झालेले आहे. त्या गतीशी जुळवून घेण्यात वयाने व विचाराने वृद्ध कमी पडतात. त्यांच्या काळात ज्या गोष्टी निषिद्ध होत्या, त्या आजच्या काळात सुप्रतिष्ठित झाल्या आहेत, हे वृद्धांनी समजून घेतले पाहिजे.

''अगदी पोषाखापासून विचार केला तरी असे लक्षात येईल की, विशेषत: मुली-स्त्रियांच्या वेश व केशभूषेत आमूलाग्र फरक झालेला आहे. पूर्वीच्या काळात मुलींनी व मुलांनीसुद्धा सातच्या आत घरात आलेच पाहिजे, असा दंडक होता. आज वेगवेगळे क्लासेस, सामाजिक किंवा शुद्ध करमणुकीचे कार्यक्रम, सहली व भोजन पार्ट्या यांच्या भाऊगर्दीत सापडलेल्या मुला-मुलींना अथवा तरुण-तरुणींना 'सातच्या आत घरी' ही संकल्पना किंवा कालमर्यादा शक्य नाही व म्हणून मान्यही नाही. नेमके या बाबीवर बोट ठेवले की, नव्या-जुन्यांमध्ये दरी पडते. वाद उद्‌भवतात.

''ज्या घरात कर्ता पुरुष आणि स्त्री हे दोघेही अर्थार्जनाकरिता घराबाहेर सकाळी लवकर पडतात आणि रात्री उशिरा परत येतात; त्यांना एकत्र कुटुंब असलेच, तर घरातील वृद्धांकडे लक्ष द्यायला कुठे वेळ आहे, ही बाब वृद्धांनी समजून घेतली पाहिजे.

''आजकाल घराघरांत दूरदर्शनचा पडदा काहीही आडपडदा न ठेवता दिवसरात्र काहीबाही कोकलत असतो व ओंगळवाणे प्रदर्शनही करीत असतो. मुले -माणसे ते बघत असतात. वृद्धही त्यातून सुटत नाहीत. वृद्धांसाठी निरनिराळ्या

धार्मिक कार्यक्रमांचीही रेलचेल असते. काही वृद्ध प्रकृतिअस्वास्थ्यामुळे बाहेर पडू शकत नाहीत, ते या दूरदर्शनला जवळ करून बसलेले असतात. त्यांना दुसरे करमणुकीचे साधनही उपलब्ध नसते.

"परंतु या वृद्धांनी टीव्हीचा वापर किती वेळ करावा? आवाज किती मोठा ठेवावा? आपल्याच आवडीच्या मालिका किती वेळ पाहाव्यात? या सर्व गोष्टींचे तारतम्य ठेवावे. दुसऱ्यांचीही काही वेगळी आवड-निवड असू शकते, ते थकून- भागून घरात आलेले असतात; तेव्हा थोडा वेळ त्यांनाही आपल्या आवडीचे कार्यक्रम बघण्यास रिमोट त्यांच्या हाती द्यावा.

"कामावरून थकून-भागून आलेल्या घरातल्या मंडळींना घरात शांतता हवी असते. घरात अभ्यास करणारी मुले असतात. त्यांच्या अभ्यासावर आपल्या अतिरेकी टीव्ही वापराचा दुष्परिणाम होणार नाही याची काळजी वृद्धांनी घ्यावी. तसेच आल्या-गेलेल्यांची अडवणूक होणार नाही याचीही दक्षता घ्यावी.

"प्राप्ते तू षोडशे वर्षे पिता पुत्रम् मित्रवत् आचरेत । मुलगा सोळा वर्षांचा झाला की, पित्याने त्याच्याशी मित्राप्रमाणे आचरण ठेवावे. घरातील वृद्धांनी हा मंत्र जपावा.

१. *वृद्धांनो, आपल्या वयाच्या सांजवेळचं जीवन आनंदमय बनवा.*

२. *आपण आनंदात राहा व युवा पिढीला आनंद वाटत राहा.*

३. *सुखात राहा व सुख पेरत राहा.*

४. *दुर्मुखलेपण सोडा, हसतमुख राहा.*

५. *टीकावृत्तीचा त्याग करा. दोष शोधण्याचे थांबवा. गुण ओळखा.*

६. *युवकांचे चांगले विचार स्वीकारा.*

७. *आपल्या कालबाह्य विचारांचा त्याग करा.*

८. *प्रत्येक वेळी 'आमच्या वेळी असं नव्हतं' या वाक्याचा जप करू नका.*

"युवा पिढीला वृद्धांचा आर्थिक किंवा शारीरिक भार वाटत नसतोच मुळी. तो असतो खरे तर त्यांच्या दुराग्रही स्वभावाचा, अपरिवर्तनशील वृत्तीचा. म्हणून वृद्धांनो—

"तुम्ही जीवनाचं क्रिकेट खेळू शकत नसलात, तरी युवा खेळाडूंच्या चांगल्या खेळीला प्रोत्साहन देणारे प्रेक्षक बना.

"त्यांना तुमच्या प्रोत्साहनाची गरज आहे. आणि कृपया हे लक्षात घ्या की— आजच्या पिढीला जीवनात जेवढा संघर्ष करावा लागतो, जेवढे पराकोटीचे ताण-तणाव आहेत; तेवढे तुम्हाला तुमच्या काळात निश्चितच अनुभवायला

लागले नसतील.

"आजच्या युवा पिढीला उद्याची शाश्वती नाही. त्यांचं जीवन अतिशय स्पर्धेचं आहे. सगळे अनिश्चित आहे— वाळूच्या मनोऱ्यासारखं— क्षणात ढासळू शकणारं. त्यांना तुमचाच आधार आवश्यक आहे. धीर देणारं, आपुलकीचं व खंबीर असं दुसरं कोण आहे? तुम्ही त्यांना प्रेमाची उब द्या, मायेचा ओलावा द्या. त्यांना जवळ करा, जवळ घ्या. ते तुमचेच आहेत व तुम्ही त्यांचे!"

ज्येष्ठ नागरिकांची ही संघटना म्हणजेच पेन्शनर्स असोसिएशन चांगलीच चर्चेत आली. अप्पांना त्या बाबतीत विचारणा होऊ लागली. एकदा जवळच्याच एका नदीच्या काठी असलेल्या अप्पांच्या शेतावर यातील अनेक सदस्य डबा पार्टीला गेले होते. त्या वेळी या क्लबचे सदस्य नसलेले अप्पांचे शेजारी व त्यांचे मित्र बापूकाका हेसुद्धा आले. बापूकाका हे पेन्शनर्स नाहीत, ते दुकानदार आहेत. हॉटेलमालक आहेत. ते म्हणाले,

"तुमच्यासारखेच आम्ही काही समवयस्क मित्र वर्षातून एकदा असेच एकत्र जमतो. डबापार्टीला जातो. आमच्या बालपणीचे व शाळकरी मित्र त्यात असतात. जुन्या काळातील हे सगळे मित्र जवळपास एकाच वयोगटातले आहेत. कुणी व्यापारी, तर कुणी शेतकरी आहेत. सगळ्यांची कुटुंबे सुखवस्तू आहेत. प्रापंचिक जबाबदाऱ्या तर सगळ्यांना आहेतच. कुणाला नातवांच्या शाळेचे बघावे लागते, तर कुणाला कुणाच्या अंथरुणाला खिळलेल्या अर्धांगिनीचे. कुणाला शेतावर जावे लागते, तर कुणाला दुकानावर हजेरी द्यावी लागते. यातच सगळा दिवस जातो. परंतु आपण जे आयुष्यभर केले, तेच आताही करताना आपल्या स्वत:कडे बघायला कुठे वेळ मिळतो?

"यासाठी आम्ही या नित्याच्या रामरगाड्यातून एकदा बाहेर पडतो. मनमोकळेपणाने एकमेकांशी बोलतो. मौज करतो. कुणी ड्रिंकचा आस्वाद घेतात, कुणी पत्ते खेळतात, तर कुणी नकला करून सगळ्यांना हसवितात. घरातील अथवा कुटुंबातील कुणीच बोलत नाही. जुन्या आठवणी मात्र निघतातच. बालपणीच्या रम्य आठवणी सगळी दु:खे विसरायला लावतात."

बापूकाका म्हणाले, "आपण आपल्या कुटुंबासाठी राब-राब राबलो. घाण्याच्या बैलासारखे जुंपून घेतले स्वत:ला. निवांतपणे कधी या जीवनाचा आनंद उपभोगला नाही. कधी तोंडभरून हसलो नाही. हो, हसण्यावरून आठवले. मुंबईसारख्या मोठ्या शहरांतून हसण्याचे क्लब आहेत म्हणतात. आपण दूरदर्शनच्या पडद्यावर ते बघतोसुद्धा. हसण्यामुळे आयुष्य निरोगी राहते व वाढतेसुद्धा.

आपण असा हास्य क्लब काढायला काय हरकत आहे?'' बापूकाकांची कल्पना सर्वांनाच आवडली.

अप्पांच्या पेन्शनर्स असोसिएशनच्या सभासदांनी आता ठरवले की, सकाळी आपण जेव्हा नगरपालिकेच्या बगीच्यात योगा व प्राणायाम करायला जमतो, त्या वेळी हे हसणे कृतीत आणायचे. हसणे माणसाला आनंदी बनवते.

बापूकाकांनी आणखीही काही सूचना केल्या. ते म्हणाले,

''प्रत्येक वेळी कसोटी लागते ती ज्येष्ठांची. ज्येष्ठांची मानसिकता त्यांचे काम वेळेवर व्हावे अशी तर असतेच, परंतु इतरांनीही वेळेत सगळे उरकावे व आपण म्हणतो तसेच करावे— अशी बघावयास मिळते. कारण ते शिस्तीचे भोक्ते असतात.

''सुटीचा आनंद उपभोगणे किंवा सुटीच्या दिवशी दैनंदिन कामे सावकाश रेंगाळत ठेवणे हे नव्या पिढीवाल्यांचे त्यांना पटत नाही, म्हणून ते चिडचिड करतात. रागावतात व त्रागा करतात. जसे आहे तसे स्वीकारण्याची त्यांची तयारी अभावानेच आढळते.

''वारंवार आपल्या जमान्यातील दाखले सांगण्याची किंवा खडतर आयुष्यातील प्रसंग सांगण्याची त्यांची ऊर्मी त्यांना स्वस्थ बसू देत नाही. त्या घटनांचा व त्यागाचा वगैरे महिमा आता चावून चोथा झालेला असतो व ते आता सर्वांनाच बोअर झाल्यासारखे होते. त्याउलट, नव्यांचे कोडकौतुक करावे. त्याला पैसे तर पडत नाहीतच.

''अर्थात नव्यांनीही ज्येष्ठांच्या उतारवयातील थकलेल्या गात्रांचा, विस्मरणाचा वगैरे विचार करून त्यांचे म्हणणे उगाच मनाला लावून न घेता त्यांच्या स्वभावाकडे जरा काणाडोळा करावा. त्यांचे बोलणे-वागणे अगदीच गंभीरतेने घेऊन संबंध-विच्छेद होऊ नयेत, अशी खबरदारी बाळगावी.''

देशपांडेसाहेब आपल्या भाषणात बरंच काही सांगून गेले. त्याच्या सांगण्यात तळमळ होती. विस्कटलेली अनेक कुटुंबे त्यांनी पाहिली होती. क्षुल्लक कारणांनी ही कुटुंबे दुभंगली होती. सारासार-सद्विवेकबुद्धी न वापरता अविवेकी विचारांनी असा घात झाला होता.

अप्पा म्हणाले, ''माझ्या एका विक्षिप्त वृद्ध मित्राने भाजीत मीठ कमी किंवा जास्त पडल्याने आपल्या सुनेशी भांडून अनेकदा त्रागा केला आहे. अर्थात, आपल्या बायकोशी असाच आयुष्यभर या ना त्या कारणावरून भांडतच त्यांचा इथवरचा संसार कसाबसा रेटला. त्याचे श्रेय अर्थात त्याच्या बायकोचेच.

“परंतु आता मुलाचे लग्न झाले. घरात सून आली. मुलगा व सून दोघेही शिकलेले. सूनबाई कधीमधी सलवार-कुर्ता घालते. अधून-मधून साडी नेसते. चारचौघांत वावरताना ती साडीचा पदर डोक्यावरून का घेत नाही आणि पंजाबी वेष का परिधान करते, म्हणून याचा त्रागा सुरू असतो. तो मनातल्या मनात कुढत बसतो.

“आपल्या तथाकथित परंपरेचे वा संस्कृतीचे बारा वाजले, म्हणून याच्या मस्तकात कळा येतात. याला काय म्हणावे? जग कुठे चालले आहे याचा पत्ताच नसतो या लोकांना! आणि असला, तरी आपली मळलेली पायवाट सोडण्यास ते तयार होत नाहीत.

“माणूस– विशेषत: सरकारी नोकरीत असलेला, त्यातला त्यात तो सरकारी नोकरीत असताना अधिकारपदावर वगैरे असेल आणि तो सेवानिवृत्त झाला, पेन्शनर म्हणजेच ज्येष्ठ नागरिक झाला, तर त्याला या निवृत्त आयुष्याकडे बहुधा सकारात्मक दृष्टीने बघता येत नाही, असा अनुभव आहे. काही अपवाद असतीलही; नाही असे नाही.

“हे सरकारी अधिकारी किंवा उच्चपदस्थ म्हातारे गृहस्थ जेव्हा आपले सेवानिवृत्त जीवन सुरू करतात, तेव्हा त्यांना आपल्या कुटुंबात सर्वांना समान लेखणे व त्यांच्याशी खेळीमेळीने राहणे जमत नाही. त्याला कारण म्हणजे ते आपले आतापर्यंतचे आयुष्य विसरून पुढील जीवनाला सुरुवातच करीत नाहीत.

“आपले सरकारी सेवेतील मोठे, सन्मानाचे पद, आपले अधिकार, आपला बडेजाव, अधिकार गाजवण्याची साहेबी वृत्ती, आपल्या बऱ्या-वाईट सवयी ते यापुढेही गृहीत धरून चालतात. पूर्वी असलेले नोकर-चाकर किंवा आज्ञा पाळणारे हुजरे आता कुठून असणार? त्यांचा शब्द झेलायला आता कोण तत्पर असणार? परंतु, त्यांची खोड जात नाही. त्यांच्या मनाविरुद्ध झाले की मग ते चिडचिड करतात. त्यामुळे त्यांचीच मन:शांती बिघडते. आपला साहेबी बाणा ते घरादारात, कुटुंबात दाखवतात; परंतु त्यांचे म्हणणे कुणीच गंभीरतेने घेत नाही. त्यांना ते अपमानाचे वाटते.

“परिणामी, याचाच रक्तदाब वाढतो. या विकाराला कोणत्याही डॉक्टरांचे औषध चालत नसते. आमच्यासारखे मित्र त्याला समजावण्याचा प्रयत्न करतात, परंतु त्याचे शेपूट वाकडे ते वाकडेच. घरातील लोक ‘हा म्हातारा आता सरकला आहे’, असे समजून त्याच्याकडे दुर्लक्ष करतात. खरे तर तेच समजदार म्हणायला हवेत!

"अधिकारात असताना या व्यक्तीसभोवती कनिष्ठांचा गराडा असतो. तो त्यांना प्रिय असतो. नोकर किंवा चपराशी अथवा घरगडी राबवण्याची त्यांना सवय असते. ती सवय त्यांच्या पदाची उंची वाढविण्यासाठी आवश्यक असते, असा त्यांचा गैरसमज असतो. बसल्या जागी पाण्याचा ग्लास व चहाचा कप मिळत असतो. बहुधा सर्वच सरकारी कार्यालयांतून ही गुलामगिरीची पद्धत सुरू असते. सरकारी पैशातून या मानवी तासांचा व ऊर्जेचा खासगी कामासाठी वापर सुरू असतो. तसे करताना खोटा अभिमान व प्रतिष्ठा जपली जात असते.

"पुण्याजवळ 'डिव्हाइन पॅलेस' नावाची अशीच एक जागा आहे. तिथे असे मोठमोठे अधिकारी (म्हणजे आधी असलेले) सेवानिवृत्तीनंतर प्रवेश घेतात. सदासर्वदा सुटाबुटात राहण्याची सवय असलेले हे अधिकारी आपल्या कपड्यांच्या इस्त्रीबरोबरच आपल्या स्वभावाचाही कडकपणा जोपासतात. हा त्यांचा स्वभावच तर त्यांना इथपर्यंत घेऊन आलेला असतो."

अप्पांचे मित्र सुप्रसिद्ध चित्रकार श्री. श्रीधर अंभोरे हे डाकसेवेतून सेवानिवृत्त झालेले एक व्यक्तिमत्त्व आहे. ते सतत काही तरी नवे शोधत असतात. या सेवानिवृत्तांविषयी ऐकल्यावर त्यांची जीवनपद्धती जाणून घेण्याच्या इराद्याने ते या 'डिव्हाइन पॅलेस'मध्ये गेले होते. त्यांचा हा अनुभव लक्षात घेण्यासारखा आहे.

एके काळी उच्चपदस्थ असलेल्या या अधिकाऱ्यांचा मूळ स्वभावातील अकड अजूनही गेलेली नाही. त्यांच्यापैकी एकाला 'आजोबा' म्हणून संबोधले, तर ते त्यांना रुचले नाही. त्यांना संबोधन करताना फक्त 'सर' म्हणावे, अशीच त्यांची अपेक्षा होती– म्हणजेच त्यांच्यावर स्वार झालेला 'सर'चा असर अजून जायला तयार नाही. म्हणून ते असे घसरत असावेत.

या म्हाताऱ्यांना केवळ औपचारिकता आणि तथाकथित शिस्त प्रिय होती. त्यांना नात्याची कोमलता किंवा ओलावा कधी शिवलाच नाही. आपल्या नातवाला मांडीवर घेऊन खेळवण्याचं सुख त्यांनी कधी अनुभवलंच नाही. त्यांना केवळ आपल्या सुटाची कडक इस्त्री सांभाळायचे व्यसन जडलेले होते. आपल्याच मस्तीत ते दंग होते. अधिकाराचा उपयोग ते इतरांना छळण्यासाठीच करीत होते.

तिथल्याच एका आजोबांना मात्र नातवाची आठवण झाल्यावर त्यांच्या पापण्यांचे काठ ओले झाले होते, हेही जाणवले. असे अफलातून नमुनेच आपल्या उर्वरित आयुष्यात आणखी अंधार निर्माण करून घेतात. सरकारी नोकरीनिमित्ताने मिळालेले हे उसने कंत्राट आपण किती दिवस कुरवाळणार,

याचा विचार सेवानिवृत्तांनी निवृत्त होण्याआधीच शांतपणे करायलाच हवा.

माझे एक वरिष्ठ अधिकारी असेच स्वभावाने तुसडे होते. पदाचा वृथा अभिमान होताच. ते दुसऱ्यांच्या मनाची पर्वा न करता त्यांना दुखवीत असत. त्यांची सेवानिवृत्ती जवळ आली होती.

मी धीटपणे त्यांना म्हणालो होतो, "सर, आपण आपले सरकारी नोकरीतील अधिकार लवकरच सोडून जाणार आहात. सेवानिवृत्तीनंतर आपल्याकडे काहीच अधिकार असणार नाहीत. अशा वेळी खरे तर आपण परावलंबी बनणार आहात. त्या वेळी आताच्या लोकांशी काम पडलेच, तर ते आपणास तशीच वागणूक देतील, जी आपण आता त्यांना देत आहात."

परंतु, या सल्ल्याचाही त्यांच्यावर काहीच परिणाम झाला नाही. आता हेच अधिकारी पेन्शन घेण्यासाठी पोस्टाच्या खिडकीवर येतात, तेव्हा त्यांना कुणीही प्रेमाने नमस्कार करीत नाही, की आदराने खुर्ची बसायला देत नाही. या गोष्टीला काही नियम वा कायदे नाहीत. आमचे अधिकारी महोदय आपल्या त्या वेळच्या कठोर वागणुकीबद्दल आता खासगीत पश्चात्ताप व्यक्त करतात आणि आपला अपमान मुकाटपणे गिळून टाकतात.

साध्या-साध्या गोष्टीतून समन्वय साधता येतो व दुसऱ्याच्या मनात आपल्यासाठी जागा करून घेता येते. अशा जागेत सुखाने राहता येते. आपलं मन विशाल करून त्यात दुसऱ्यांना सामावून घेता येते. नात्यांची वीण घट्ट करून एक सुखी कुटुंबाचे वस्त्र त्यातून विणता येईल.

त्यासाठी कुठल्याही शाळेत जाण्याची गरज नाही; फक्त प्रत्येकाची भावनिक सुरक्षितता जपायला हवी. ती आपल्या कुटुंबात राहूनच जपता येते. मुलांना पाळणाघरात ठेवून किंवा ज्येष्ठांना वृद्धश्रमात पाठवून ती जपता येणार नाही.

हे काम संवेदनशील मनाचे आहे. ते जगातला कोणताही कायदा करू शकत नाही. वृद्ध माता-पित्यांना सांभाळण्याची जबाबदारी मुलांची आहे, हे कायदा सांगतो. तसे न केल्यास भारतीय दंडविधानात शिक्षेची तरतूद आता केली आहे. परंतु, अशा कायद्यांनी काम होणारे नाही. तिथे मनाचा नव्हे, तर हृदयाचा कायदा हवा. माय-बापाचे ऋण फेडणे म्हणजे सावकाराचे व्याज फेडणे नव्हे, हे समजून घेतले म्हणजे कायदे करण्याचे कामच पडणार नाही.

कायद्याच्या अशा कलमांचा आधार घेण्याऐवजी आपणच आपली आचारसंहिता तयार करावी व ती पाळावी, हे श्रेयस्कर. दैनंदिन व्यवहारात

कुटुंबातील सदस्यांनी असे अलिखित नियम पाळावेत, असे अप्पांचे मत आहे.

ज्येष्ठांनी आपल्या मुलांचे अधून-मधून कौतुक करावे. त्यांची प्रशंसा करावी.

त्यांच्या चांगल्या गुणांची कदर करावी. लहानग्यांना बक्षीस द्यावे.

उगाच आपल्या तथाकथित शिस्तीचा लगाम लावू नये.

लहानांच्या चुकाबद्दल त्यांना माफ करावे. त्या चुका पुन्हा न करण्याबद्दल समज द्यावी.

परक्या घरातली मुलगी आपल्या घरात सून म्हणून आली असते, तशी आपली मुलगीही दुसऱ्यांच्या घरात गेलेली असते. सुनेला आपली मुलगी मानून तिच्या अपराधांना पोटात घालावे. (असे सर्वत्र घडले, तर सुनेचा छळ वगैरे गोष्टी होणार नाहीत व नातेसंबंध सुदृढ होतील.)

ज्येष्ठांनी नव्यांच्या संसारात उगाच लुडबुड करू नये. त्यांना त्यांचे अनुभव घेऊ द्यावेत. चुकांमधूनच ते शिकतील. आपण आपला रक्तदाब वाढवून घेऊ नये.

वृद्धांनी आपल्या प्रकृतीला झेपेल असे व तेवढेच काम करून कुटुंबातील सदस्यांचा भार थोडा हलका करावा. उदा.— घर-अंगण व बागेची स्वच्छता, मंडईतून भाजी आणणे, किराणा दुकानातून वस्तू आणणे, अशी लहान-सहान कामे अधून-मधून करायला काय हरकत आहे? त्यामुळे हात-पाय हलते राहतील व प्रकृती चांगली राहील. सहज फिरायला जाता-येताही अशी कामे करता येतील.

कुटुंबातील नोकरी करणाऱ्या मुलांना व सुनांना मुलांचा अभ्यास घेणे किंवा त्यांना शाळेत पोहोचवणे व शाळेतून आणणे शक्य होत नाही. हे काम ज्येष्ठांनी करावे. नातवंडे हा खरे तर त्यांचा खास विरंगुळा असतो.

ज्येष्ठांनी आपल्या भूतकाळाची उठता-बसता उजळणी करू नये. भूतकाळातल्या सगळ्याच बेरीज-वजाबाक्या आपल्या वैयक्तिक खात्यावर मांडून ते खाते बंद करावे. अखेरच्या नफा-तोट्याची काळजी करीत बसू नये. सुखाचे तेवढे गुणाकार करून ते सुख नव्या पिढीला थोडे-थोडे वाटून द्यावे.

–आणि नव्यांनी?

नव्यांनी ज्येष्ठांचे सुरकुतलेले हात आपल्या हातात घ्यावेत. त्यांची अधून-मधून प्रेमाने विचारपूस करावी.

निरनिराळ्या कौटुंबिक समारंभांत ज्येष्ठांना सामावून घ्यावे.

त्यांना यथोचित मान द्यावा.

त्यांना एकटे पाडू नये.

तथाकथित पुढारलेपणाच्या वा फॅशनच्या नावाखाली घरातल्या वृद्धांकडे दुर्लक्ष करू नये. त्यांच्या संवेदनशील मनाला ते चरे पाडू शकते व आपले कोणी नाही याची भीती त्यांना वाटू शकते.

घरातील वृद्धांची फार काही मागणी नसतेच. हे वठलेलं झाड कधीही कोसळू शकते. म्हणून या पिकल्या पानांची कदर करावी. प्रेमाचे दोन शब्दही त्यांच्या मनाला पालवी फुटण्यास पुरेसे असतात. त्यामुळे त्यांच्या मनाच्या तळाशी आलेली निराशेची पानगळ थांबू शकते. जन्मदात्यांसाठी एवढे करणे म्हणजे काय मोठेसे?

याशिवाय वेळप्रसंगी परस्परसामंजस्याने बरेच काही करता येईल. मात्र त्यासाठी प्रांजळ व निर्मळ मन हवे. हे करण्यासाठी कुठल्याही शाळेत, कुठल्याही वर्गात नाव घालण्याची आवश्यकता नाही. त्याला नियोजित कोणताही अभ्यासक्रम नाही, की कोणत्याही पदवीची गरज नाही.

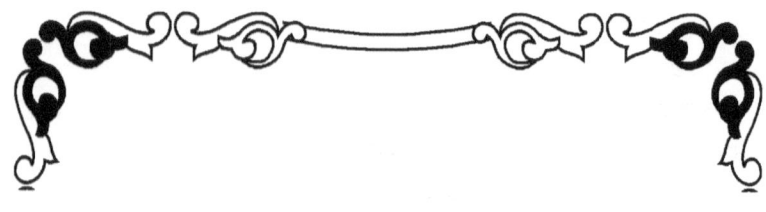

१२
मातृ देवो भव!

"जन्मदात्यांचे आपल्यावर ऋण असते, ते त्यांची प्रत्यक्ष सेवा करूनच फेडावे लागते. त्याला अन्य कोणतीही भाषा शिकण्याची आवश्यकता नसते. कोणतीही लिपी नसते. असलीच, तर केवळ काळजाची लिपी असते; ती आत्मसात करायला हवी. माता-पित्यांचे ऋण फेडायला कशाला हवी शाळा आणि अभ्यासक्रम? त्यासाठी कुणाचीही ट्युशन लावायची गरज नसावी. ते ज्ञान तर उपजतच असायला हवे.

"वासराला पाहिल्याबरोबर गाईला पान्हा फुटतो, तसेच माता-पित्यांचे आहे. आपल्या मुलांसाठी तळहाताचा पाळणा करणारे माय-बाप जीवाचे रान करून मुलांच्याच सुखाच्या गोष्टी करतात. मात्र, तीच मुले आई-वडिलांच्या उतरत्या काळात त्यांना दूर लोटतात. त्यांना वृद्धाश्रमातले बेवारस जगणे जगायला भाग पाडतात. ज्येष्ठांच्या जीवनात निराशा येते ती यामुळेच. त्यांना एकटे-एकटे वाटते ते यामुळेच. वृद्धाश्रमाची संस्कृती त्यातूनच जन्माला आली. ही संस्कृती नव्हेच खरे तर; ती विकृतीच म्हणायला हवी," असे अप्पा म्हणतात.

'मातृ देवो भव; पितृ देवो भव' असे शिकवणारी आमची हिंदू संस्कृती आहे. जेव्हा तेव्हा आम्ही तिचे गोडवे गातो. 'जननी जन्मभूमी स्वर्गादपी गरीयसि' असं संस्कृत वचन आहे. परंतु आम्ही आमच्या घरातच असलेला हा स्वर्ग पायदळी तुडवतो– याला काय म्हणावे?

अप्पांच्या पेन्शनर्स असोसिएशनमध्ये जरा उशिरा सदस्य झालेले लक्ष्मणराव गोळे एक संतप्रवृत्तीचे गृहस्थ आहेत. कथालेखक आहेत. अर्थातच त्यांचा वाचनाचा छंद आहेच. भारतीय डाक खात्यात सुमारे ४० वर्षे सेवा देऊन ते निष्कलंक सेवानिवृत्त झाले. कायदेकठोर स्वभावाचे प्रथम दर्जाचे अधिकारी म्हणून त्यांची ख्याती होती. असे असले, तरी ते संवेदनशील मनाचे आहेत.

माणूस सदासर्वकाळ कठोर किंवा मवाळही राहू शकत नाही. सरकारी कामकाजात अनिवार्य असलेल्या एका प्रशिक्षणकाळात ते दिल्ली येथे प्रशिक्षणासाठी गेले असताना त्यांच्या वाचनात एक संवेदना जागवणारी गोष्ट आली. ही गोष्ट त्यांनी इंटरनेटवरूनही नंतर शोधून काढली.

अप्पांच्या ज्येष्ठ नागरिक संघाच्या चर्चेत हा विषय आला होताच. त्या चर्चेला अनुसरून लक्ष्मणरावांना ती गोष्ट सांगण्याचा मोह आवरता आला नाही. मूळ गोष्ट इंग्रजीत आहे. तो एका भारतीय हवाई दलातील पायलटचा प्रत्यक्ष अनुभव आहे. मानवी नातेसंबंधांविषयी आय.आय.टी.च्या विद्यार्थ्यांसमोर त्यांनी ही गोष्ट सांगितली होती. ती त्यांच्याच शब्दांत, परंतु मराठीत भाषांतरित करून सांगताना लक्ष्मणराव म्हणाले,

''वेंकटेश बालसुब्रमण्यम हे आय.आय.टी.या संस्थेसाठी काम करतात. आपल्या वृद्ध पित्यासाठी विमानप्रवासाचे पहिले तिकिट बुकिंग करताना त्यांच्या भावभावनांचा कसा कल्लोळ झाला होता, याचे वर्णन ते या लहानशा प्रसंगातून विद्यार्थ्यांसमोर मांडतात.

''ते म्हणतात... माझे आई-वडील गुरुवारी आपल्या खेड्यातील जन्मगावी जाण्यासाठी गेले. त्यांना निरोप देण्यासाठी आम्ही विमानतळावर गेलो होतो. प्रत्यक्षात माझे आई-वडील याआधी कधीच विमानाने कुठे गेलेले नव्हते. मी मुद्दामहून त्यांना ही संधी एकदा तरी प्राप्त करून देण्याच्या उद्देशाने हे घडवून आणले होते. त्यांनी मला रेल्वेची तिकिटे आणायला आवर्जून सांगितले असतानाही मी विमानाची तिकिटे आणली होती. त्यांच्या मुखावरील आश्चर्य आणि खळबळ स्पष्टपणे दिसत होती. मी जेव्हा त्यांच्या हातात विमानाची तिकिटे ठेवली, तेव्हा एखाद्या शाळकरी मुलासारखे ते उत्साहित झाले. आपल्या प्रवासाची लगबगीने तयारी करू लागले आणि प्रत्यक्ष प्रवासाच्या दिवसाची वाट बघू लागले. त्यांचा हा उत्साह विमानतळावरील सामानाची ट्रॉली ढकलण्यापासून सामान तपासणीपर्यंत आणि खिडकीजवळची जागा मागण्यापासून सिक्युरिटी चेकिंग होइपर्यंत ओसंडून वाहत होता. ते या घटनेचा पुरेपूर आनंद लुटत होते. आणि मला त्याहीपेक्षा जास्त आनंद झाला होता तो याचा की– मी माझ्या आई-वडिलांना हा आनंद प्रदान केला होता. ज्या वेळी ते सिक्युरिटी चेक करण्यासाठी आत जाण्यासाठी वळले, त्या वेळी माझ्याकडे आले. त्यांच्या डोळ्यांत आसवे होती. त्यांनी मला धन्यवाद दिले. माझे आभार मानले. ते खूपच भावनाविवश झाले. ते यासाठी नाही की, मी काही फार मोठे काम केले होते; परंतु यासाठी की, त्यांच्या

आयुष्यातली ही फार मोठी घटना होती आणि मी जणू काही त्यांच्यावर उपकारच केले होते. त्यांनी ज्या वेळी मला थँक्स म्हटले, त्या वेळी मी म्हणालो की, हे थँक्स वगैरे म्हणायची काहीच आवश्यकता नाही. त्यानंतर ते निघून गेले.

"मी या घटनेचा नंतर शांतपणे विचार करू लागलो. मी माझ्या गत आयुष्यावर एकदा नजर टाकली. माझ्या डोळ्यांसमोरून गत आयुष्याचा चित्रपट तरळून गेला. मला वाटले– 'मी बाल्यावस्थेत असल्यापासून माझी किती स्वप्ने माझ्या आई-बाबांनी पूर्ण केली असतील! त्यांची आर्थिक स्थिती चांगली आहे किंवा नाही याचा विचार न करता मी क्रिकेटची बॅट किंवा चांगला ड्रेस, खेळणी किंवा सहलीसाठी पैसे मागितले असतील... त्यांची परिस्थिती हे सगळे देण्याजोगी नसतानाही त्यांनी माझ्या या गरजा पूर्ण केल्या असतील. त्यांचा हा वेळोवेळी केलेला त्याग मला कधी आठवतो काय? माझ्या आई-वडिलांनी माझ्या इच्छा पूर्ण करण्यासाठी त्यांच्या इच्छेला मुरड घातली असेल, त्यासाठी मी त्यांना कधी थँक्स दिलेत काय? त्याच वेळी, आता जेव्हा माझ्या मुलांचा प्रश्न आला की, मी त्यांना चांगल्या शाळेत टाकण्याचा प्रयत्न करतो. किती डोनेशन द्यावे लागते, याचा विचार न करता मुलांसाठी चांगली शाळा मी निवडतो. त्यांना महागडी खेळणी आणून देतो. त्याच वेळी माझ्या आई-वडिलांनी असाच त्याग माझ्यासाठी केला असेल, हे मात्र विसरतो. आम्हाला आनंदी पाहण्यासाठी त्यांनी आपल्या आनंदाशी तडजोड केली असेल, हे विसरतो.

"आम्ही हा विचार केला पाहिजे– नव्हे, ती आपली प्रथम जबाबदारी आहे की, त्यांची स्वप्ने साकार करण्यासाठी प्रयत्न केले पाहिजेत. त्यांच्या तरुणपणी ते जे काही करावयास मुकले, ते आता साकार करण्यास त्यांना मदत केली पाहिजे. परंतु आपल्याला असा अनुभव येतो की, जेव्हा ते एखादा प्रश्न विचारतात; तेव्हा आपण रागावून त्यांना प्रतिप्रश्न करतो. आमचा तोल ढळतो आणि आम्ही संयम सोडून वाटेल तसे बोलतो. ते मात्र गप्प बसतात. त्यांना काहीच कळत नाही, असे म्हणत त्यांचा अपमान करतो. त्याही वेळी ते गप बसतात. त्याच वेळी माझा मुलगा किंवा मुलगी काही प्रश्न मला विचारते, तेव्हा मी नम्रपणे त्यांना उत्तरे देतो. आता मला प्रकर्षाने जाणवते की, त्यांच्या मनाची अशा वेळी काय अवस्था होत असेल. आम्ही आता याचा विचार गंभीरतेने करावयाची वेळ आली आहे. आम्ही हे समजून घेतले पाहिजे की, म्हातारपण हे दुसरे बालपण असते; म्हणून आपण आपल्या पाल्याची जशी काळजी घेतो, तशी घरातील वृद्धांचीही घेतली पाहिजे. माझ्या वडिलांनी मला धन्यवाद देण्याची

किंवा माझे आभार मागण्याची वेळ न येता, मी त्यांना सॉरी म्हटले पाहिजे. सॉरी यासाठी की, त्यांची छोटी-छोटी अधुरी स्वप्ने पूर्ण करण्यासाठी मी एवढा उशीर केला. मी त्यांच्या अनंत ऋणांची व त्यागाची आठवण ठेवीन आणि शक्य तेवढे त्यातून मुक्त होण्यासाठी त्यांच्या इच्छा-आकांक्षांची पूर्तता करण्याचा प्रयत्न करीन. ते केवळ वृद्ध आहेत याचा अर्थ असा नव्हे की, त्यांनी सदासर्वदा पुढील पिढ्यांसाठी त्यागच करावा. त्यांच्या इच्छा-आकांक्षांचासुद्धा विचार करावा. **आपल्या आई-वडिलांची काळजी घ्या. ते मूल्यवान आहेत.''**

श्री. लक्ष्मणराव गोळेसाहेबांनी एक चांगला संदेश या कथेतून दिला. माणसाच्या बदलत्या भूमिकेनुसार बदललेल्या मनाच्या अवस्था त्यांनी कथन केल्या, त्या सर्वांनाच भावल्या.

ते म्हणाले, ''बदलत्या वयानुसार माणूस असा विचार करीत असतो.

१. वयाच्या चौथ्या वर्षी तो म्हणतो	''माझे वडील थोर आहेत.''
२. वयाच्या सहाव्या वर्षी तो म्हणतो	''माझे वडील सर्वज्ञ आहेत.''
३. वयाच्या दहाव्या वर्षी तो म्हणतो	''माझे वडील चांगले आहेत, परंतु लवकर रागावतात. शिवाय त्यांना माझ्या मित्राच्या वडिलांपेक्षा कमी माहिती आहे.''
४. वयाच्या बाराव्या वर्षी तो म्हणतो	''माझ्या वडिलांचे मी लहान असताना माझ्यावर जास्त प्रेम होते.''
५. वयाच्या सोळाव्या वर्षी तो म्हणतो	''माझ्या वडिलांना वर्तमानकाळाप्रमाणे चालणे जमत नाही. प्रत्यक्षात त्यांना काहीच माहिती नाही.''
६. वयाच्या अठराव्या वर्षी तो म्हणतो	''माझे वडील अनावश्यकपणे चिडखोर आणि अव्यवहार्य बनत चालले आहेत.''
७. वयाच्या विसाव्या वर्षी तो म्हणतो	''माझ्या वडिलांसोबत राहाणे मुश्कील होत आहे. कळत नाही माझी आई यांच्यासोबत कसे दिवस काढत असेल!''

८. वयाच्या २५ व्या वर्षी तो म्हणतो	"माझे वडील प्रत्येक गोष्टीला विरोध करतात. कळत नाही, हे जग त्यांना कधी समजेल?"
९. वयाच्या ३०व्या वर्षी साधारणपणे त्याचे लग्न होऊन त्याला मूल होते, तेव्हा तो म्हणतो...	"माझ्या मुलांना सांभाळणे किती कठीण होत आहे. मी लहान असताना वडिलांना किती भीत होतो!"
१०. याची ४० वर्षे भरली की, त्याला आठवायला लागते...	"माझ्या वडिलांनी मला किती शिस्त लावली होती... मला आश्चर्य वाटते की, त्यांना ही नवी पिढी सांभाळतांना किती कष्ट पडले असतील!"
११. वयाच्या ४५ व्या वर्षी तो वडिलांनी स्वत:शीच म्हणतो...	"मी गोंधळून गेलो आहे. माझ्या आम्हाला कसे सांभाळले असेल?"
१२. वयाची पन्नाशी गाठली की, तो म्हणतो	"माझ्या वडिलांनी आम्हाला मोठे करताना खूप खस्ता खाल्ल्या. आम्ही चार भावंडे होतो. मला तर एक मूल व्यवस्थित सांभाळता येत नाही."
१३. वयाच्या ५५ व्या वर्षी नियोजनपूर्वक सर्व आमच्यासाठी केले. उतारवयातही ते सगळे नियंत्रणात खरोखर ते थोर आहेत. त्यांच्या-सारखे तेच. अद्वितीय!"	"माझे वडील दूरदृष्टीचे होते. त्यांनी ट ा ा ठेवतात.
१४. वयाच्या ६० व्या वर्षी हे समजायला इतकी वर्षे घेऊ नका.	"माझे वडील महान आहेत." आई-वडिलांचे महत्त्व वेळीच ओळखा.

अप्पा म्हणाले, "माणसाच्या वयानुसार बदलत्या भूमिका व विचार यामागे काळाची भूमिका महत्त्वाची आहे. स्वानुभवातून माणूस शिकतो, हे सूत्र आहे. नव्या पिढीसमोर हे यायला हवे. जीवनाकडे गंभीरतेने बघण्याची दृष्टी त्यामुळे लाभेल."

याच विषयावर एका मासिक सभेत पुन्हा एकदा चर्चा झाली. वयोवृद्ध पेन्शनर जमीउल्ला खान यांनी आपले विचार मांडले. ते म्हणाले,

''आई-वडील यांची महती केवळ हिंदू संस्कृतीतच गायिली आहे, अशातला भाग नाही. जगातल्या कोणत्याही धर्मात आई-वडिलांचे महत्त्व तेवढेच महान आहे— मग ते कुराण शरीफ असो की पवित्र बायबल, ज्ञानेश्वरी असो की तुकारामाची गाथा, कबीराचे दोहे असोत की तुकडोजींची ग्रामगीता! आई-वडिलांची महती सर्वच धर्मांत व पंथांत गायली आहे.''

ख्रिस्तांच्या बायबल या पवित्र ग्रंथात आई-वडिलांच्या महतीचं वर्णन अनेकदा आले आहे. या पवित्र शास्त्राच्या द्वितीय संहितेत मान्यताप्राप्त ग्रंथ 'बेन सिरा यांची बोधवचने' या रोमन कॅथॉलिक महामंडळाने प्रेरित म्हणून मान्य केलेल्या या ग्रंथात असे म्हटले आहे की—

''बाळांनो, माझे ऐका, कारण मी तुमचा पिता आहे. तुमच्या कल्याणासाठी मी सांगतो तसे वागा. आपल्या पित्यास मान द्यावा आणि आईचा हक्क मानावा, अशी परमेश्वराची इच्छा आहे.''

''पित्यास मान दिल्याने पापक्षालन होते आणि मातेचा सन्मान करणारा जणू धनसंचय करतो.''

''जो आपल्या पित्याचा सन्मान करतो, त्याला त्याची मुलेबाळे आनंदित करतील आणि तो प्रार्थना करील तेव्हा ती ऐकली जाईल.''

''पित्याचा मान राखणारा दीर्घायुष्यी होतो. परमेश्वराची आज्ञा पाळणारा मातेला सुख देतो. परमेश्वराची भीती बाळगणारा पित्याला मान देतो.''

''मालकाची सेवा करणाऱ्या गुलामाप्रमाणे तो माता-पित्याची करतो. वाचेने व कृतीने पित्याचा मान राख म्हणजे तुला पित्याचा आशीर्वाद मिळेल.''

''पित्याच्या आशीर्वादाने मुलांची घरे उभारली जातात आणि आईच्या शापाने घराचा पाया उखडला जातो.''

''पित्याची नालस्ती करून स्वत:ला मानपान मिळवायला पाहू नकोस. त्याची नालस्ती करून तुझा मानसन्मान कसा होईल?''

''पित्याच्या सन्मानामध्ये मुलांची प्रतिष्ठा असते. आईच्या नावाला लागलेला काळिमा म्हणजे तिच्या मुलांची अप्रतिष्ठा.''

''बाळा, आपल्या पित्याच्या वृध्दापकाळात त्याचा सांभाळ कर. त्याच्या साऱ्या आयुष्यात त्याला दु:ख देऊ नकोस.''

''संपूर्ण मनाने तुझ्या पित्याला मान दे आणि आईने सोसलेल्या प्रसववेदना

मातृ देवो भव! / १५५

विसरू नकोस.''

''ज्यांनी तुला जन्म दिला, त्यांची आठवण ठेव. त्यांनी सोसलेल्या कष्टांची परतफेड तू कशी करशील?''

मुसलमानांच्या पवित्र ग्रंथात अर्थात दिव्य कुरआनमध्ये काही प्रमुख विषयांची सूची दिली आहे. त्यातील 'सदाचरण आणि सामाजिक व्यवहार' या शीर्षकांतर्गत सांगितलेल्या 'माता-पित्यांच्या हक्काबद्दल' असे वर्णन केले आहे

१. ''आई-वडिलांशी व नातेवाइकांशी सद्व्यवहार करा.'' (सुरह २, आयत ८३)

२. ''आपली संपत्ती आई-वडील व नातेवाइकांवर खर्च करा.'' (सुरह २, आयत ११५)

३. ''अल्लाहशी कोणालाही भागीदार करू नका. माता-पित्याशी सद्वर्तन करा व नातेवाइकांशी चांगला व्यवहार करा.'' (सुरह ४, आयत ३६)

४. ''आई-वडिलांशी नेक व्यवहार करा.'' (सुरह ६, आयत १५१)

५. ''माता-पित्याशी सद्व्यवहार करा व त्यांच्याविरोधात ब्र शब्दही काढू नका.'' (सुरह १७, आयत २३-२४)

६. ''अल्लाहने माणसांना आज्ञा दिली आहे की, माता-पित्यांशी सद्व्यवहार करा.'' (सुरह २९, आयत ८ व सुरह ४६, आयत १५)

७. ''अल्लाहने मानवाला आज्ञा दिली आहे की; त्याने आपल्या माता-पित्याचे हक्क ओळखावेत. (सुरह ३१, आयत १४)

सभेला उपस्थित असलेल्या बहुतेक हिंदू पेन्शनर्सना या बायबल व कुराणातल्या या उपदेशाबद्दल काहीच माहिती नव्हती. ही ज्ञानात पडलेली भर सर्वांनाच बरी वाटली.

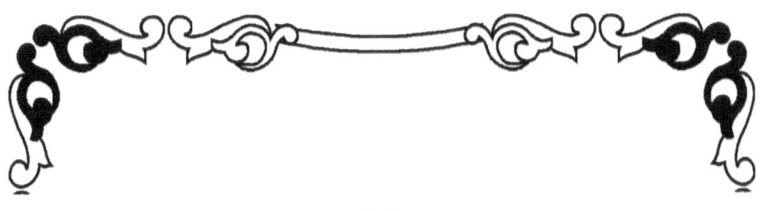

१३

वाट आंधळी , प्रवास खडतर

तसे पाहता, माणसाला एकटे वाटणे ही आजकाल केवळ वृद्धांचीच समस्या आहे, असेही नाही. वृद्धांच्या वाट्याला ते जास्त प्रमाणात येते. त्यांना ते जास्त जिव्हारी लागते व प्रकर्षाने जाणवते, ही खरी गोष्ट आहे. आपल्या वाट्याला आलेलं एकटेपण कुणाला सांगावे, हा त्यांच्यापुढे प्रश्न असतो.

जग कितीही जवळ आल्याचा भास निर्माण केला जात असला, तरी माणसे प्रत्यक्षात माणसांपासून दूर जात आहेत, हेच चित्र आपण अनुभवतो आहोत. त्याला कारण कुटुंबातील सुसंवाद कमी होत आहे, हे आहे.

पिढ्यांतील अंतर हे तर नेहमी असतेच; परंतु आजच्या घडीला जे जाणवते, ते याआधी कधी एवढ्या प्रखरतेने जाणवत नव्हते. जे सदस्य काल तरुण होते व आज ज्येष्ठ झाले आहेत, त्यांनी हा फरक अनुभवला आहे; अनुभवत आहेत. ते त्यांच्या वडिलांशी व जवळच्या नातेवाइकांशी कसे वागले आणि आजची पिढी त्यांच्याशी कशी वागते, यातला फरक त्यांना स्पष्ट दिसतो.

हे कशामुळे झाले, हे कुणालाही कळायला मार्ग नाही. केवळ दोन पिढ्यांतील अंतर— हे मोघम उत्तर येते. कुणी त्याला कलियुगाचा परिणाम म्हणतात, तर कुणी यंत्रयुगाचा. किंवा जागतिकीकरणामुळे व माहिती तंत्रज्ञानामुळे जवळ आलेल्या पाश्चात्त्य संस्कृतीच्या प्रभावामुळे असे झाले, असे सांगून मोकळे होतात.

काहीही कारण असले, तरी हे केवळ माणसाच्या व्यक्तिस्वातंत्र्याच्या हव्यासातून व भोगवादाच्या चंगळवादाच्या लालसेतून ते घडत आहे, हे स्पष्ट आहे.

या माणसाच्या आत्मकेंद्रितपणामुळे व चंगळवादाच्या आहारी गेल्यामुळे म्हणा; तो केवळ स्वत:पुरते बघायला शिकला आहे. तो ज्येष्ठांशीच काय,

आपल्या पिढीच्या इतर सदस्यांशी तरी कुठे सुसंवाद करतो?

सुसंवाद दूर राहिला; निदान संवाद तरी करतो काय? तेही बाजूला ठेवून असा विचार करता येईल की, माणूस आपल्या कुटुंबातील सदस्यांशी व अगदीच नाही तर निदान स्वत:शी तरी संवाद साधतो काय?

या सगळ्या प्रश्नाचे उत्तर 'नाही' असेच आहे. काही अपवाद असतीलही, नाही असे नाही; परंतु अशी माणसे व अशी कुटुंबे कंदील घेऊन शोधावी लागतील, असे म्हणणे वावगे ठरणार नाही.

घरातील वृद्धांची मानसिक अवस्था आताशा फार हळवी होत आहे, असे आढळते. आपल्याच घरात आपण उपरे ठरत आहोत, असे साधारणत: त्यांना वाटत असते. घरातील इतर सदस्यांच्या वागणुकीतून त्यांनी आपल्या मनाशीच काही आडाखे बांधलेले असतात. उदा.—

आजी आपल्या मनाशीच म्हणत असते— 'आता कोण लक्ष देणार आपल्याकडे? आपली आस्थेने चौकशी करायला वेळ आहे कुणाला? सूनबाई आपली तिच्याच कामात असते. तिला जिवंत माणसांपेक्षा घरातील निर्जीव वस्तू शोकेसमध्ये सजवण्याचीच आवड जास्त.

'मुलगा तर कुठे राहिलाच नाही आपला! तो त्याच्या बायकोच्याच मनाचा झाला. तिच्या शब्दाला खाली पडू देत नाही आणि आपलं ऐकून न ऐकल्यासारखं करतो. शिवाय त्याला त्याच्या ऑफिसचं टेन्शन व त्याच्या मुलांच्या भविष्याची काळजी. यातून फुरसत मिळाली, तर ऐकेल ना आपलं!

'नातवंडांचं काय— मम्मी-डॅडी जसे; तसे ते. कायम आपले अभ्यासाच्या खोलीत, नाही तर त्या टीव्हीच्या डबड्यापुढे. त्यातून उरलाच वेळ तर कॉम्प्युटर, मोबाईल गेम, गाणी— हेच त्यांचं जग झालं. कसले कसले क्लास आणि ट्युशन तर आहेतच. आजी आहेच कुठे त्यांच्या जगात! तिच्याशी चार शब्द बोलायला कुणालाच वेळ नाही.'

असंच आजोबांचंसुद्धा. त्यांनाही असाच अनुभव येतो. पण ते निदान काठी टेकत चौकातल्या पिंपळाच्या पारावर तरी जातात. तिथे त्यांना समवयस्क म्हातारे व ज्येष्ठ भेटतात. त्यांच्यासोबत शिळोप्याच्या गप्पा तरी होतात. चार पेन्शनर मित्र भेटले की, त्यांचा वेळ जातो. फिरायला जाता-जाता पाय मोकळे होतात.

त्या आजीबाईंचे एक वेळ ठीक. कारण त्यांचे आजोबा निदान सकाळ-संध्याकाळ घरात तरी असतात. आजी व आजोबा एकमेकांचे विचार किंवा

गाऱ्हाणी, तक्रारी एकमेकांपाशी बोलून व्यक्त तरी करतात; परंतु ज्यांच्या आयुष्यातली ही सोबत तुटली आहे, अशांचे काय?

आजी सोडून गेली किंवा आजोबा निघून गेले, तर कुणी कुणाशी बोलायचे— हा प्रश्न निर्माण होतो. एकत्र कुटुंबात असलेल्या या आजी किंवा आजोबांची अवस्था फारच बिकट होते.

घरात सरळ-सरळ दोन फळ्या पडलेल्या असतात— एक नव्यांची व एक जुन्यांची. या फळ्या नकळत होऊन जातात किंवा जाणीवपूर्वक पाडल्या जातात. आपापल्या फळीतल्या सदस्यांची भाषा त्या-त्या फळीतल्या सदस्यांना बरोबर समजते. दुसऱ्या फळीतल्या सदस्यांची भाषा समजत असली, तरी समजून घेतली जात नाही. ज्येष्ठ फळीतले सदस्य आपले तोंड दाबून बुक्क्यांचा मार सहन करीत पडवीत गप्प बसतात.

ज्यांनी आयुष्यात सोबत करावयाच्या आणा-शपथा घेतलेल्या असतात व अखेरपर्यंत साथसंगत करण्याचे अभिवचन दिलेले असते, ती साथसंगत एकाएकी तुटली की त्यांच्यावर आभाळच कोसळते आणि साथसंगत सुटते ती एकाएकीच.

मृत्यू काय कुणाला सांगून येतो? की, आजी अथवा आजोबांची मृत्यूची तारीख ठरवून येतो? तो असा कॅलेंडरवरच्या तारखांसारखा ॲडव्हान्समधे छापून येत नाही; तो कधीही येतो.

ऊन असो की पाऊस; थंडी असो की वारा; दिवस असो की रात्र; अमावस्या असो की पौर्णिमा; पहाट असो की दुपार... तो कधीच सांगून येत नाही. तो एखाद्या मध्यरात्रीच्या ठोक्याला किंवा थोड्याफार फरकाने अलीकडे वा पलीकडे सगळ्यांना गाढ झोपेत ठेवून आपल्या सावजाला असा टिपतो की, त्या अंधारभरल्या रात्रीलाही न कळावे. जीवांच्या आयुष्यातले ते एकमेव भीषण सत्य असते.

मजल-दरमजल करीत त्या जीवाचं गोंडस बालपण आणि मोहरलेलं तारुण्य सरते व रात्रीच्या गडद अंधारात दबा धरून बसलेलं मरणाचं भूत त्याच्या मानगुटीवर केव्हा बसते, ते समजतही नाही. वर्तमान जगत असलेला तो किंवा ती ताटीवर आडवी पडते व आपला भूतकाळ सुरू करते. भविष्यातल्या काही क्षणांच्या आठवणींचा धागा बनते आणि कधी तरी विस्मरणात जाते.

पेन्शनर्स असोसिएशन हा भाग थोडा बाजूला ठेवला आणि सरसकट केवळ वृद्ध किंवा ज्येष्ठ या सदरात मोडणारे सिनिअर सिटिझन हिशोबात घेतले;

तर आणखी भयावह स्थिती लक्षात येते.

कारण घरातील वृद्धाची पेन्शनरूपाने अर्थप्राप्ती असेल, तर त्याचा मान नाइलाजाने का होई ना, राखावाच लागतो. परंतु ज्या माय-बापांनी आपल्या मुलांच्या संगोपनासाठी आणि माणूस म्हणून त्याला आपल्या पायावर उभे राहाण्यासाठी जे कष्ट घेतलेले असतात, परंतु आता वयोमानाप्रमाणे त्यांच्याकडून कामधाम होत नाही किंवा त्यांना पेन्शनही मिळत नाही— अशा माता-पित्यांची किंमत त्यांची मुले किती करतात? उत्तर 'नगण्य' असे येते.

आजची पिढी बहुतांश अशा न कमावत्या माय-बापांना पोसण्यास कचरते, असाही कटू अनुभव येत आहे. त्यांनी आपल्याला जन्म दिला आणि आपले बोट धरून चालायला शिकवले, काऊ-चिऊ दाखवत घास भरवला... हे सहज विसरले जाते. हा काळाचा महिमा, की तथाकथित ग्लोबलायझेशनचा?

॥♦॥

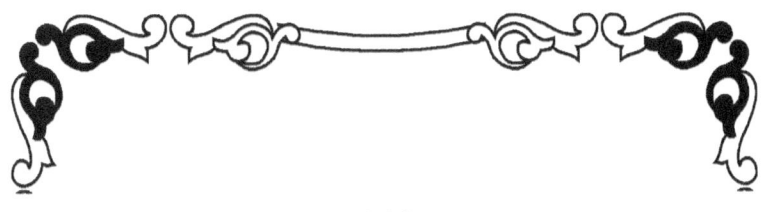

१४

पेन्शन– जीवाभावाचा आधार

आजच्या चर्चेचा विषय पेन्शन हा होता. अप्पांनी पेन्शनर्स असोसिएशनच्या मुख्यालयातून म्हणजे पुण्याहून मार्गदर्शकांना पाचारण केले होते. पेन्शनच्या संकल्पनेपासून त्याविषयीची सजगता बाळगण्यासाठी लक्षात राहाव्यात अशा काही टिप्स ते सर्वसामान्य पेन्शनर्सना देणार होते. अप्पांनी त्यांचा परिचय करून दिला. त्यांचे स्वागत केले. ते पाहुणे डाक खात्याचे सेवानिवृत्त अधीक्षक होते. ते आपल्या भाषणात म्हणाले,

"प्रत्येक पेन्शनर हा ज्येष्ठ नागरिक असतोच; परंतु प्रत्येक ज्येष्ठ नागरिक हा पेन्शनर असेलच, असे नाही. वस्तुत: प्रत्येक ज्येष्ठ नागरिकाला त्याच्या थकलेल्या काळात उदरनिर्वाहासाठी आर्थिक साह्य हवे असते. सरकार पेन्शनच्या रूपात ते देते.''

ते पुढे म्हणाले, "आताच्या काळात तर ज्येष्ठांच्या आधाराचे सगळे मार्ग विश्वासाचे उरलेले नाहीत. ज्यांनी काडी-काडी जमवून घरदार उभं केलं, त्यांनाही सगळं सोडून परागंदा व्हावे लागते, असे अनुभव वाढीस लागले आहेत. अशा वेळी विश्वासाचा हमखास आधार म्हणजे पेन्शन असते.''

परंतु पेन्शन ही सगळ्याच ज्येष्ठ नागरिकांना थोडीच लागू आहे! आपल्या देशाच्या लोकसंख्येचा विचार केला, तर खालीलप्रमाणे माहिती मिळते—

भारताची लोकसंख्या आजमितीला साधारणपणे १२५ कोटींच्या जवळपास आहे व त्यापैकी १० टक्के ज्येष्ठ नागरिक धरले, तरी ती संख्या १२ कोटी इतकी होईल.

असे म्हणतात की, या ज्येष्ठ नागरिकांपैकी केवळ २० टक्के ज्येष्ठ नागरिक हे पेन्शनधारक आहेत.

त्यांची संख्या २ कोटी ४० लाख एवढी होते.

म्हणजेच, इतर ८० टक्के ज्येष्ठ नागरिकांना पेन्शन मिळत नाही.

म्हणजेच, ९ कोटी ६० लाख ज्येष्ठ नागरिकांना पेन्शन मिळण्याची व्यवस्था नाही.

या वंचितांच्या आर्थिक परिस्थितीचे काय?

त्यांना आयुष्याच्या उत्तरार्धात उदरभरणाचे साधन कुठले?

देशातील ९ कोटी ६० लाख ज्येष्ठ नागरिक पेन्शन मिळवते नाहीत. वयोमानाप्रमाणे त्यांना कामही झेपणार नाही. याचाच अर्थ, त्यांना आपल्या दोन वेळच्या जेवणासाठी व अंगावरच्या कापडासाठी मुलांवर किंवा अन्य नातेवाइकांवर अवलंबून राहावे लागते.

याचाच अर्थ— त्यांना जगायचे असेल, तर कुणापुढे तरी हात पसरावा लागतो आणि आजकाल हात पसरला तरी त्यात दान पडेलच, याची खात्री उरलेली नाही. म्हणजेच, या देशातील मोठ्या संख्येने असलेल्या पेन्शन नसलेल्यांचे आयुष्य हे अधांतरी टांगलेले आहे. म्हणूनच म्हणावेसे वाटते की, ही देशापुढील एक समस्याच आहे— गंभीर समस्या!

जे पेन्शनधारक आहेत, त्यांतही शासकीय सेवानिवृत्त पेन्शनधारक वेगळे आणि अन्य प्रतिष्ठानांतून सेवानिवृत्त झालेले पेन्शनधारक वेगळे असतात. शासकीयमध्येही केंद्र शासकीय व राज्य शासकीय हे आणखी वेगळे. शासकीय पेन्शनधारकांना वेळोवेळी वाढलेल्या महागाई भत्याची वाढ आपोआपच मिळत राहते. ही सोय अन्य पेन्शनधारकांना नाही.

ज्येष्ठ नागरिक— तो कोणताही असो, पेन्शनधारक– तो कोणताही असो; त्यांनी देशाच्या जडणघडणीत व राष्ट्रीय विकासाच्या कामात सारखेच योगदान दिलेले असते. म्हणून पेन्शनधारकांना जे लाभ मिळतात, ते कुठलाही भेदभाव न करता सर्वांना समान न्यायाने मिळावयास हवेत. परंतु तसे होत नाही.

ग्रामीण भागातील वयोवृद्ध म्हणजेच शेतकरी ज्येष्ठ नागरिक यांची स्थिती तर फारच दयनीय असते. ज्यांना आधार आहे असे सकृत्‌दर्शनी दिसते, तेही फसवे असते. मुले-मुली संपत्तीतला आपला हिस्सा घेऊन मोकळे होतात. आपापली वेगळी बिऱ्हाडे थाटतात आणि हे ज्येष्ठ एकाकी पडतात. वृद्धापकाळी त्यांना जो मानसिक व आर्थिक आधार हवा असतो, तो अनेकदा मिळत नाही.

समाजातला हा वर्ग असा आहे की, त्यांना पेन्शन वा तत्सम आधार म्हणून काहीच मिळत नाही. वृद्धापकाळातील आरोग्यविषयक समस्या व महागडे औषधोपचार यांमुळे ज्येष्ठ बिचारे त्रस्त आहेत. हातात हक्काचा पैसा येत नाही,

म्हणून त्यांना आधारहीन वाटत राहते.

जीवनावश्यक वस्तूंची सतत होणारी भाववाढ, वाढत्या दराचा प्रवास व निरनिराळी बिले, शिक्षणाचा न झेपणारा खर्च— हे लक्षात घेता, माणूस वृद्ध होईपर्यंतच अर्धमेला होतो आणि वृद्ध म्हणजेच ज्येष्ठ झाला की, तो मृत्युपंथालाच लागतो. त्याला जगवण्याची ज्यांची जबाबदारी असते, ते तर हात वर करून मोकळे तरी होतात किंवा घरातील ज्येष्ठांना बाहेरचा रस्ता दाखवितात.

त्या ज्येष्ठांनी काय करावे? ते मग आत्महत्येचा मार्ग पत्करतात किंवा राहिलेले आयुष्य सरपटत-खुरडत जगत राहतात. सरकार या वर्गासाठी ठोस असे काहीच करीत नाही.

त्याच वेळी खासदार-आमदारांच्या मासिक मानधनात व इतर अनेक सोई-सवलतींत भरघोस वाढ होते. त्यांच्या वृद्धापकाळाची तरतूद केली जाते. कारण त्यांच्या हातात कायदे असतात. कायदा पास करून घेणारी यंत्रणा त्यांच्याच हातात असते. त्यांच्यात शेतकऱ्यांची मुले बहुसंख्येने असतात, परंतु आपल्या बापाचे हाल ते विसरतात.

याउलट, देशासाठी (?) क्रिकेट खेळणाऱ्यांना वाटेल तशा करसवलती आणि फायदे देताना मुक्त हस्ताने वाटप केले जाते.

अशा वेळी या ज्येष्ठांच्या समस्येची कुणालाच आठवण होत नाही. त्यांच्या सुरक्षाविषयक जागृतीचं भान आम्हाला व आमच्या सरकारांना कधी येईल? ही समाजव्यवस्था कशी व कधी बदलेल? सन २०२० मध्ये महासत्ता होऊ घातलेल्या या देशातल्या ज्येष्ठांचे हाल कधी संपतील?

सरकारी नोकरांनी संघटित होऊन आपल्या पोळीवर तूप ओढून घेण्याचे प्रकार या देशात फार दिवसांपासून सुरू आहेत. महागाई दिवसेंदिवस वाढत आहेच, हे कबूल; परंतु ती काय केवळ सरकारी नोकरांनाच आहे? सामान्य जनतेला बाजारात स्वस्तात वस्तू मिळण्याची वेगळी दुकाने आहेत व सरकारी नोकरीचे ओळखपत्र दाखविले की, महाग दराने वस्तू मिळतात— असे तर नाही ना?

मात्र, महागाईचा निर्देशांक वाढला, की सरकार दरबारी काम (?) करणाऱ्यांना त्याची पगारात वाढ मिळते. तिकडे जगात आर्थिक मंदी असते तरीही इथे पाचवा-सहावा वेतन आयोग मंजूर केला जातो. त्यात कधी नव्हे एवढी भरघोस वेतनवाढ दिली जाते. सरकारच्या तिजोरीवर प्रचंड ताण पडतो आणि त्याच प्रमाणात सामान्य जनता व सरकारी नोकर यांच्यात प्रचंड तफावत

निर्माण होते.

आता प्रत्यक्ष घाम गाळून श्रम करणारे व काहीही कष्ट न करता मलिदा खाणारे— अशा दोन मानवजाती उदयास आलेल्या आहेत. त्यांच्यात आर्थिक मिळकतीची भली मोठी दरी निर्माण झालेली आहे. ती वाढतच आहे. सरकारे गरिबी हटवण्याचा नारा देत आहेत. परंतु तो केवळ पोस्टरपुरताच मर्यादित झाला आहे. गरिबी हटण्याऐवजी गरीब तेवढा हटत आहे. नव्हे, तो संपत आहे.

हे चक्र असेच सुरू राहते. देशावर आणखी कर्ज होत राहते. आलेले सरकार कुणाचेही असो, ते मागच्याच्या पावलावर पाऊल ठेवून (व मतावर डोळे ठेवून) पुढे जात राहते. कुणाच्या घरातले काय जाते? बुडेल तर देश बुडेल! असा सगळा प्रकार चालू आहे.

चटके सोसावे लागतात ते देशातील सामान्य जनतेला व त्यातल्या त्यात निराधार असणाऱ्या ज्येष्ठ नागरिकांना. वृद्धापकाळाची तरतूद नसलेल्यांना. याचा विचार सरकारांनी केला पाहिजे. त्याचा विचार सरकारातील आमदारांनी-खासदारांनी केला पाहिजे. त्यासाठी कायदे केले पाहिजेत.

या ज्येष्ठांकरिता केवळ कायद्याचे कागदी घोडे नाचविण्यातही अर्थ नाही. जोपर्यंत पेन्शनरूपाने त्यांना प्रत्यक्ष आधार मिळत नाही, तोपर्यंत काहीही साध्य होणार नाही. म्हणजेच कायदे करून ते राबवले पाहिजेत, अन्यथा त्या कायद्याला काहीच अर्थ उरणार नाही.

आमदार-खासदारांनी केवळ सरकारी नोकरांचा व आपला स्वतःचा विचार करण्याआधी या समाजातील सर्वच स्तरांतील ज्येष्ठांचा विचार करण्याची गरज आज निर्माण झाली आहे. ही काळाची गरज आहे. त्याची कारणे अशी आहेत—

म्हातारपण कुणालाच चुकले नाही. ते येणारच. आजची वृद्धांची जीवनपद्धती पाहिल्यास त्यांना परावलंबी जीवन जगावे लागते, ही वस्तुस्थिती आहे. ही स्थिती भविष्यात दिवसेंदिवस आणखी वाईट होईल, हे सांगावयास कोण्या भविष्यवेत्त्याची आवश्यकता नाही.

असे म्हणतात की, आणखी ४० वर्षांनी ज्येष्ठ नागरिकांची संख्या ४० टक्के वाढू शकते. या वृद्धांना म्हातारपणाची आधाराची काठी म्हणून व स्वावलंबी जीवन जगण्यासाठी म्हणून आपली स्वतःची पेन्शन असणे आवश्यक आहे आणि ती मंजूर करणे हे सरकारचे नैतिक कर्तव्य आहे.

म्हणून अशा ज्येष्ठ नागरिकांना किमान पेन्शन द्यावयास हवी, यात दुमत असण्याचे कारण नाही. कारण भारतीय राज्यघटनेत समान सामाजिक

न्यायाचे धोरण निश्चित केलेले आहे. असे केल्यास राज्यघटनेतील समान न्यायाचे ध्येय साध्य केल्यासारखे होईल.

पेन्शन हा म्हातारपणातला खरा आधार असतो, हेच खरे. इतर कुठल्या आधाराचा भरवसा राहिलेला नाही.

आता-आता सन २००४ पासून केंद्र सरकारच्या भरती झालेल्या नोकरांना ती पेन्शन योजना लागू नसल्याचे सांगतात. त्याबदल्यात आणखी काही लाभ असतीलही, ते सरकारचे प्रश्न आहेत. परंतु आजतागायत पेन्शनधारकांची संख्या बरीच मोठी आहे व ते पेन्शन योजनेचा लाभ घेत आहेत.

हेही खरेच की, पेन्शनधारकांना आपल्याला नेमकी किती पेन्शन मिळावयास हवी किंवा आपल्या पश्चात आपल्या फॅमिलीतील सदस्यांना काय पेन्शनविषयक लाभ मिळतात, नियमात याबाबतीत काय तरतूद आहे, याची माहिती नसते. जे पदरात पडेल ते घ्यायचे, अशी त्यांची धारणा असते. त्याबाबतचे कायदे भल्या-भल्यांना कळत नसतात.

केंद्र सरकारी कर्मचारीवर्गासाठी सन १९६४ ची 'फॅमिली पेन्शन स्कीम १९६४' सुरू करण्यात आली होती, तीच आजतागायत सुरू आहे. ही योजना नेमकी काय आहे याचा थोडक्यात तपशील पेन्शनधारकांच्या माहितीसाठी देताना ते अधिकारी म्हणाले...

पेन्शन म्हणजे काय?

शासकीय कर्मचारी म्हणजे सरकारी नोकर म्हणून काम करीत असताना, वयाची साठ वर्षे पूर्ण झाल्यानंतर त्याला सेवानिवृत्त व्हावेच लागते. नोकरीचा कालावधी व निवृत्त होतानाचा पगार यावर आधारित एक निश्चित रक्कम आयुष्यभरासाठी दरमहा देण्यात येते. तिला पेन्शन म्हणतात.

महागाई भत्ता

या पेन्शनवर महागाई भत्ताही दिला जातो. त्याला 'डिअरनेस रिलिफ' असे म्हणतात. हा महागाई भत्ता केंद्र सरकारी नोकरांच्या बाबतीत केंद्र सरकारचे 'डिपार्टमेंट ऑफ पेन्शन' आणि 'पेन्शनर्स वेलफेअर, नवी दिल्ली', हे कार्यालय दर सहा महिन्यांनी, म्हणजे जानेवारी व जुलैला मंजूर करते. महागाईचा वाढलेला दर याच्या आधाराने हा दर ठरत असतो.

हा वाढीव महागाई भत्ता केंद्र सरकारच्या सेवेत असलेल्यांना व सेवानिवृत्तांनाही मिळतो. याच आधारावर राज्य सरकारी कर्मचाऱ्यांनाही राज्य सरकारे वाढीव महागाई भत्ता आता देत आहेत.

बी.एस.एन.एल. सेवानिवृत्तांच्या बाबतीत असा महागाई भत्ता केंद्र सरकारचे 'डिपार्टमेंट ऑफ पब्लिक एंटरप्रायजेस, नवी दिल्ली' कार्यालय दर तीन महिन्यांनी म्हणजे १ जानेवारी, १ एप्रिल, १ जुलै व १ ऑक्टोबरपासून मंजूर करते.

मेडिकल अलाउन्स

केंद्र सरकारी पेन्शनर्सना 'आउट डोअर मेडिकल ट्रीटमेंटसाठी (ज्या ठिकाणी सी.जी.एच.एस.म्हणजे पोस्टल डिस्पेन्सरी नाही अशा ठिकाणी) दरमहा ३०० रुपये दिले जातात. बी.एस.एन.एल.च्या सेवानिवृत्तांना त्यांचा शेवटचा पगार अधिक महागाई भत्ता भागिले २, एवढी रक्कम वर्षभरात ४ हप्त्यांत दिली जाते.

पेन्शन पेमेंट

पेन्शनची मिळावयाची रक्कम आपण निवडलेल्या पोस्ट ऑफिसमध्ये अथवा बँकेतून दर महिन्याच्या अखेरच्या तारखेनंतर केव्हाही मिळते. किंवा ही रक्कम आपल्या नावे उघडलेल्या पेन्शन अकाउंटमध्ये परस्पर जमा केली जाते. ती आपण हवी तेव्हा पोस्ट वा बँकेच्या कामकाजाच्या वेळेत काढू शकतो. यामुळे एकाच वेळी होणारी गर्दी व लागणारा विलंब टळतो.

पी.पी.ओ. Pention payment order

निवृत्त होताना सेवानिवृत्ताचे पूर्ण नाव, मंजूर झालेली पेन्शनची रक्कम, जन्म तारीख, सेवेत रुजू झाल्याची व सेवानिवृत्तीची तारीख, झालेली एकूण सेवा, ज्या अखेरच्या पगारावर पेन्शन लागू झाली तो पगार, रिटायरमेंट ग्रॅच्युइटीची मंजूर रक्कम इ.चा तपशील असतो. या महत्त्वपूर्ण कागदाला पी.पी.ओ. असे म्हणतात.

या पी.पी.ओ.मध्येच सेवानिवृत्त व्यक्तीचा मृत्यू झाल्यास ज्या व्यक्तीला फॅमिली पेन्शन लागू करावयाची आहे, त्या व्यक्तीचे नाव व मिळावयाची पेन्शनची रक्कम याचाही तपशील असतो. पी.पी.ओ. हे पुस्तक स्वरूपात असते व ते सांभाळून ठेवावे लागते. याच्या दोन प्रती असतात. एक प्रत पेन्शनरकडे व दुसरे पेन्शन पेमेंट करणाऱ्या अधिकाऱ्याकडे म्हणजे पोस्ट किंवा बँक यांचेकडे असते. काही कारणाने पी.पी.ओ. हरवले वा गहाळ झाले किंवा नष्ट झाले, तर त्याची फोटोप्रत त्या-त्या अधिकाऱ्याकडून मिळू शकते.

पेन्शन पेमेंट पोस्ट ऑफिसमधून...

सन १९७२-७३ पासून दरमहा पेन्शन घेण्याची सुविधा पोस्टातून, तसेच बँकांमधून सुरू केली आहे. आता पोस्टातून पेन्शन घेणे तसे अडचणीचे

व क्लिष्ट राहिलेले नाही. पूर्वी पोस्टात वेळेच्या आत जाऊन 'पेन्शन ५' हा फॉर्म भरून द्यावा लागायचा. मग रांगेत उभे राहून आपली फाईल शोधून काढून फॉर्मवर पेन्शनची रक्कम घालून त्यावर रेव्हेन्यू तिकीट लावून, पोस्टमास्तरांच्या सहीसाठी ताटकळत राहावे लागायचे. त्यानंतर कॅशिअरसमोर रांग लावायला लागायची. नोटा घाईघाईत मोजून घेत उभे राहावे लागायचे. कधी कधी पोस्टात पुरेसे पैसे नसले, तर थांबणे भाग पडायचे. वयोवृद्धांना ते त्रासदायक वाटायचे. परंतु, आता हे सगळे बदलले आहे.

आता आपली पेन्शन आपल्याच एका वेगळ्या पासबुकात वळती केली जाते. असा वेगळा अकाउंट उघडावा लागतो. त्यात आपली पेन्शन महिन्याच्या तीस तारखेला आपोआप जमा केली जाते. हे काम आता संगणकाच्या मदतीने जलद गतीने होते.

आपली पेन्शनची रक्कम आपण केव्हाही, आपल्याला गरज लागेल तेव्हा पोस्टाच्या दैनंदिन कामकाजाच्या वेळेत काढू शकतो. ती तशीच जमा राहिली, तर त्यावर व्याज मिळते. या खात्यात पेन्शनव्यतिरिक्त इतर रक्कम मात्र जमा करता येत नाही. या खात्यावर चेकबुक मिळण्याचीही सुविधा आहे.

पेन्शन पेमेंट बँकांमधून...

सन १९७८ पर्यंत सरकारी नोकरांचे पेन्शन वाटप गव्हर्न्मेंट ट्रेझरी व पोस्टातूनच होत होते. त्यानंतर ते राष्ट्रीयीकृत बँकांच्या शाखांमधूनही होऊ लागले. आपल्या पी.पी.ओ.ची एक प्रत शाखाधिकारी यांच्याकडे असते. पेन्शनधारकाचे अकाउंट संबंधित बँकेत असतेच. या खात्यात दर महिन्याच्या शेवटच्या तारखेला पेन्शन आपोआप जमा होते. हे खाते जॉइंट खाते म्हणून जोडीदाराला सोबत घेऊनही उघडता येते. मात्र या खात्यात केवळ पेन्शनची रक्कम जमा होते, इतर कोणतीही रक्कम यात जमा करता येत नाही.

सर्व पेन्शनर्सना दर वर्षी नोव्हेंबर महिन्यात आपल्या हयातीचा, त्याचप्रमाणे पुनर्विवाहाचा (झाला असल्याचा किंवा नसल्याचा) किंवा नोकरीला लागल्याचा वा सोडल्याचा दाखला द्यावा लागतो. या पेन्शनच्या खात्यावर चेकबुक व ए.टी.एम. कार्डही मिळू शकते.

पेन्शनरच्या मृत्यूबाबतची सूचना लेखी स्वरूपात बँक किंवा पोस्टाला देणे आवश्यक असते. पी.पी.ओ.मध्ये फॅमिली पेन्शनचा उल्लेख असतोच. उर्वरित सदस्याने अर्ज केल्यावर त्याच्या नावे फॅमिली पेन्शन सुरू होते. पेन्शनचे खाते एका शाखेतून दुसऱ्या शाखेतही बदलता येते. शिवाय चेकबुकाचा उपयोग

करून इतर बँकांतूनही पैसे काढता येतात.

केंद्र सरकारी कर्मचारी व पेन्शनर्ससाठी 'फॅमिली पेन्शन १९६४'

केंद्र सरकारच्या कर्मचारीवर्गासाठी व निवृत्त कर्मचाऱ्यांसाठी 'फॅमिली पेन्शन स्कीम १९६४' म्हणजेच 'कुटुंबनिर्वाह वेतन योजना' ही अशी एक योजना आहे की, त्यामुळे सर्व केंद्रीय कर्मचारी शासनाचे सदैव ऋणी राहतील. या योजनेनुसार कर्मचारी तसेच निवृत्त कर्मचारी, म्हणजेच पेन्शनर या दोघांनाही समान दराने आजीवन म्हणजेच तह हयात दरमहा पेन्शन मिळते. थोडक्यात, ही योजना अशी आहे—

★ या योजनेचा लाभ मिळण्यासाठी कोणत्याही प्रकारची वर्गणी द्यावी लागत नाही.

★ सरकारी यंत्रणा आवश्यक ते फॉर्म भरून घेण्याची व्यवस्था करते.

★ मृत कर्मचाऱ्याच्या कुटुंबातील सर्व व्यक्ती अशा प्रकारची फॅमिली पेन्शन मिळण्यास पात्र असतात.

★ मात्र एकाच व्यक्तीला पेन्शन मिळू शकते.

★ प्रत्येक पे कमिशनकडून या पेन्शनमध्ये वाढ मिळतेच आहे.

★ कर्मचाऱ्याप्रमाणेच निवृत्त व्यक्तीलाही म्हणजेच पेन्शनधारकालाही महागाई वाढली की, महागाई भत्यात वाढ मिळते.

★ पेन्शन मिळण्यासाठी एकूण पात्र नोकरी ही दहा वर्षे किंवा त्यापेक्षा जास्त असणे आवश्यक असते, तशी काही अट फॅमिली पेन्शनसाठी नाही.

★ यासाठी नोकरीला लागतेवेळीच शासनाकडून फॅमिली मेंबर्सचा तपशील एका फॉर्ममध्ये भरून घेतला जातो. त्यावर आधारित कर्मचारी किंवा निवृत्त व्यक्तीच्या मृत्यूनंतर फॅमिली पेन्शन कोणास किती दराने द्यावी, याबाबतचे निर्देश पी.पी.ओ. म्हणजेच पेन्शन पेमेंट ऑर्डरमध्ये लिहून ठेवलेले असतात.

★ अशी ही कल्याणकारी योजना केंद्र सरकारचे माजी अर्थमंत्री टी. टी. कृष्णम्माचारी यांनी मंजूर केली आहे आणि या सवलतीचा फायदा कर्मचारी व निवृत्त व्यक्तींच्या कुटुंबांना मिळत आहे.

या योजनेनुसार मृत कर्मचारी किंवा पेन्शनरच्या कुटुंबातील एका व्यक्तीला एका वेळेला पेन्शन मिळू शकते व त्याचा कालवधीही निश्चित केला आहे.

पहिला गट

अ)	विधवा पत्नी किंवा	विधुर पती आजीवन म्हणजे आयुष्यभर; परंतु पुनर्विवाह केल्यास पेन्शन बंद होते.
ब)	अविवाहित मुलगा	वयाची २५ वर्षे पूर्ण होईपर्यंत. (विवाह झाल्यास किंवा त्याचे कोणत्याही मार्गाने मिळणारे मासिक उत्पन्न ३५०० (किमान फॅमिली पेन्शन) अधिक महागाई भत्ता; इतके झाल्यास पेन्शन बंद होते.

दुसरा गट–

अ)	शारीरिक किंवा मानसिक दृष्ट्या अपंग असलेला मुलगा किंवा मुलगी; भाऊ-बहीण अविवाहित; विधवा किंवा घटस्फोटित मुलगी	आजीवन म्हणजे आयुष्यभर (विवाहित झाल्यास किंवा त्याचे अथवा तिचे कोणत्याही मार्गाने मिळणारे उत्पन्न रु. ३५००/ म्हणजेच किमान फॅमिली पेन्शन अधिक अधिक महागाई भत्ता इतके झाल्यास पेन्शन बंद होते.)
ब)	अवलंबून असलेले आई-वडील	आजीवन म्हणजेच आयुष्यभर. मात्र त्यांचे कोणत्याही मार्गाने मिळणारे उत्पन्न रु. ३५०० पेक्षा जास्त झाल्यास पेन्शन बंद होते.

फॅमिली पेन्शन एका वेळी एकासच मिळते. सदरची पेन्शन ही वयाच्या ज्येष्ठतेनुसार मिळते. वयाने ज्येष्ठ असलेल्या व्यक्तीस वरील नियमानुसार मिळणारी पेन्शन बंद झाल्यासच नंतरच्या पात्र व्यक्तीस पेन्शन मिळू शकते.

१)	फॅमिली पेन्शनचा दर निवृत्तीच्या अथवा मृत्यूच्या वेळी मिळत असलेल्या पगाराच्या ३० टक्के आहे. त्याच वेळी किमान फॅमिली पेन्शन दरमहा ३५०० रु. पेक्षा कमी असता कामा नये, अशीही अट आहे.
२)	फॅमिली पेन्शनचा वाढीव दर मृत व्यक्तीने सलग ७ वर्षे नोकरी केलेली असल्यास कर्मचाऱ्याच्या मृत्यूनंतर १० वर्षांपर्यंत मृत्यूच्या वेळच्या पगाराच्या ५० टक्के आहे. निवृत्तांचे बाबतीत त्याचे मृत्यूनंतर ७ वर्षांपर्यंत किंवा वयाची ६७ वर्षे पूर्ण होईपर्यंत यापैकी जी तारीख अगोदरची असेल, त्या तारखेपर्यंत पगाराच्या ५० टक्के आहे. वरील कालावधीनंतर पेन्शन नॉर्मल दराने मिळते.

कॉम्युटेशन ऑफ पेन्शनमुळे फॅमिली पेन्शन कमी अथवा रेस्टोरेशनमुळे पेन्शन वाढत नाही.

याशिवाय फॅमिली पेन्शनर ८० वर्षांचा झाल्यानंतर खालील दराने जास्तीची फॅमिली (ॲडिशनल क्वांटम) पेन्शन मिळते.

अनु.	**पेन्शनरचे वय**	**जास्तीची पेन्शन**
१)	८० वर्षे व ८५ पेक्षा कमी	मूळ फॅमिली पेन्शनच्या २० टक्के
२)	८५ वर्षे व ९० पेक्षा कमी	मूळ फॅमिली पेन्शनच्या ३० टक्के
३)	९० वर्षे व ९५ पेक्षा कमी	मूळ फॅमिली पेन्शनच्या ४० टक्के
४)	९५ वर्षे व १०० पेक्षा कमी	मूळ फॅमिली पेन्शनच्या ५० टक्के.
५)	१०० वर्षे किंवा त्यापेक्षा जास्त	मूळ फॅमिली पेन्शनच्या १०० टक्के

महागाई भत्ता

फॅमिली पेन्शन व जास्तीच्या पेन्शनवर निर्धारित दराने महागाई भत्ता मिळतो. केंद्र सरकारने तसा कायदा करून ज्या-ज्या वेळी महागाईचा निर्देशांक वाढतो, त्या -त्या वेळी एका ठरावीक सूत्रानुसार पेन्शनधारकांना व सरकारी कर्मचारीवर्गाला दर सहा महिन्यांनी देय महागाई भत्ता मिळतो. केंद्र सरकारी वर्गाला तो मिळाला की, राज्य सरकारी कामगारांची मागणी होते. राज्य सरकारे कामगारांच्या रेट्यामुळे त्यांच्या कामगारांना महागाई भत्ता मंजूर करते.

''**म्हणजे महागाई वाढली की महागाई भत्ता वाढतो** आणि महागाई भत्ता वाढून कामगारांच्या खिशात पडला की, आणखी महागाई वाढते. असे हे दुष्टचक्र आहे?'' खोडेमास्तरांनी खोचक प्रश्न केला. त्यात तथ्यही होतेच.

''**नाही–** नाही, तसे नाही. कामगार किंवा पेन्शनर्सच्या खिशात हा महागाई भत्ता पडण्याआधीच महागाई वाढते, असा अनुभव आहे. म्हणजे पेन्शनर्सचे खिसे खालीच राहतात. खिसे केवळ भरतात ते व्यापाऱ्यांचे.'' कुलकर्णीसाहेबांनी पुस्ती जोडली. त्यांचे बोलणे त्राग्याचे होते.

आणखी काही उपयुक्त माहिती–

१) कर्मचारी किंवा पेन्शनरने निवृत्तीनंतर विवाह केला असल्यासही त्याच्या जोडीदाराला फॅमिली पेन्शन मिळू शकते.

२) त्याचप्रमाणे अशा प्रकारच्या विवाहसबंधांतून जन्मास आलेल्या अपत्याला फॅमिली पेन्शन मिळू शकते.

३) नोकरीत असताना अथवा निवृत्तीनंतर कायदेशीररीत्या दत्तक घेतलेल्या

अपत्यास फॅमिली पेन्शनचा हक्क आहे.

४) घटस्फोटित जोडीदारालासुद्धा फॅमिली पेन्शन मिळण्याचा अधिकार आहे.

५) कायद्याच्या दृष्टीने असमर्थनीय असलेल्या विवाहामुळे निर्माण झालेली संतती फॅमिली पेन्शनसाठी पात्र आहे.

६) पेन्शनर व्यक्तीला त्याच्या स्वत:च्या पेन्शनबरोबर फॅमिली पेन्शनही मिळते व या दोन्ही पेन्शनवर निर्धारित दराने महागाई भत्ता मिळतो.

अशा प्रकारे फॅमिली पेन्शनबाबतच्या अनेक तरतुदी कायद्यात आहेत. सर्वसाधारणपणे कर्मचारी किंवा पेन्शनरच्या मृत्यूनंतर, त्याच्या कुटुंबातील मुले-मुली, आई-वडील त्याच्यावर संपूर्णपणे अवलंबून असतील व चरितार्थासाठी साधन मिळवण्याची क्षमता त्यांच्यात नसेल; तर शासनातर्फे ही फॅमिली पेन्शनची व्यवस्था आहे.

अवलंबून असलेल्या व्यक्तीचे लग्न झाल्यानंतर 'अशी व्यक्ती आता अवलंबून नाही' असे समजून त्याची फॅमिली पेन्शन बंद होते. त्याचप्रमाणे सदर सदस्य जर दरमहा ३५००/- रु. मिळवू लागला, तर त्याची पेन्शन बंद होते. वरील अटीचे पालन होते किंवा नाही, हे पाहणे सरकारचे काम आहे. मात्र तशा आशयाचे प्रमाणपत्र पेन्शनधारकाला द्यावे लागते.

पेन्शनर किंवा कर्मचारी यांचा मृत्यू झाल्यानंतर पेन्शन पेमेंट अधिकाऱ्याकडे (म्हणजे पोस्टमास्तर किंवा बँक ऑफिसर) मृत व्यक्तीच्या मृत्यूचा दाखला व एक साधा अर्ज द्यावा लागतो. तो अधिकारी पेन्शन पेमेंट ऑर्डरमधील नोंदीनुसार फॅमिली पेन्शन सुरू करतो. यासाठी इतर कोणत्या अधिकाऱ्याच्या ऑर्डरची गरज नसते.

वास्तविक, अपंग मुलगा किंवा मुलगी, पुनर्विवाह न केलेली विधवा किंवा परित्यक्ता मुलगी यांना मिळावयाच्या फॅमिली पेन्शनबाबत पी.पी.ओ. मध्ये आधीपासूनच नोंद व्हावयास हवी. पण नियमामध्ये कालांतराने शिथिलता आल्यामुळे किंवा अज्ञानामुळे अशी नोंद झालेली नसल्यास पेन्शनरने आपल्या हयातीतच त्याबाबत काळजी करावयास हवी.

अशा प्रकारे राहून गेलेला तपशील नोंद करावयाचा असल्यास नव्याने अर्ज करावा. त्यासाठी खालील कागदपत्रे जोडावीत—

Copy of pension payment order.

Copy of disability certificate issued by civil surgen.

Birth certificate.

Unemployment Declaration.

Death certificate of daughters husband for pension to widowed daughter.

Court's order sanctioning divorce for pention to divorced daughters.

Sheet containing photo,

Identification marks,

Specimen signatures of the person to whom family ponsion is to be authorised.

Form 3 —

Details of family with ages and birth certificates.

Guardian certificate in respect of mentalyor physically handicapped son or daughters. (सेंट्रल सिव्हिल सर्व्हिसेस पेन्शन नियम १९७२ च्या नियम ५४ वर आधारित.)

पेन्शनच्या बाबतीत सर्व माहिती सर्वांनी लक्षपूर्वक ऐकली. शेवटी शंका विचारावयास सांगितले. अनेकांनी आपल्या शंका विचारल्या. या सभेला सहज माहिती मिळवण्यासाठी म्हणून देवकरमास्तर आले होते. ते राज्य सरकारी सेवानिवृत्तांच्या संघटनेचे अध्यक्ष आहेत. स्वत: फार अभ्यासू आहेत. त्यांचे चौफेर लक्ष असते.

देवकरमास्तरांनी उभे राहून आपली शंका विचारली. ते म्हणाले, ''महोदय, आताचे सरकार पेन्शन देत आहे. महागाई भत्ताही वाढून मिळतो, इथपर्यंत ठीक आहे. आमचे त्याबाबत काहीच म्हणणे नाही. आम्ही सरकारला धन्यवादच देतो त्यासाठी.''

''होय, पण आपले म्हणणे नेमके काय आहे, ते तर सांगाल?''

''माझे म्हणणे असे की, एवढ्यात एक बातमी कानावर आली. खरी-खोटी, राम जाणे! परंतु तेव्हापासून आमचे सदस्य व मीसुद्धा फार विचलित झालो आहे. बातमीच तशी काळजावर घाव घालणारी आहे.''

देवकरांनी नमनाला घडाभर तेल घातल्याचे पाहून सगळेच वैतागले. देवकरमास्तर थोडे थांबून म्हणाले,

''महोदय, हे सरकार २००४ पासून लागलेल्या सरकारी नोकरांना पेन्शन देणार नाही. त्याबदल्यात काही पैसा त्यांना अखेरीस मिळणार आहे,

असे म्हणतात. अर्थात त्याला पेन्शनची सर नाहीच. प्रश्न तोही नाही. प्रश्न हा आहे की, हे सरकार संसदेत असे विधेयक आणू पाहत आहे की, सन २००४ नंतर सेवानिवृत्त झालेल्यांना पेन्शन आता मिळते तशी मिळणार नाही.

"तर सरकार हा पेन्शनीवर खर्च होणारा पैसा निरनिराळ्या उद्योगांत किंवा कंपन्यांत गुंतवणार आहे म्हणे आणि शेअर बाजाराच्या चढ-उताराप्रमाणे मिळणाऱ्या नफा वा तोट्यावर आधारित परतावा पेन्शनर्सना मिळणार आहे. अर्थात हे सगळे अनिश्चिततेचे संकट आम्हा पेन्शनर्सवर ओढवणार आहे. यामुळेच आम्ही अस्वस्थ झालो आहोत."

देवकरांची शंका बरोबर होती. अशा प्रकारचे विधेयक संसदेत मांडण्याचा सरकारचा विचार होता. परंतु डाव्या पक्षाच्या खासदारांनी व विशेषत: ममता बॅनर्जी यांनी या गोष्टीला प्रखार विरोध केला आणि प्रकरण थंडावले. मार्गदर्शक अधिकारी- साहेबांनी हे विशद केले.

हा प्रकार नवीनच होता. बहुतेकांना तो माहीत नव्हता. सगळेच आपली पेन्शन बंद होणार, या भीतीने घाबरून व गोंधळून गेले. त्याचबरोबर पेन्शनर्सचे अकोल्याचे ऑर्गनायझिंग सचिव श्री. गोरेसुद्धा रागाने लालबुंद झाले. असे काही होता कामा नये, म्हणत त्यांनी पेन्शनर्सच्या एकजुटीच्या घोषणा दिल्या. सभेत नवे चैतन्य पसरले. याबाबत आवश्यक तेव्हा लढा उभारण्याचा संकल्प करण्यात आला. तसा ठरावही मंजूर करण्यात आला.

"पेन्शनर्स एकता जिंदाबाद" अशा घोषणा दिल्या. कुलकर्णी म्हणाले, "पेन्शनरांना पेन्शन ही एक संजीवनी असते. तिच्यावर तो जगत असतो. ते उदरनिर्वाहाचे साधन जर काढून घेतले, तर पेन्शनर्सनी खायचे काय? त्याला तर आत्महत्येशिवाय पर्यायच उरणार नाही."

कुलकर्णींचे म्हणणे बरोबर होते. पेन्शन हा एकमेव आधार आहे वृद्धांना. तो त्यांचा हक्क आहे. निरनिराळ्या पेन्शनर्सकडून तीव्र संताप व्यक्त होत होता. कुणी म्हणाले, "सरकार त्याला देते ती भीक म्हणून नव्हे. आयुष्यभर सरकारी काम करून निवृत्त झाल्यावर मिळणारी पेन्शन ही इंग्रजांच्या काळापासून सुरू आहे, ती बंद करता कामा नये." बोचरे म्हणाले.

"आम्ही हे सरकार उलथून टाकू शकतो याची जाणीव त्यांना करून देणे आता गरजेचे झाले आहे." देशपांडे म्हणाले.

याच वर्षीच्या अधिवेशनात अकोल्याचे पेन्शन संघटनेचे शाखा सचिव पुन्हा आले होते. ते या पेन्शनर्स असोसिएशनच्या मुख्यालयाद्वारा नेमलेले

पश्चिम विदर्भ संघटन सचिव म्हणूनही काम पाहतात.

टेलिफोन खात्यातून सेवानिवृत्त झालेले एक चौकस अधिकारी आपले मनोगत व्यक्त करण्यासाठी उभे राहिले. सरकारचा पेन्शन बंद करण्याचा दुष्ट विचार असेल, तर आपण सर्व एकजूट करून तो प्रयत्न हाणून पाडायला हवा, असे ते आवेशात म्हणाले.

बहुतेक पेन्शनर्सना पेन्शनचा इतिहास माहिती नसतो. ब्रिटिशांच्या काळापासून पेन्शन ही संकल्पना अस्तित्वात आहे. त्यात कसे बदल होत गेले याची संपूर्ण माहिती देण्यासाठी त्यांनी श्री. गोरेसाहेबांना विनंती केली.

श्री. गोरेसाहेबांनी पेन्शनचा सविस्तर कालपट सभासदांच्या समोर ठेवला, तो असा— ते म्हणाले की बंधूंनो, सन १८७१ च्या आधी कुणालाच पेन्शन मिळत नव्हती. पण पुढे वर्षवार खालीलप्रमाणे पेन्शन लागू करण्यात आली.

१८७१ ब्रिटिशांच्या काळामध्ये निवृत्तिवेतन प्रणाली सुरू करण्यात आली.

१९१८ पहिल्या महायुद्धाच्या समाप्तीनंतर १ली अत्यल्प वाढ देण्यातआली.

१९४५ दुसऱ्या महायुद्धानंतर २ री वाढ देण्यात आली.

१९४७ पुण्याला P & T पेन्शनर्सनी AICGPA स्थापन केली.

१९४७ निवृत्तिवेतनाचा काही भाग DA, महागाई वेतन धरून सुधारित निवृत्तीवेतन ठरविले.

१९५० भारत पेन्शन समाज संघटना स्थापन झाली.

१९५० FR सारखे नियम सुरू झाले. DCRG १/३ पेन्शन

१९६४ कुटुंब निवृत्ती वेतन (FAMILY PENSION) सुरू झाले.

१९७० पेन्शन कशी ठरविली याच्या हिशोबाची प्रत (CALCULATION SHEET) देण्याचे ठरले.

१९७२ पेन्शन नियमाप्रमाणे पेन्शन देय झाले. PENSION RULE 1972.

१९७३ न्यूनतम पेन्शन १०० रु, १९८६ ला ३७५ रु., १९९६ ला १२७५ रु, २००६ ला ३५०० रु. झाली.

१९७४ मानसिक-शारीरिक दृष्ट्या अपंग व विधवा, घटस्फोटित, अविवाहित मुले, मुली पेन्शनचे हकदार झाले.

१९७६ पोस्टातून पेन्शन देणे सुरू झाले.

१९८० बँकेतून पेन्शन देणे सुरू झाले.

१९८२ 'नकारा' सुप्रीम कोर्टाचा आदेश क्र. WP ५९३९८०

दि. १७.१२.१९८२ प्रमाणे, पेन्शन म्हणजे सरकारची कृपा, मेहेरबानी, मर्जी, बक्षीस किंवा भीक नसून आतापर्यंत केलेल्या नोकरीचा परतावा (REFUND) कृतज्ञता होय. सरकारने पेन्शनर्सला उतारवयात आधार देण्याची जबाबदारी स्वीकारली आहे.

१९५० ला सरकारने पेन्शन योजना लागू करतेवेळी कर्मचाऱ्यांना आमंत्रित करून पेन्शन योजना निश्चित केली व राबवली आहे. तेव्हा आता एखाद्याच्या मर्जीने पेन्शन बंद करणे शक्य नाही.

१९८४ १८७१ पेन्शन ॲक्टमध्ये दुरुस्ती सुचवून TRIBUNAL व MAT ची स्थापना झाली. त्यामुळे पेन्शनर्सचे प्रश्न सुटण्यास मदत झाली.

१९८५ आरोग्यसेवा सुरू झाली व वैद्यकीय मदत मिळू लागली.

१९८६ (JCM) SCOVA स्टँडिंग कमिटी ऑफ व्हॉलंटरी एजन्सी सुरू झाली.

१९८७ विकलेली पेन्शन (COMMUTATION) परत मिळण्याचे आदेश झाले.

१९९७ बेपत्ता पेन्शनर्सची पेन्शन त्याच्या कुटुंबाला मिळण्यासाठी ७ वर्षांची अट शिथिल करून १ वर्षावर आणली.

२००६ ६व्या वेतन आयोगाने HANDICAPED FAMILY PENSIONER ची २५ वर्षांची अट रद्द केली. ४० वर्षाला २०, ८५ ला ३०, ९० ला ४०, ९५ ला ५० व १०० वर्षाला १०० अतिरिक्त पेन्शन देय केले आहे. त्यावर DA सुद्धा लागू केला आहे.

२००६ दि.१.१.२००६ नंतर ON DUTY EMPLOYEE वारला असेल, तर त्याच्या पत्नीला १० वर्षांपर्यंत पूर्ण पेन्शन मिळण्याची व्यवस्था केली. DCRG ची मर्यादा ३.५ लाखांवरून १० लाखांपर्यंत वाढविली आणि निवृत्तीचे वय २० वर्षांवर आणले.

श्री. गोरेसाहेब म्हणाले, "मित्रांनो, असे अनेक फायदे पाहिजे असतील, तर संघटना आवश्यक आहे. त्याचबरोबर प्रत्येक पेन्शनरने संघटनेचे सभासद असणे आवश्यक आहे. तर चला उठा, त्वरा करा, सदस्य बना व संघटना मजबूत व बलशाली बनवा."

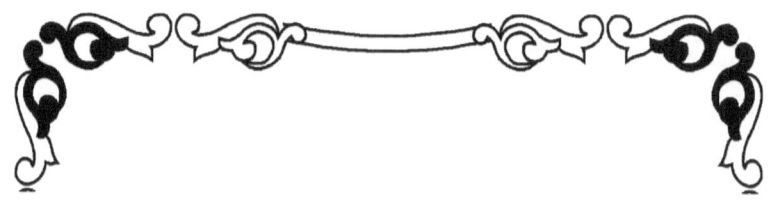

१५
हात असू दे हातामध्ये...

घरातील वृद्धांची मानसिक अवस्था आताशा फार हळवी होत आहे, असे आढळते. आपल्याच घरात आपण उपरे ठरत आहोत, असे साधारणत: त्यांना वाटत असते. घरातील इतर सदस्यांच्या वागणुकीतून त्यांनी आपल्या मनाशीच काही आडाखे बांधलेले असतात. उदा.—

आजी आपल्या मनाशीच म्हणत असते, 'आता कोण लक्ष देणार आपल्याकडे? आपली आस्थेने चौकशी करायला वेळ आहे कुणाला? सूनबाई आपली तिच्याच कामात असते. तिला जिवंत माणसांपेक्षा घरातील निर्जीव वस्तू शोकेसमध्ये सजवण्याचीच आवड जास्त.'

'मुलगा तर कुठे राहिलाच नाही आपला. तो त्याच्या बायकोच्याच मनाचा झाला. तिच्या शब्दाला खाली पडू देत नाही आणि आपलं ऐकून न ऐकल्यासारखं करतो. शिवाय त्याला त्याच्या ऑफिसचं टेन्शन व त्याच्या मुलांच्या भविष्याची काळजी. यातून फुरसत मिळाली तर ऐकेल ना आपलं! नातवंडांचं काय! मम्मी-डॅडी जसे; तसे ते. कायम आपले अभ्यासाच्या खोलीत, नाहीतर त्या टी.व्ही.च्या डबड्यापुढे. त्यातून उरलाच वेळ तर कॉम्प्युटर, मोबाईल गेम, गाणी हेच त्यांचं जग झालं. कसले कसले क्लास आणि ट्युशन तर आहेतच. आजी आहेच कुठे त्यांच्या जगात! तिच्याशी चार शब्द बोलायला कुणालाच वेळ नाही.'

असंच आजोबांचंसुद्धा. त्यांनाही असाच अनुभव येतो. पण ते निदान काठी टेकत चौकातल्या पिंपळाच्या पारावर तरी जातात. तिथे त्यांना समवयस्क म्हातारे व ज्येष्ठ भेटतात. त्यांच्यासोबत शिळोप्याच्या गप्पा तरी होतात. चार पेन्शनर मित्र भेटले की, त्यांचा वेळ जातो. फिरायला जाता-जाता पाय मोकळे होतात.

त्या आजीबाईंचे एक वेळ ठीक, कारण त्यांचे आजोबा निदान सकाळ-संध्याकाळ घरात तरी असतात. आजी व आजोबा एकमेकांचे विचार किंवा

गाऱ्हाणी, तक्रारी एकमेकांपाशी बोलून व्यक्त तरी करतात. परंतु, ज्यांच्या आयुष्यातली ही सोबत तुटली आहे, अशांचे काय?

आजी सोडून गेली किंवा आजोबा निघून गेले, तर कुणी कुणाशी बोलायचे, हा प्रश्न निर्माण होतो. एकत्र कुटुंबात असलेल्या या आजी किंवा आजोबांची अवस्था फारच बिकट होते.

घरात सरळ-सरळ दोन फळ्या पडलेल्या असतात— एक नव्यांची व एक जुन्यांची. या फळ्या नकळत होऊन जातात किंवा कळून-सवरून पाडल्या जातात. आपापल्या फळीतल्या सदस्यांची भाषा त्या-त्या फळीतल्या सदस्यांना बरोबर समजते. दुसऱ्या फळीतल्या सदस्यांची भाषा समजत असली, तरी समजून घेतली जात नाही. ज्येष्ठ फळीतले सदस्य आपले तोंड बांधून बुक्क्यांचा मार सहन करीत पडवीत गप्प बसतात.

ज्येष्ठांच्या या फळीतला एक सदस्य अचानक बाद झाला, तर त्या द्विसदस्यीय फळीचं अतोनात नुकसान होते. मोठा व खात्रीचा आधार गेल्याचं दु:ख मागे राहिलेल्या सदस्याला उर्वरित आयुष्यभर छळत राहते. एकाकीपणा आणखी वाढत जातो. संध्याछाया दाटून आलेल्या असतातच. आता तर डोळ्यांपुढे अंधार पसरायला लागतो.

ज्यांनी आयुष्यात सोबत करावयाच्या आणा-शपथा घेतलेल्या असतात व अखेरपर्यंत साथसंगत करण्याचे अभिवचन दिलेले असते, ती साथसंगत एकाएकी तुटली की, त्यांच्यावर आभाळच कोसळते आणि साथसंगत सुटते ती एकाएकीच.

मृत्यू काय कुणाला सांगून येतो? की, आजी अथवा आजोबांची मृत्यूची तारीख ठरवून येतो? तो असा कॅलेंडरवरच्या तारखांसारखा ॲडव्हान्समध्ये छापून येत नाही; तो कधीही येतो.

ऊन असो की पाऊस; थंडी असो की वारा; दिवस असो की रात्र; अमावस्या असो की पौर्णिमा; पहाट असो की दुपार— तो कधीच सांगून येत नाही. जीवांच्या आयुष्यातले ते एकमेव भीषण सत्य असते.

प्रश्न निर्माण होतो तो त्या दोघांपैकी मागे राहिलेल्या एकाचा. त्याने किंवा तिने आपले उर्वरित आयुष्य आता कसे व्यतीत करावे, हा प्रश्न त्या मागे राहिलेल्याला भेडसावत असतो. हा प्रसंग कुणावर व कधी येईल, हे तर सांगताच येत नाही. आजच्या धावपळीच्या जगात तर त्याचे अनिश्चितपण व म्हणूनच गांभीर्य आणखीच वाढले आहे.

आयुष्याच्या मध्यात म्हणजे पन्नाशी ओलांडून साठीचा प्रवास सुरू झाला आणि जोडीदारापैकी एक गमावला, तर त्याची गंभीरता अधिक जाणवते. समाज व आप्तवर्गही हळहळ व्यक्त करतो. 'आता त्याचं किंवा तिचं कसं होईल?' याविषयीची ती हळहळ असते.

तिचं उर्वरित आयुष्य एकटेपणात कसं जाईल याचा विचार क्षणभर का होईना, लोक करू लागतात. कारण विश्वासाचा आधार तिच्यासाठी तो व त्याच्यासाठी ती असते. बाकीच्यांचा आधार हा बेभरवशाचा असतो, असा अनुभव असतो. तो आधार म्हणून मानला जात नाही. त्याला अनेक कारणे असतील. ती शोधण्याची गरज आहेच. परंतु असे म्हणण्याचे धाडस यासाठी की, असे आधार तकलादू ठरल्याची अनेक उदाहरणे आहेत.

आधाराचे अनेक प्रकार आहेत. भावनिक व मानसिक आधार हा महत्त्वाचा मानला तरी आर्थिक आधार हा त्याहीपेक्षा महत्त्वाचा ठरतो. मागे राहिलेल्या व्यक्तीला दैनंदिन गरजा भागवण्यासाठी लागणारा पैसा— म्हणजेच मिळकतीचा सोर्स ही प्रथम प्राधान्य देण्याची बाब झाली आहे. म्हणून पेन्शन या बाबीची भूमिका फार महत्त्वाची आहे. तो एक हक्काचा व ठोस आधार आहे.

आज अप्पांनी ज्येष्ठांच्या पुनर्विवाहाचा विषय चर्चेला घेतला. विषय म्हटलं तर गंभीर होता व म्हटलं तर मजेशीर. अप्पांच्या ज्येष्ठ नागरिक संघातले काही पेन्शनर एकटे होते. म्हणजे त्यांची पत्नी त्यांना सोडून गेली होती. त्यांचे आयुष्य तसे बेचव आणि नीरस झालेले होते. त्यांची मते जाणून घेण्यासाठी अप्पांनी हा विषय छेडला होता. अप्पा म्हणाले,

"आपला नवा जोडीदार शोधण्याची— म्हणजेच आधार मिळवण्याची कल्पना आता जोर धरत आहे. पाश्चात्त्य देशांत ती कधीचीच रुजली आहे .परंतु रूढी-परंपरा-संस्कृती वगैरेंच्या जोखडातून अजूनही पूर्णपणे बाहेर न पडलेल्या आपल्या पुराणमतवादी देशात हा विचार हळूहळू मूळ धरत आहे.

"म्हणजे काय की— पुनर्विवाह करायचा की नको, याबाबत मत-मतांतरे आहेतच. मात्र अनेकांचा कल त्याला अनुकूल आहे, हे खरे आहे."

अप्पांनी या महिन्याच्या पहिल्याच रविवारी हा प्रश्न चर्चेला घेतला. त्याची प्रस्तावना वर सांगितल्याप्रमाणे केली होतीच. आज सुरुवातीलाच अप्पा म्हणाले,

"ज्येष्ठांच्या पुनर्विवाहाची ही कल्पना तशी चांगलीच म्हणावी लागेल. ही कल्पना कोणत्या परिस्थितीत जन्माला आली, तिची का गरज वाटली, ती केवळ फॅशन आहे की पाश्चिमात्य देशांत आहे म्हणून आपणही ती आयात

करावी, या कल्पनेमागे काही अपरिहार्यता आहे काय— असे अनेक प्रश्न त्या निमित्ताने समोर आले. त्या कोणत्या अपरिहार्यतेतून ही कल्पना उद्‌भवली व अंगीकारावीशी वाटत आहे?'' अप्पा पुढं म्हणाले,

''एक तर साठी उलटली की, शरीर थकलं याची जाणीव होते. शरीर कुठल्या ना कुठल्या व्याधींनी पोखरत चाललेलं असते. केवळ कंटाळवाणी औषधे हाच एक आधार असतो.

''मुलंबाळं आपल्या संसारात रमून घर सोडून आपल्या नोकरी-उद्योगाला लागलेली असतात.

''आता आपले दिवस संपत आले... आपण आता हे जग सोडून जाणार आहोत, अशी भावना जोर धरू लागते.

''जोडीदाराने मधेच साथ सोडलेली असते.

''संवाद कुणाशी साधावा, असा प्रश्न पडलेला असतो.

''आयुषाचे उर्वरित दिवस कसे काढायचे व सुख-दु:खाच्या गोष्टी कुणाजवळ बोलायच्या, हा प्रश्न असतो.

''अशा प्रश्नांवर केलेल्या विचारमंथनातून ज्येष्ठांच्या पुनर्विवाहाच्या कल्पनेचा उदय झाला.

''विवाह म्हणजे सहजीवन. या सहजीवनाची आवश्यकता असतेच मानवी आयुष्यात. प्रश्न हा आहे की, एकदा विवाहसंस्कारांतून सहजीवन सुरू झाले होते ते संपले. त्याचा उपभोग अर्ध्या आयुष्यापर्यंत घेतला आणि आता जोडीदार सोडून गेल्यावर पुन्हा एकदा...?

''काहींना ही कल्पनाच सहन होत नाही. परंतु, ती केवळ कल्पना नसून ती एक अपरिहार्य बाब झाली आहे; नव्हे, ती काळाची गरज आहे, असे म्हणावयास हरकत नसावी.''

अप्पा म्हणाले, ''याबाबतीत जनमानसाचे काय विचार आहेत याची पडताळणी म्हणून एका वृत्तपत्राने कौल मागितला होता. आपापली मते दिलखुलासपणे मांडावीत म्हणून आवाहन केले होते. अनेकांनी आपली अभ्यासपूर्ण मते मांडली होती आणि बहुतेकांचा सूर ज्येष्ठांनी अशा प्रसंगी आधाराचा हात म्हणून, आयुष्याच्या अखेरच्या क्षणात भावनिक व मानसिक बळ म्हणून, पुनर्विवाह करावा असाच होता.

''आम्हीही आमच्या ज्येष्ठ नागरिक संघात आणि पेन्शनर्स असोसिएशनमध्ये या अनुषंगाने चर्चा घडवून आणण्याचा प्रयत्न करीत आहोत. अनेकांची मते जाहीर व खासगीत जाणून घेण्याच्या या प्रयत्नामुळे उलट-सुलट विचार समोर

येतील. पुनर्विवाह करणेच योग्य होईल किंवा नाही; तो करणे चांगले की वाईट— यापैकी कुठल्या बाजूने जास्त मते पडतील, ते आजच सांगता येणार नाही.''

चर्चेला सुरुवात करतानाच आमचे सन्माननीय मित्र श्री. मनोहर खोडे उभे राहिले, ते म्हणाले, ''मी सात वर्षांआधी केंद्र सरकारच्या नोकरीतून निवृत्त झालो. सुदैवाने माझी प्रकृती ठणठणीत आहे. चार मुलांचे संसार मार्गाला लागलेले आहेत. माझ्या धर्मपत्नीचीही प्रकृती चांगली आहे.'' ते पुढे म्हणाले,

''दोघांपैकी एकाच्या निघून जाण्याने निर्माण झालेली पोकळी भरून काढण्यासाठी पुनर्विवाह ही एक चांगली कल्पना आहे. तोच एक चांगला पर्यायही आहे. या विचाराला किंवा पर्यायाला सुरुवातीला थोडा विरोध होतो. तो एक तर त्या व्यक्तीकडून किंवा घरातील इतर सदस्यांकडून.

''विशेषत: मुलांना— आपल्या घरात या वेळी आपल्या रक्तामांसाच्या नसलेल्या व्यक्तीला आणून बसवणं त्यांना योग्य वाटत नाही. समाज काय म्हणेल, अशी उगाच भीती किंवा लोकलाज आडवी येते.

''शिवाय घरात एक सदस्य वाढतो. त्याचे संपत्तीत वाटे पडतात. मुख्य म्हणजे, आपली जन्मदाती आईची जागा ही नवी व्यक्ती कशी घेणार, हा प्रश्न त्यांना पडतोच.

''ज्या व्यक्तीला पुनर्विवाह करावयास सांगितले जाते, त्या व्यक्तीलासुद्धा त्याचे मत अनुकूल असले तरी प्रत्यक्ष तसे जाहीरपणे म्हणावेसे वाटत नाही. विवाह म्हणजे केवळ शरीरसुखाची व्यवस्था— अशी ढोबळमानाने समजूत करून घेतलेली असते, म्हणून वृद्ध संकोचत असतात.

''इतरेजनसुद्धा त्या व्यक्तीकडे, अर्थात पुरुषांकडे त्याच दृष्टिकोनातून बघतात. ग्रामीण भागात याविषयीचे अज्ञान अजूनही आहे. म्हणून त्याला अनेक फाटे फुटतात. टीकाही होते. 'म्हातारा इतुका न पाऊणशे वयमान,' या शारदा नाटकातील व्यक्तिरेखेसारखे त्याला हिणवले जाते. किंवा 'त्याला किंवा तिला म्हातारचळ लागला', अशी उपरोधिक टीका केली जाते.

''असे असले तरी अर्धवट वयात जोडीदारापैकी एकाने अचानक निघून जाण्याने निर्माण झालेली पोकळी भरून काढण्यासाठी व त्या घराला स्थैर्य येण्यासाठी पुनर्विवाहाद्वारे जोडीदार निवडून, भरून काढण्याच्या प्रक्रियेला आपल्याकडे बरीच मान्यता मिळत आहे.

''कारण ज्येष्ठ वा वृद्ध हे एकटे असो की जोडीने; ते घरात एकाकीच पडलेले असतात. याउलट, नवे सदस्य एकमेकांच्या साथीने आपल्या गोड संसाराच्या

सागरात मनसोक्त पोहत असतात. त्यांना तिसरी अडचण नकोच असते.

"तसे पाहता, जगात हजारो माणसं एकटी आहेत. हजारो कारणांनी माणसं एकटी पडत असतात, तेसुद्धा हजारो वेळा. माणसं गोतावळ्यात असली तरी नेमकं कोणत्या वेळी काय करावं हे सुचलं नाही की, त्यांना एकटेपण जाणवायला लागतं.

"आपलं चुकते आहे काही तरी किंवा आपण करतो तेच बरोबर आहे, बाकीचे उगाच आपल्याला नावे ठेवतात— असे वाटायला लागले की, उगाच एकटे वाटायला लागते. आपण चारचौघांत वावरतो; परंतु आपल्या अंतिम क्षणी कुणी आपल्याजवळ असेल की नाही, या भावनेने आताच एकटे वाटते.

"मुलं आपल्या आशा-आकांक्षेचे पंख लावून या खंडातून त्या खंडात उडत असतात. ते आपल्या नोकरी-धंद्यासाठी घर सोडून बाहेर गेलेलेच असतात. अशा वेळी माय-बापाला मन भरून आलेलं असलं तरी, एकटं वाटतंच की नाही! ज्येष्ठांच्या जोडीतल्या एका सदस्याला सोबत हवीच असते, हे कुणीही मान्य करायलाच हवे.

"ज्येष्ठांच्या या जोडीने पन्नास-साठ उन्हाळे-पावसाळे सोबत झेललेले असतात. साहजिकच त्यांचे विचार-आचार, सवयी, मते, आजार, प्रकृती, काय हवे -काय नको, दुखणे-खुपणे, आस्वाद-रुची, आवडी-निवडी यांतून ते एकमेकांत एकरूप झालेले असतात. त्यांना एकमेकांची सवय झालेली असते.

"...आणि एका दुर्भाग्यपूर्ण क्षणी त्या दोघांतला एक सदस्य अचानक निघून गेला, तर हे सहजीवन संपून जाते. आता या वयात कुणाचीच संगत सोबत नसेल, तर त्याने जगायचं कसं?

"माणूस हा समाजशील प्राणी आहे. त्याच्या मनात उठणाऱ्या भावभावनांचं प्रकटीकरण होणं, ही त्याच्या जगण्यातली आवश्यक बाब असते. त्यासाठी त्याला कुणाशी तरी बोलणे आवश्यक असते. व्यक्त होण्यासाठी तो स्थळ शोधत असतो.

"घरातील तरुणांना तर वृद्धांशी संवाद साधायला वेळ नसतो. त्यांना त्याची जरूरही वाटत नाही. अशा वेळी एकटा पडलेला ज्येष्ठ बोलणार तरी कुणाशी?

"माणूस पेन्शनरूपाने आर्थिक संपन्नतेत असला किंवा प्रकृतीने धडधाकट असला, तरी तेवढ्याने त्याचे भागत नसते. त्याची गरज असते परस्परांशी संवाद करण्याची. अशी सोय नसली की, त्याला एकटेपण जाणवते व म्हणून उदास-निराश वाटते. ही निराशाजनक स्थिती येऊ नये, म्हणून त्याला गरज भासते ती

जोडीदाराची. आपली भावनिक व मानसिक भूक भागविण्यासाठी त्याला काळजी करणारे कुणी तरी हवे असते— मग त्याने पुनर्विवाह केल्यास बिघडले कुठे?''

खोडे सरांचे म्हणणे सयुक्तिक वाटले. याउलट, शालिकराम धनभर म्हणाले, ''पत्नीच्या निधनानंतरही आनंदी जीवन जगणारे पुरुष मी पाहिलेले आहेत. त्या व्यक्तीच्या सवयी, छंद आणि व्यवसाय यावर ते बरेचसे अवलंबून आहे. त्याचा जनसंपर्क, मित्रमंडळ किती आहे याचा विचार केल्यास तो आपला फावला वेळ कसा घालवतो, हेही समजून घेता येईल.

''समाजसेवी वृत्तीची माणसे कधीच स्वस्थ बसत नाहीत. वेळ कसा घालवावा, अशी समस्याच त्यांच्यासमोर नसते. देव-धर्म व त्या अनुषंगाने आलेली कार्ये, भजन -कीर्तन, साहित्यचर्चा, वाचनाची आवड, तसेच इतर सामाजिक उपक्रम यांत बराच वेळ खर्ची घालता येतो.

''दुसरे लग्न आणि तेही आयुष्याच्या संध्याकाळी?... हा विचार मनाला पटत नाही. दुसरे लग्न फलदायी होईल काय आणि समाज काय म्हणेल, या गोष्टी सतत मन कुरतडत राहतील— हे तर आहेच.

''आपण म्हातारपणातल्या सुखाची गोष्ट करतो; परंतु सुख हे खरे तर मानण्यावर असते. दुसरे लग्न हा काही त्यावर जालीम उपाय नाही. त्यात काही कुणाला गैर वाटत नसेल; तरी काही फायदा आहे, असे मला वाटत नाही.

''दुसरे लग्न केल्यावरही नव्या जोडीदाराचा स्वभाव कसा असेल, तो किंवा ती एकमेकांना सांभाळून घेतील काय; शिवाय दोघेही वृद्ध असल्यामुळे प्रकृती-अस्वास्थ्य असणारच. म्हणून कोणी कुणाची सेवा-सुश्रूषा करायची? कुणी कुणाशी जुळवून घ्यायचं?

''खरे तर ज्येष्ठ म्हणजेच वृद्धत्वाकडे झुकलेला जीव. काही तर जराजर्जर झालेले. अशा व्यक्तीने दुसऱ्या जवळपास तेवढ्याच वयाच्या व्यक्तीशी लग्न करावे म्हणजे आंधळ्यापाशी लंगड्याने जाण्यासारखे आहे. त्यांचा एकमेकांना आधार वाटण्याऐवजी ते ओझे वाटू शकते.

''जी काठी आधार म्हणून हातात घ्यावी, तीच कोणत्याही क्षणी मोडून पडेल अशी अवस्था; मग कशासाठी करावयाचा हा खटाटोप? आयुष्यात तसेही अनेक प्रश्न असतात. आपलेच आजारपण दिवसेंदिवस वाढत असते. त्यात आणखी एका आजारी माणसाची घरात भर पाडून समस्या कशाला वाढवायची? कुणी कुणाकडे बघायचं?''

श्री. रावसाहेब वरणगावकर हे एक जाणते पेन्शनर. त्यांनी आपला अनुभव

सांगितला. ते म्हणाले,

"भालचंद्र जोश्यांची अशीच गत झाली होती. भालचंद्र जोश्यांना दोन मुले. मुलगी नाही. पत्नी अकालीच, म्हणजे ते पेन्शनीत जायच्या आधी दोन वर्षे, देवाघरी निघून गेली. एक मुलगा त्या दरम्यान परदेशात नोकरीसाठी गेला होता. जोशी सेवानिवृत्त झाले आणि दुसरा मुलगाही परदेशात निघून गेला. जोशी आता पूर्णपणे एकटे पडले होते.

"नातेवाइकांपैकी कुणी तरी त्यांना पुनर्विवाहाचा पर्याय सुचवला. त्यांचेही मन होतेच. मुलांनाही त्यात काही वावगे वाटले नाही. सगळ्यांच्या विचाराअंती जोशीबुवांनी पुनर्विवाह केला. पेन्शनचा आधार होताच. स्वत:चे घर होते. जमा रक्कमही बरी होती.

"जोशी दम्याने आजारी होते. आजार अधून-मधून बळावत होता. ते कासावीस होत असत. अशा वेळी कुणी तरी जवळ असावे, म्हणून हा विवाह केला होता. मानसिक आधार मिळावा व दररोजच्या जेवणाची सोय व्हावी, म्हणून त्यांनी हा खटाटोप केला होता... परंतु झाले ते उलटेच!

"जोशींची नवी पत्नीच वारंवार आजारी पडू लागली. या वयातली दुखणी काय सांगून येतात? कधी कधी तर जोशी पती-पत्नी दोघेही एकाच वेळी आजारी पडू लागले. कुणी कुणाला आधार द्यावा, हाच प्रश्न निर्माण होऊ लागला.

"अशा वेळी ते दोघेही दवाखान्यात ॲडमिट होऊन राहू लागले. दवाखान्यातून बरे होऊन घरी आल्यावर अशक्तपणात घरची कामे करण्यासाठी गडी व मोलकरीण ठेवावी लागली. असेही प्रश्न निर्माण होऊ शकतात.

"स्त्रियांनी आयुष्यभर कुणाची ना कुणाची सेवा केलेलीच असते. सेवा हाच त्यांचा धर्म असतो. आयुष्याच्या या अखेरच्या टप्प्यात खरे तर आता त्यांनाच कुणाकडून तरी सेवा करवून घेण्याची गरज असते. अशा वेळी त्यांच्याकडून नव्या जोडीदाराची सेवा करवून घ्यायची, हे कितपत शक्य व बरोबर आहे, असेही मग वाटायला लागते.

"साधारणत: पुरुष आपला अधिकार गाजवतातच. आपल्या सेवेसाठी त्यांनी स्त्रियांना राबवलेले असते. आपल्या जोडीदाराला ती स्त्री असली तरी वयोमानाने सेवेची गरज लागेलच. पुरुष याला तयार राहतील काय?"

चर्चा चांगलीच रंगात आली होती. शेवटी शालिकरामभाऊ निक्षून म्हणाले—
"माणसाने या फंदात न पडलेले बरे. उगाच आपल्या पायावर धोंडा पाडून घेऊ नये. त्यापेक्षा आपला मुलगा किंवा मुलगी जे कुणी असतील, त्यांच्याजवळ जाऊन

राहावे. नव्या जोडीदाराशी जुळवून घेणार आहातच ना; मग आपल्याच मुलांशी व सुनेशी का जुळवून घेत नाही?" असा त्यांचा सवाल आहे.

"एवढे करूनही सारे मनासारखे जुळले तर बरे; अन्यथा उगाच या फंदात पडलो, असेही व्हायचे. आगीतून निघून फुफाट्यात कशाला पडायचे!" शालिकराम भाऊंचे मतसुद्धा बरोबर वाटले.

परंतु सगळे उपाय सरले, म्हणजेच काही तरी कृती करावी लागते. मुलांशी व सुनेशी जुळवून घेत मन मारून जगणे असह्य होते आणि शेवटी मने दुभंगतात. मनामनात मोठी दरी पडते, तेव्हा हा विचार समोर येतो ना! ते जमले असते, तर हा प्रश्नच चर्चेला आला नसता.

अशा वेळी एकटेपणातून निराशा व निराशेतून आत्मघाताकडेही वृद्ध वळल्याची उदाहरणे आहेत. त्या वेळी काय करावे, हा प्रश्न पडतो.

आमच्यापेक्षा वयाने मोठे व सरकारी सेवेतून निवृत्त झालेले ७७ वर्षे वयाचे मित्र श्री. सावजी म्हणाले,

"ज्येष्ठांचा पुनर्विवाह हा विषय फार गांभीर्याने घ्यायला हवा. पुनर्विवाहाचा निर्णय हा ज्येष्ठांनी त्यांचा त्यांनीच घ्यावा. त्याचे संपूर्ण स्वातंत्र्य त्यांनाच हवे. समाजाच्या अन्य सदस्यांनी हे त्यांच्यावर लादू नये.

"मात्र, याबाबतचा त्यांचा असलेला संकोच दूर करणे व त्यांना त्याबाबतीत योग्य सल्ला देणे, हे इतरांचे काम आहे. शेवटी भावनिक आधार हा जीवन असेपर्यंत असायलाच हवा.

"समाजात तुम्ही कितीही चांगले काम करा; त्याला नावे ठेवणारे लोक असतातच. म्हणून समाजाची पर्वा करू नये. लोक चार दिवस बोलतच असतात, नंतर त्यांना ते समजते. म्हणतात ना— लोक घोड्यावरही बसू देत नाहीत व पायीसुद्धा चालू देत नाहीत. खरे म्हणजे आपणाला जे योग्य वाटते, ते ज्येष्ठांनी करावे. काळ हे विसरायला लावणारे औषध आहे. लोक काळाच्या ओघात सगळे विसरतात. नवे विषय आले की, जुन्यांचा विसर पडतो.

"तसे पाहता आजची तरुण पिढी बरीच समजदार आहे. ती प्रॅक्टिकल आहे. तरुण मुले या प्रश्नाकडे सहज म्हणून बघतील. त्यांना त्यात काहीही चुकीचे वाटणार नाही. मात्र त्यावर चिकित्सा करणारे व संस्कृतीचा बाऊ करणारे भेटतील ते वृद्धच. तेच या विचाराच्या आड येतील. अशा कर्मठांची पर्वा न करता ज्येष्ठांनी स्वत: निर्णय घ्यावा व आपले सुख आपणच मिळवावे."

सावजी सर स्वत: लेखक आहेत. त्यांचे वाचन भरपूर आहे. जगात काय

चालले आहे याचे त्यांना ज्ञान आहे व भानही आहे. त्यांचा विचार खरोखरच चांगला वाटला.

आमचे सहकारी मित्र श्री. गोळे यांच्या पत्नीचे देहावसान अकालीच झाले. त्यांच्या सेवानिवृत्तीला सहा-सात वर्षे बाकी होती. नुकतेच एका मुलीचे लग्न झाले होते. एक मुलगा व एक मुलगी अजून अविवाहित होते. पत्नीच्या मृत्यूची घटना फारच क्लेशकारक होती.

वर्ष-दोन वर्षे तरी ते या कोसळलेल्या दु:खातून बाहेर आले नाहीत. मुलगा व मुलगी उच्च शिक्षण घेत होती. ते त्यांच्यासोबत राहून आपली नोकरी सांभाळत, मुलांच्या आईची भूमिका वठवीत राहिले. परंतु त्यांच्या आयुष्यात निर्माण झालेली पोकळी भरून येणार नाहीच. त्यांच्या वागण्या-बोलण्यातही ते जाणवायचे.

पुनर्विवाहाचा विचार त्यांच्या मनात आला किंवा नाही, हे समजायला मार्ग नाही. मात्र, समाजातील लोकांनी व नातेवाइकांनी गळ घालूनही त्याबाबतीत त्यांनी काहीही भाष्य केले नाही, की त्यांच्या मनातील काहीच समजू दिले नाही. ते आतल्या आत कुढत राहिले, हे मात्र समजत होते.

आता मुलाचे लग्न झाले आहे. तो आपला संसार व नोकरी सांभाळत परगावी आहे. मुलीचे लग्न लवकरच होणार आहे. श्री. गोळे सर सेवानिवृत्त झाले आहेत. ते स्वावलंबी, सज्जन व तत्त्ववादी आहेत. मुलीचे लग्न झाल्यानंतर ते घरात एकटे पडतील, यात शंका नाही. कारण त्यांच्या घरातली लक्ष्मी निघून गेली आहे. त्यांचे अर्धे अंग निखळून पडले आहे. आता घरच कुठे उरले आहे?

मोठ्या हौसेने एकमेकांची मते लक्षात घेऊन बांधलेले मोठे घर— यात त्यांचा जीव रमणार नाही. या घराच्या भिंती त्यांना आपल्या अर्धांगिनीची सतत आठवण करून देत राहतील.

अशा वेळी तरी त्यांनी आपल्या मनाची तयारी करून आपल्या उतारवयातील सुखाची व आधाराची सोय करावी— म्हणजेच त्यांनी पुनर्विवाह करावा, अशी त्यांच्या सहृयांची इच्छा आहे; परंतु असे करायला त्यांचे मन तयार होत नाही. त्यांचा करारी स्वभाव पाहता, कोणी त्यांना सांगावयास धजतही नाही. ते आपले दु:ख गिळून एकटेच राहत आहेत.

या वृद्धांना व पर्यायाने समाजाला वृद्धांनी पुनर्विवाह करणे हाच विचार मुळात अतिरेकी वाटतो. आजचा काळ विवाह किंवा पुनर्विवाह याच्याही पलीकडे

गेलेला आहे. विवाह न करता एकत्र राहण्याचा काळ आपल्या अगदी जवळ येऊन ठेपला आहे. केवळ पाश्चिमात्य देशांतच नव्हे, तर आपल्या देशातही ही संकल्पना स्वीकारण्यासाठी लोक पुढे येत आहेत. विवाहबंधनापलीकडचा हा नवा विचार स्वीकारण्यास समाजमन राजी होत आहे.

पूर्वी विवाहबाह्य संबंध तर सोडाच, परंतु स्त्री-पुरुषांनी एकत्र राहण्याचा विचार हाच त्याज्य होता. आज हेच त्याज्य विचार सामाजिक व्यासपीठावरून मांडण्यात येत आहेत. या संकल्पनेला नाव देण्यात येते, ते म्हणजे 'लिव्ह इन रिलेशनशिप.'

अप्पांच्या ज्येष्ठांच्या क्लबचे पुरोगामी विचाराचे एक वृद्ध कार्यकर्ते सतत नव्या संकल्पना उचलून धरतात. त्यांनी हा विषय एका सभेत मांडला. त्याला विरोधही बराच झाला आणि फारच थोडी मते त्या विषयाच्या बाजूने पडली. ''काय गरज आहे या नसत्या फंदात पडण्याची?'' इथून ते ''काय हरकत आहे ते अंगीकारायला?'' या मतमतांतराचा धुरळा उडाला. त्याचबरोबर या प्रश्नांची उत्तरे शोधण्याचाही प्रयत्न झाला.

खोरखेडे सर नव्या मताचे आहेत. ते म्हणाले, ''चांगलं किंवा वाईट हे मुळात नसतेच. आपले विचार त्याला तसे बनवतात. (--), असं शेक्सपिअरने म्हटले आहे. मला ते पटले आहे.'' असे म्हणत खोरखेडे सरांनी या विषयावरील एका परिसंवादाचा दाखलाच दिला. ते ऐकून उपस्थित वृद्धांची झोपच उडाली. ते सरसावून बसले. माना डोलवीत सावधचित्ताने ऐकू लागले. परिसंवादाचा सारांश असा आहे—

नागपुरात नुकताच वृद्धापकाळातील 'लिव्ह इन रिलेशनशिप'चा पुरस्कार करणारा वयोवृद्धांचा मेळावा पार पडला. एकटे पडलेल्या वृद्धांच्या गरजेपैकी एक म्हणजे, म्हातारपणातली सोबत. जीवनसाथीची साथसंगत सुटली की, नशिबी येणारे एकाकीपणाचे दुःख अपरंपार असते. या वेळी सोबतीला असते ते केवळ दुःख आणि दुःखच. शरीरही साथ देत नसतं. जोडीदार नसेल, तर हे एकाकीपणाचं दुःख म्हणजे म्हातारपणात भोगावयाचा शापच जणू. आपली संस्कृती सांगते की, आपण कोणाला तरी आधार द्यावा. त्यासोबतच कुणाचा तरी आधार घ्यावा, हे ओघानेच आले. हीच तर माणूसपणाची निशाणी असते. केवळ भणाणत्या वादळातच माणसाला आधार हवा असतो असे नाही, तर संधिकाळाच्या शांत-संथ आयुष्यातही माणसाला माणसाची आठवण होत असते व आधाराची अपेक्षा केली जाते. मग हाच आधार पुनर्विवाह करून किंवा निदान

'लिव्ह इन रिलेशनशिप' या माध्यमाद्वारे शोधला, तर काय हरकत आहे?

लिव्ह इन रिलेशनशिपचं नाव काढता क्षणीच अनेकांच्या भुवया उंचावल्या. विरोधाला धार चढली. "हे काय भलतंच! हे पाश्चिमात्य लोकांचं फॅड. आणि त्यांचं अंधानुकरण कशासाठी? हा आपल्या संस्कृतीने सांगितलेल्या नैतिक मूल्यांचा ऱ्हास आहे. हे भौतिकवादाचे, चंगळवादाचे कटू फळ आहे.'' अशी प्रतिक्रिया उमटली. ते स्वाभाविकच होते म्हणा.

कारण, आजही भारतीय संस्कृतीने एकत्र कुटुंबपद्धतीचा व एकूणच कुटुंबसंस्थेचा आदर्श टिकविण्याचा प्रयत्न केलेला आहे. सर्व जगाला तो माहिती आहे. ही परंपरेने जोपासलेली चौकट अजूनही टिकून आहे. त्यामुळे या विविधतेने नटलेल्या देशात अनेक जाती-पंथ व मानवी समाजाचे स्वास्थ्य टिकण्यास मदत झाली आहे.

असे असताना हा विचारच क्रांतिकारी व धाडसाचा आहे. मात्र तो मांडला गेला. चर्चासत्राला अनेक वृद्ध व मान्यवरांनी हजेरी लावली. त्यात माध्यमांचे प्रतिनिधी होते. या घटनेला प्रचंड प्रसिद्धी मिळाली. आयोजकांच्या आश्चर्याला पारावार राहिला नाही. वृत्तपत्रांनी हा विचार सर्वदूर पसरवला. समाजातून अर्थातच संमिश्र प्रतिक्रिया आल्या. हे योग्य की अयोग्य, यावर चर्चा झडल्या. कुणी म्हणाले की, हा म्हातारचळ आहे नुसता; तर कुणाला हा आपल्या संस्कृतीवरचा घाला आहे, असे वाटले.

काही जणांकडून मात्र या विचाराचे जोरदार समर्थन करण्यात आले. अनेक अभिनंदनाचे फोन आले. वृद्धांनी व तरुणांनी या गोष्टीचे स्वागत केले. आमच्या वयोवृद्ध आई-वडिलांना किंवा आजी-आजोबांना एकटेपणाची जाणीव होत असेल व त्यांना आधाराची गरज वाटत असेल, याची आम्ही कल्पना करीत नाही याचे त्यांना मनोमन आश्चर्य वाटत होते; तशीच त्यांना अपराधीपणाची भावना कुरतडत होती, हे त्यातून स्पष्ट जाणवले.

या परिसंवादातील सगळेच मुद्दे विचार करण्यास बाध्य करणारे होते. अंतर्मुख होऊन याकडे नव्याने बघण्यास सांगणारे होते. खोरखेडे सरांनी आपले मत मांडताना सध्याची स्थिती विशद केली. ते म्हणाले,

"माणूस जसा उत्क्रांत होत गेला तसतसा समाज या नावाने वावरणारा गटही उत्क्रांत होत गेला. आधी मनात घर करून बसलेल्या पाप-पुण्य, चांगले-वाईट या कल्पनांमध्ये काळानुरूप बदल होत गेला. आतापर्यंत हळूहळू होत गेलेले हे बदल जागतिकीकरणाच्या रेट्याने वेगाने होत गेले. ते समाजाने स्वीकारलेसुद्धा.

संस्कृती-संस्कृती म्हणून सततचा धोशा लावणारेही त्यांना थांबवू शकले नाहीत, कारण ही काळाची गरज वाटू लागली.

पुढील काळात समाजव्यवस्थेत यावर मार्ग काढले जातील. आता गरज आहे ती त्यांच्या भावना समजून घेण्याची— कविवर्य नारायण सुर्वे यांनी आपल्या कवितेतून व्यक्त केलेल्या भावनेसारखी. ते म्हणतात—

''जेव्हा मी या अस्तित्वाच्या पोकळीत नसेन
तेव्हा एक कर–
तू नि:शंक मनाने डोळे पूस.
ठीकच आहे, चार दिवस धपापेल जीव...
गदगदेल.
उतू जाणारे हुंदके आवर.
कढ आवर, नवे चुडे भर.
उगीच चिरवेदनेच्या नादी लागू नकोस.
खुशाल खुशाल तुला आवडेल असे एक नवे घर कर.
मला स्मरून कर–
हवे तर मला विस्मरून कर.''

श्री. गोळे सरांसारखेच अनेक जण या दुर्भाग्यपूर्ण काळाचे बळी आहेत. त्यांतल्या काहींनी ही पोकळी भरून काढण्यासाठी पुनर्विवाह करून आपला आधार मिळवण्याचा प्रयत्न केला. बरेच अनुभव चांगले आले, परंतु काहींच्या पदरी निराशाही आली.

खामगावचे कृष्णा सातव हे अशा वाईट अनुभवाचे भागीदार ठरले. त्यांचे एके काळचे सहकारी मित्र श्री. मनोहर खोडे सांगू लागले... त्यांचे असे झाले—

वयाच्या अठ्ठावन्न वर्षापर्यंत पोस्टाची नोकरी करून श्री. कृष्णा सातव सेवानिवृत्त झाले. दुर्दैवाने त्यांची धर्मपत्नी त्यानंतर एका वर्षातच वारली. मुले परगावी नोकरीसाठी गेलेली. सातवसाहेब गावात एकटे पडलेले.

मुलांची या गावाहून त्या गावाला सतत बदली किंवा फिरती. त्यांचं बिहाड पाठीवर, विंचवासारखं. त्यांच्याकडे जाऊन राहण्याचा विचार सातव यांना पटला नाही. ते शक्यही नाही.

एक तर हा माणूस साधा परंतु स्वाभिमानी आहे. गाव सोडण्यास त्यांची तयारी नाही आणि या वयातही 'कुणाचे उपकार नकोत' या विचारावर ठाम असलेला.

परंतु एकटे तरी किती दिवस काढायचे?

या विचाराने ते हैराण होत होते. त्यांची एकुलती एक बहीण त्यांना आधार देण्यास तयार झाली होती; परंतु बहिणीकडे राहायचे म्हटले तर, ते बरे दिसत नाही. म्हणून बहिणीच्या सांगण्यावरूनच त्यांनी पुनर्विवाह केला. जातीतलीच परंतु लांबची, अनोळखी कुटुंबातली एक घटस्फोटित बाई विवाहास तयार झाली. विवाह पार पडला आणि थोड्याच दिवसांत सातव यांनी कपाळाला हात मारून घेतला.

त्या नवविवाहित स्त्रीने सातव यांची सेवा करणे तर दूरच, परंतु त्यांचा पदोपदी अपमान करण्याचाच सपाटा लावला. सातवांचे कोणतेही मत ऐकून घेण्यास ती तयार नव्हती. ऐकून घेण्यासाठी मुळात ती घरात राहतच नव्हती. ती आपल्या माहेराला राहायची. तिने त्यांच्या जमा रकमेची व स्थावर जायदादीची चौकशी करून ती तिला मिळण्यासाठी उपद्व्याप सुरू केले. तिच्या या स्वभावाने सातव वैतागून गेले.

भावनिक व मानसिक आधार दूरच राहिला. तिचा फक्त सातवसाहेबांच्या पेन्शनवर डोळा होता. त्यांची गावाकडची शेती तिला आपल्या नावे करून हवी होती. सातवांना आधार मिळण्याऐवजी त्यांचा मानसिक तणाव मात्र वाढला होता. आता या नव्या संकटातून बाहेर पडण्याचा मार्ग ते शोधताहेत म्हणतात.

चौकशीअंती कळले की, ती स्त्री अशाच उपद्व्यापामुळे तिच्या पहिल्या पतीकडून घटस्फोट घेऊन आपल्या भावांकडे येऊन राहिली होती. आपल्या बहिणीच्या विक्षिप्त स्वभावामुळे तिचे भाऊही तिला वैतागले होते. म्हणून ही बला एकदाची घराबाहेर कशी काढावी, या विवंचनेत ते होते.

अखेरीस त्यांना सातवसारखा साधा-सोपा जावई मिळाला होता. सातव मात्र 'कशाला या फंदात पडून अडकलो' असे म्हणत स्वत:लाच दोष देत होते. आता केलेली चौकशी आधीच करायला हवी होती— हे आपल्याला कसे सुचले नाही, असे त्यांना वाटत आहे.

"ज्येष्ठांना आपल्या उतारवयात पाठिंबा व कायदेशीर सल्ला देणाऱ्या अनेक संस्था कार्यरत आहेत. 'कुमार फाउंडेशन आणि ज्येष्ठ नागरिक महासंघाच्या' माध्यमातून अशा गरजू ज्येष्ठांना कायदेशीर मदत, सल्ला, प्रोत्साहन व पाठिंबा आणि जोडीदारनिवडीची संधी प्राप्त करून देण्याची निकड हे प्रश्न जाहीररीत्या मांडल्यामुळे त्यावर विचारमंथन सुरू झाले आहे, ही समाधानाची बाब आहे. मतेमतांतरांची घुसळण त्यामुळे सुरू झाली आहे.

विशेषत: स्त्रियांनी यात अहमहिकेने भाग घेतला व आपली स्पष्ट मते मांडली. ती वाचकांच्या माहितीसाठी इथे देणे अप्रस्तुत होणार नाही.

शैला हळबे या प्रसिद्ध लेखिका. त्यांनी ज्येष्ठांच्या उतारवयात जोडीदाराची गरज प्रतिपादन केली, तर दुसऱ्या एका लतिका नावाच्या लेखिकेने याचा प्रतिवाद करीत आपली मते मांडली. ही दोन्ही मते वाचकाला अंतर्मुख होऊन विचार करायला लावतात व निश्चित दिशा देतात. लेखिका शैला हळबे म्हणतात—

"अर्ध्या संसारातून आयुष्याचा जोडीदार हात सोडून गेल्यानंतर मागे राहिलेल्याने काय करायचं? आपलं उर्वरित आयुष्य कसं व्यतीत करायचं, हा मोठा अवघड प्रश्न आहे. कुणाला या प्रश्नाला केव्हा सामोरं जायला लागेल, हे सांगता येत नाही.

"तसं पाहिलं, तर आपण नियतीच्या हातातली खेळणीच असतो. संसाराच्या या सारीपाटावर कुणाचा खेळ किती रंगणार आहे, याचा भरवसा कुणी द्यावा? आजच्या धकाधकीच्या, ताणतणावाच्या आयुष्यात ही अनिश्चितता अधिकच.

"ऐन चाळिशी-पन्नाशीत जोडीदारापैकी एखादा देवाला प्रिय झाला, तर आजूबाजूचे सगळे जण हळहळू लागतात. त्याचा किंवा तिचा संसार कसा पार पडणार, यासाठी ती हळहळ असते. जवळचे नातेवाईक त्या व्यक्तीचं उरलेलं आयुष्य एकटेपणात कसं जाईल, याचा विचार करू लागतात.

"मग त्याच्या अगर आजच्या आधुनिक विचारसरणीनुसार तिच्या पुनर्विवाहाचा विचार मांडला जातो. या विचाराला पहिला विरोध होतो तो त्याच्या किंवा तिच्या मुलांकडूनच. मुलांच्या वयानुसार त्यांच्या मनातले प्रश्न त्यांच्या स्वत:च्या आयुष्याशी निगडित असतात. यात नसलेल्या आईच्या किंवा वडिलांच्या जागी दुसरी कुणी व्यक्ती आणून बसवणं त्यांना योग्य वाटत नसतं.

"तरीसुद्धा जवळची नातेवाईकमंडळी मुलांना समजावून देतात की, एकाच्या निघून जाण्याने घरात जी पोकळी निर्माण झाली आहे, ती भरून काढण्यासाठी पुनर्विवाह हा एक चांगला पर्याय आहे. त्यांच्या घराच्या स्थैर्यासाठी ही एक चांगली गोष्ट आहे. मुलंही त्या तडजोडीला हळूहळू तयार होतात. मोडलेलं घर पुन्हा एकदा उभं राहतं.

"अर्धवट वयात एकाच्या निघून जाण्याने निर्माण झालेली पोकळी अशा तऱ्हेने पुन्हा जोडीदार निवडून भरून काढण्याची रीत आपल्याकडे बऱ्याच अंशी समाजमान्य झाली आहे. पण त्याही पलीकडे जाऊन ज्यांना वयाच्या उत्तरार्धात अशा समस्येला तोंड द्यावं लागतं, त्यांचं काय? वयाचे टप्पे जितके पुढचे, तितकी ही

'फक्त एकमेकांबरोबरची वाटचाल' अधिक. साहजिकच विचारांची देवाण-घेवाण अधिक हवं-नकोची विचारपूस, दुखण्याखुपण्याचे हुंकार, संगीत-नाटक-साहित्याचे आस्वाद, कुटुंबातले एकमेकांतले ताणेबाणे, त्यांचे उच्चार, घडीघडी-क्षणोक्षणी-पावलोपावली एकमेकांशी व्यक्त होणं... अगदीच काही नाही तरी एकमेकांचं सततचं अस्तित्व— या सगळ्यांची इतकी सवय होऊन गेलेली असते आणि एका क्षणी दोघांतला एक जगातून निघून गेल्याने सगळं सहजीवनच संपून जातं.

"काय अवस्था होत असेल इथे एकाकी पडलेल्या माणसाची? कोणत्याही वयात संगत-सोबत नसेल, तर माणसाने जगायचं कसं? माणूस हा समाजप्रिय प्राणी आहे. मनात उठणाऱ्या भावभावनांचं प्रगटीकरण होणं, ही त्याच्या जगण्यातली आवश्यक बाब आहे. त्यासाठी सहज संवाद साधणं गरजेचं आहे."

ज्येष्ठ नागरिक संघाचे व पर्यायाने पेन्शनर्स क्लबचे एक सभासद घाईघाईने अप्पांच्या घरी आले. शेख अहमद राजाबाबू. ते पोस्टात ४० वर्षे नोकरी करून निवृत्त झाले. या गोष्टीला आता २० वर्षे झाली. त्यांच्या वयाची ७८ वर्षे भरली. पेन्शन नियमित मिळते.

राजाबाबूची शोकांतिका अशी की— पेन्शनीत गेल्यावर सुमारे दहा वर्षे त्यांची पत्नी सोबत होती. ती त्यानंतर अल्लाला प्यारी झाली. राजाबाबू बिचारे एकटे पडले. तोपर्यंत मुलांची लग्ने आटोपली होती. सुना घरात आल्या होत्या. सर्वांचे संबंधही चांगले होते. स्वतःच्या घरात एकत्र कुटुंबात गुण्यागोविंदाने राहणारे हे कुटुंब एक आदर्श असे होते. परंतु दुधात मिठाचा खडा पडलाच. त्याला कारण ठरले खुद्द राजाबाबूच. नव्हे, राजाबाबूंनी केलेला पुनर्विवाह हे त्याचे खरे कारण.

राजाबाबूंची पहिली पत्नी अचानक गेली आणि त्यांच्या आयुष्यात पोकळी निर्माण झाली, म्हणून त्यांनी दुसरा विवाह केला. त्यांच्या या दुसऱ्या बायकोशी काही कुणाचेच जमले नाही. राजाबाबूंचे मालकीचे घर तेवढे आहे, ते त्या मुलांनी बळकावले. राजाबाबू आता भाड्याच्या दीड खोलीत नव्या बायकोसह राहतात. त्यांना मृत्युपत्र करावयाचे होते. या नव्या बायकोच्या नावे मृत्युपत्र करण्यासाठी त्यांची धडपड होती. त्यांच्या मृत्यूनंतर तिच्या नावे पेन्शन करावयाची आहे. ही मुले आपल्या पश्चात आपल्या या बायकोला त्रास देतील, याची त्यांना भीती वाटते.

अप्पा म्हणाले, "राजाबाबूंना त्यासाठी मृत्युपत्र करावयाची आवश्यकता नाही. विवाहाची माहिती नगरपालिकेला देऊन विवाहाची नोंदणी केली की, प्रमाणपत्र मिळते. पहिल्या बायकोच्या मृत्यूचा दाखला आणि दुसऱ्या लग्नाचा विवाहाचा दाखला पेन्शन पेमेंट ऑर्डरला जोडण्यासाठी पोस्टमास्तरकडे दिला की, आपोआप त्यांच्या पत्नीच्या नावे फॅमिली पेन्शन लागू होते." राजाबाबूंना हा सल्ला पटला.

मात्र ज्या व्यक्तींना (विशेषत: स्त्रियांना) सरकारी सेवेची स्वत:ची पेन्शन नाही, त्यांनी जर पुन्हा लग्न करण्याचा निर्णय घेतला; तर त्यांना त्यांच्या पहिल्या पतीची पेन्शन मिळणार नाही. ती कायद्यानुसार ताबडतोब बंद होईल आणि ती स्त्री मग आर्थिक दृष्ट्या स्वतंत्र न राहता आपल्या नव्या जोडीदारावर अवलंबून राहील.

समाजाशी काही देणे-घेणे नाही, असं ठरवून जरी ज्येष्ठ नागरिकांनी दुसरे लग्न केले तर मुलांचे काय? दोन्हीकडची मुलं हे लग्न आनंदाने स्वीकारतील काय? वयोवृद्ध झालेल्या आपल्या स्वत:च्या आई-वडिलांना न विचारणारी ही मुलं सावत्र आई किंवा सावत्र वडील यांना मान आणि प्रेम देतील काय?

त्या नवपरिणीत जोडप्याने अगदी पूर्णपणे स्वतंत्र राहावयाचे ठरवले, तर त्यांना ते शक्य होईल काय? वयाची साठी उलटल्यानंतर प्रकृतीच्या तशाच तक्रारी सुरू होतात; तेव्हा दोन वयोवृद्ध व्यक्ती एकमेकांचा खरंच आधार बनतील काय?

अप्पा म्हणाले, "सगळ्यात महत्त्वाचे म्हणजे, दुसरा जोडीदारही किती दिवस साथ देईल याचीही शाश्वती कोणी देऊ शकेल काय?"

हा झाला सर्व रुक्ष व्यवहार; पण मनाचं काय? तो किंवा ती आपल्या आपल्या पहिल्या जोडीदाराची या नव्या जोडीदाराशी मनोमन तुलना करणार नाही काय? क्वचितप्रसंगी या तुलनेत पहिला श्रेष्ठ ठरला, तर दुसऱ्याविषयी नकळत मनात आकस निर्माण होऊन जीवनाचे उरलेले चार दिवस जास्त कष्टप्रद होतील.

तरुणपणी लग्न झाल्यावर एकमेकांची पटवून घेताना दोघांनाही मनाला किती मुरड घालावी लागते; किती आशा-आकांक्षांचा बळी द्यावा लागतो; किती तरी प्रकारचा त्याग करावा लागतो.

एका ठरावीक वयानंतर प्रत्येकाचीच आपापली मते व विचार ठाम झालेले असतात. जीवन एका ठरावीक पद्धतीनेच प्रत्येक जण जगत असतो.

तेव्हा अगदी अनोळखी व्यक्तीशी पुन्हा त्या वयात सहजपणे पटवून घेणे वाटते तितके सोपे नाही.

पाश्चात्त्य देशातल्या प्रत्येक नागरिकाची फक्त आर्थिकच नाही, तर संपूर्ण जबाबदारी त्या-त्या देशाचे सरकार उचलते. आपल्याकडे अशा प्रकारच्या सोई सुविधा उपलब्ध होण्यासाठी अजून बराच काळ जावा लागणार आहे किंवा ते या देशात केवळ दुरापास्तच आहे, असे म्हटल्यास वावगे होणार नाही. तेव्हा पाश्चात्त्यांचे अंधानुकरण करून आपले जीवन आणखी दुःखी करून घेण्यात अर्थ नाही.

आपणच आपल्या पायावर धोंडा पाडून घेता कामा नये. त्यापेक्षा आपला जो मुलगा किंवा मुलगी आपल्याला थोड्या प्रेमाने वागवीत असेल, त्याच्याजवळ जाऊन राहावे. तिथे त्यांच्या जीवनात कोणतीही ढवळाढवळ न करता अलिप्तपणे जगायला शिकावे. कमळाच्या फुलाप्रमाणे पाण्यात राहून पाण्याला स्पर्श न करता आपले जीवन खर्ची घालावे.

अशा प्रकारे जर मागे राहिलेल्या ज्येष्ठ नागरिकाने आपले उर्वरित आयुष्य घालविले, तर शेवटचा दिवस नक्कीच गोड होईल.

ज्येष्ठांचा पुनर्विवाह हा विषयच तसा नाजूक आहे. दोन थकलेल्या जीवांनी या शर्यतीत भाग घ्यायचा असतो— तेही दोघांनी सोबतीने धावण्यासाठी. या शर्यतीत दोघांनीही जिंकायचे असते; कोणी एकाने नव्हे. धावताना कुणी एक अडखळला, तर त्याला आधाराचा हात देऊन उभे करायचे आणि पुन्हा दोघांनी नव्या उमेदीने धावायचे— अशी ही अफलातून शर्यत असते.

पुनर्विवाहाऐवजी सहकारी तत्त्वावर काढलेले वृद्धांचे सुखाश्रम काय वाईट? नपेक्षा, लहान मुलांसारखे वृद्धांना दत्तक घेण्याची योजना का राबवू नये?

सहकारी तत्त्वावर चालणारे सुखाश्रम किंवा वृद्धाश्रम हे घरपणाची अनुभूती देणे शक्य नाही.

ज्येष्ठांना दत्तक जाण्याची योजनाही त्यांना नव्या घरात आपलेपणाचा प्रत्यय देईल काय, याविषयी शंकाच आहे. त्यांना नव्या घरात परकेपणाची भावना होऊ शकते. पुनर्विवाह हाच त्यावर पर्याय आहे.

॥

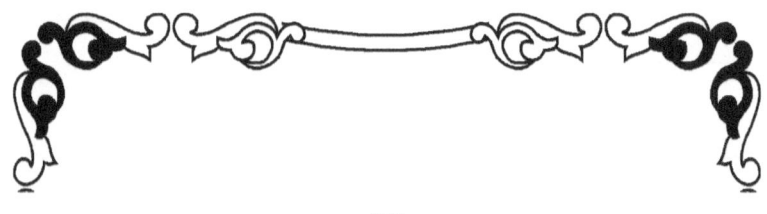

१६
देणाऱ्याचे हात हजार

ज्येष्ठांना उतारवयात आधाराची काठी हवीच, याबाबत दुमत नाहीच; तरीही ज्येष्ठांनी आपला आनंद आपणच निर्माण करावा व उर्वरित आयुष्याचा उपभोग घ्यावा. कसा निर्माण करता येईल हा आनंद? कोणता मंत्र आळवावा लागेल? कोणत्या देवतांची पूजा-अर्चा करावी लागेल? कुठल्या संस्थेचा कोर्स करावा लागेल? त्याविषयी आता पाहू.

उतारवयातील हा आनंद आपला आपणच निर्माण करायचा आहे. त्यासाठी कोणताही मंत्र नाही, की विशिष्ट अभ्यासक्रम नाही. मनाचा मोठेपणा आणि सकारात्मक दृष्टी तेवढी हवी. घरातल्या घरातच तो मिळवता येतो किंवा काही मायेचे हात तो आनंद वाटण्यासाठी सदैव तयार असतात.

माणसाच्या जीवनाचे सार म्हणजे त्याला आलेले वृद्धत्व असे म्हणतात. माणूस म्हातारा होतो. त्याचे हात-पाय थकतात. त्याची कृतिशीलता कमी होते. विस्मरण होते व मेंदू काम करीत नाही. अशा वेळी त्याला सहानुभूती मिळण्याऐवजी आपल्याकडे त्याची हेटाळणी होते. अशा परिस्थितीत आपला आनंद आपणच मिळवणे, हे क्रमप्राप्त ठरते. कुटुंबातील इतर कुणी आपल्याला तो आनंद देण्याचे दिवस संपले आहेत.

माणूस उतारवयात आनंद मिळवण्यास घरात, कुटुंबात व समाजात जरी अपयशी ठरला असला; तरी काही समाजसेवी संस्थांनी हे व्रत म्हणून स्वीकारले आहे, ही आनंदाची बाब आहे. अशा अनेक संस्था देशात व परदेशांत कार्यरत आहेत.

मुंबईत डोंबिवली येथे 'ज्ञानदीप स्त्रीजागृती मंच' स्थापन झालेला आहे. स्त्रियांमध्ये जागृती-निर्माणाचं काम करीत असताना या संस्थेला एकाकी पडलेल्या स्त्रियांच्या प्रश्नांची जाणीव झाली. त्यातूनच पुढे स्त्रियांसाठी 'मैत्रीण' हा आधारगट त्यांनी स्थापन केला. त्यातून अशा एकटेपणाचं नीरस जीवन जगणाऱ्या स्त्रिया

एकत्र आल्या. त्यांचे ठरावीक दिवशी ठरावीक ठिकाणी जमण्याचे ठरले.

या आधारगटात प्रामुख्याने उतारवयात एकटेपण नशिबी आलेल्या स्त्रियांचे प्रश्न– म्हणजे 'आजी' या पदाला पोहोचलेल्या स्त्रियांचे प्रश्न हाताळले जातात.

या एकट्या पडलेल्या आज्या ठरावीक दिवशी ठरावीक ठिकाणी एकत्र जमल्यावर त्यांच्या जिव्हाळ्याच्या प्रश्नावर तज्ज्ञ मंडळींची भाषणे त्यांना ऐकविली जातात. त्यांत आरोग्यविषयक, शारीरिक व मानसिक स्वास्थ्य, आर्थिक गुंतवणूक, वारसाहक्क, इच्छापत्र, ज्येष्ठ नागरिकांचे संरक्षण व त्यासंबंधी कायदेविषयक सल्ला, मानसिक ताणतणावाचे नियोजन असे विषय असतात.

वृद्धाश्रमाच्या प्रश्नावर चर्चा होते. काही मनोरंजनाचे कार्यक्रमही होतात. सामूहिक आनंदाचे व तो आनंद वाटून घेण्याचे कार्यक्रमही होतात. उदा.— हळदी-कुंकू, तिळगूळ वाटप, निसर्गभ्रमण सहल यांचाही त्यात समावेश असतो.

या निमित्ताने भेटणाऱ्या आजीबाई इतर अनेक समवयस्क आज्यांना भेटतात. त्या एकमेकींच्या नव्या मैत्रिणी होतात. अनोळखी असलेल्या या आज्या त्यांच्या आवडी-निवडी जमल्या की, त्यांच्या मैत्रिणींच्या जोड्या आपसूक निर्माण होतात. या मैत्रिणी जवळपास राहणाऱ्या असल्या, तर त्या एकमेकींच्या घरीसुद्धा एकत्र जमतात. दूरदर्शनचे कार्यक्रम एकत्र बघण्याचा आनंद लुटतात.

या आजींशी गप्पा मारताना लक्षात येते की, निरनिराळ्या कारणांमुळे त्यांच्या नशिबी हे एकटेपण आलेले आहे. एकाएकी कोसळलेलं वैधव्य, काही कारणांमुळे अविवाहित राहाणं, मुले परदेशात असणं, मुलांशी किंवा सुनांशी न पटणं– अशी एक ना अनेक कारणे त्यामागे असतात. म्हणून त्यांच्या नशिबी हा एकटेपणा येतो. त्यांच्यापैकी काहींना पेन्शन मिळते, तर काहींना आर्थिक प्राप्तीचे काहीच साधन नसते. त्या सर्वस्वी मुलांवर किंवा सुनांवर अवलंबून असतात.

या आधारगटात जमलेल्या या आज्या सकाळी उठून बागेत फिरायला जातात. योगा करतात. औषधे वेळेवर घेतात. मेडिकल चेक-अप वेळच्या वेळी करतात. एकमेकींना भेटून गप्पा मारतात आणि निरनिराळे छंद जोपासतात. त्यामुळे त्यांचे मानसिक आरोग्य चांगले राहते. आपले एकटेपण त्या काही काळ विसरतात. आपलं जगणं त्या या नव्या गोतावळ्यात आनंददायी करतात व स्वाभिमानाने जगतात.

असाही अनुभव येतो की, काही आजींना नोकरी नसल्यामुळे पेन्शन नसते व त्यांची मुले परदेशात असतात. ते साधा फोनसुद्धा करीत नाहीत. काहींनी तर आपल्या आईच्या अज्ञानाचा गैरफायदा घेऊन त्यांची मृत्युपत्रावर सही घेऊन तिची मालमत्ता हडप केली आहे व या म्हाताऱ्या आईला वाऱ्यावर

सोडले आहे. ती अगतिक दुर्दैवी आई आता अश्रू ढाळण्यावाचून काहीच करू शकत नाही. म्हणून ज्येष्ठांनी आपली म्हातारपणासाठी लागणारी पूंजी सांभाळून ठेवणे गरजेचे आहे.

या पार्श्वभूमीवर या स्वानंद गटाचे कार्य बहुमोल वाटते. या गटामुळे समुपदेशन, कायदेशीर सल्ला अशी मदत तर होतेच; शिवाय पोलीस अथवा समाजसेवी संघटनांचीही मदत होते. डोंबिवलीत नाना-नानी पार्क, आजी कट्टा अशा सुविधाही आहेत.

अलीकडे आपल्याकडे रुजू घातलेली वृद्धाश्रम संस्कृती ही मनाला पटत नसली तरी अशा एकाकी पडलेल्या ज्येष्ठांना व वृद्धांना स्वीकारावीच लागते. त्यांची अपरिहार्यता लक्षात घेतली व इतर कोणतेही पर्याय उपलब्ध नसले, तर जीवन अकाली संपवण्याच्या अघोरी उपायापेक्षा हे वृद्धाश्रम जवळ केलेले बरे; असा सुज्ञ (?) विचार करणे भाग पडते.

शुद्ध समाजसेवेच्या भावनेतून असे वृद्धाश्रम चालवणाऱ्या संस्था आपल्या देशात आहेतही. मध्यंतरी शिर्डी येथील अशाच एका संस्थेविषयी ऐकले होते. अशा वृद्धाश्रमांची गरज भासत आहे, म्हणून की काय, त्यांची संख्या दिवसेंदिवस वाढत आहे.

आंध्र प्रदेशातील एक गृहस्थ कृष्णप्रसाद आणि त्यांची पत्नी प्रा. विजयालक्ष्मी हे दोघेही आंध्र प्रदेशातील वेलूर येथे राहाणारे. दोघेही तेथील महाविद्यालयात प्राध्यापक होते. त्यांचा बंगला, गाडी व दोन तरुण मुले होती. सगळी सुखे पायाशी लोळण घेत होती. परंतु नियतीला हे पाहवले नाही. नियतीच्या मनात काय आहे, हे कोण जाणते? दैव, नशीब, नियती, माना किंवा नका मानू; परंतु या सुखी दांपत्यावर एकाएकी दुःखाचा डोंगर कोसळला. त्यांची दोन्ही तरुण मुले एका अपघातात या जगातून निघून गेली, हे सत्य आहे.

ही बातमी त्या दोघांना धक्कादायक होती. कृष्णप्रसाद यांना तर पॅरालिसिसचा झटका आला. या जीवघेण्या आजारामुळे ते अक्षरशः कोलमडून पडले. औषधोपचारात जवळ होता नव्हता तो सगळा पैसा निघून गेला.

एक सुखी कुटुंब बघता-बघता रस्त्यावर आले. त्यांना शिर्डी येथील द्वारकामाई वृद्धाश्रमात निवारा मिळाला. या वृद्धाश्रमात अशा रस्त्यावर आलेल्या अभागी कुटुंबांना आधार मिळतो. तिथे मायेची व हक्काची सावली मिळते.

शिर्डीचे संत साईबाबा हे रंजल्या-गांजल्यांचे तारणहार होते. त्यांनी मानवतेच्या दृष्टिकोनातून पीडितांना व दुःखितांना मायेची उब दिली. त्यांचे अश्रू पुसले. 'वैष्णव जन तो तेणे कहियें, जो पीड परायी जाणे रे' असे गांधीजी म्हणत

असत. ते त्यांचे आवडते भजन होते.

साईबाबा, गाडगेबाबा, तुकडोजीमहाराज, मदर तेरेसा, बाबा आमटे हे आजच्या युगाचे वैष्णवजन होते. त्यांनी आपले संपूर्ण आयुष्य पीडितांच्या सेवेत खर्च केले. यांच्या प्रेरणेतून आंध्र प्रदेशातून आलेले श्री. श्रीनिवासन व त्यांच्या पत्नी सौ. सुधा यांनी निराधार वृद्धांसाठी शिर्डी येथे द्वारकामाई वृद्धाश्रम सुरू केला. गेल्या दहा वर्षांपासून ते अशा एकाकी पडलेल्या निराधार वृद्धांना मायेची सावली प्रदान करतात.

शिर्डीचे साईबाबा संस्थानने श्रीनिवासन यांच्या कार्याची दखल घेत त्यांना मदतीचा हात दिला आहे. या आश्रमाला पिण्याचे पाणी व येथील वृद्धांना एक वेळचे जेवण शिर्डी संस्थानकडून देण्यात येते. तसेच संस्थानच्या दवाखान्याच्या वैद्यकीय अधीक्षक या वैद्यकीय सेवा तत्परतेने व नि:शुल्क प्रदान करतात. शहरातील समाजसेवी कार्यकर्तेही या आश्रमाच्या मदतीला सदैव तयार असतात.

श्री. कृष्णप्रसाद या आश्रमात आले, तेव्हापासून विकलांग आहेत. गेल्या आठ वर्षांपासून ते अंथरुणाला खिळून आहेत. त्यांना मागचे काहीच आठवत नाही. आश्रमाचे सर्वेसर्वा श्रीनिवासन व त्यांच्या पत्नी श्रीमती सुधा या त्यांची सेवाशुश्रूषा करतात. प्रा. विजयालक्ष्मी यांना त्यांच्या रूपाने आपला मुलगा परत आल्यासारखे वाटते. त्यांच्या मुखावर त्या दुःखातही आनंद पसरतो.

एकदा एका सभेत अप्पांनी वर्तमानपत्रात वाचलेली एका शांताबाई नावाच्या महिलेची वास्तव कथा सांगितली. ते म्हणाले,

''८० वर्षे वयाच्या या म्हातारीला तिच्या घरच्यांनी शिर्डी येथे आणून सोडले. आपल्याला घरातून काढून शिर्डीसारख्या या अफाट शहरात आणून सोडले, या गोष्टीचा शांताबाईंना धक्का बसला. त्यांच्या हाता-पायांतील त्राण नाहीसे झाले. त्या रस्तोरस्ती भीक मागू लागल्या. शेवटी आजारी पडून रस्त्याच्या कडेला पडून आभाळातल्या देवाकडे मरणाची भीक मागू लागल्या. त्यांच्या अंगावर जागोजागी जखमा झाल्या होत्या.

''श्रीनिवासन व श्रीमती सुधा यांना समजले, तेव्हा त्यांनी या म्हातारीला आपल्या आश्रमात आणले. तिला औषधे दिली. तिची सेवा केली. सेवा व औषधासोबत आराम आणि मायेची ऊब मिळाल्यामुळे शांताबाई आजारातून बऱ्या झाल्या. आश्रमातील प्रत्येक व्यक्तीची अशीच दर्दभरी कहाणी आहे.''
(लेखावरून साभार)

असे एकाकी जीवन जगत असलेले सुमारे ३० म्हातारे जीव द्वारकामाई

वृद्धाश्रमात भरती आहेत. तो आश्रम त्यांच्या जखमावर फुंकर घालत आहे. मायेची सावली पांघरतो आहे.

सुमारे अर्धा एकर जागेत असलेल्या बागेत फुललेली फुले त्या वृद्धांना आनंदाने जगण्याचा संदेश देत आहेत. आनंद असा वाटता येतो. आनंद असा मिळवता येतो. ज्येष्ठांना आनंद मिळवून देणारे असे हजारो हात पुढे यायला हवेत.

समृद्ध देशातल्या वृद्धाश्रमातल्या सोई-सुविधा, वृद्धांचा विचार करून काढलेल्या नवनवीन योजना पाहून एक गोष्ट मला तीव्रतेने जाणवली. ती म्हणजे, वाढत्या वयाकडे, वृद्धत्वाकडे पाहायचा भारतीयांचा दृष्टिकोनच वेगळा आहे. वेगळा म्हणजे, जणू काही दोन टोकंच. या दोन वेगवेगळ्या दृष्टिकोनांतला एक चांगला आणि एक वाईट असं ठरवणं चुकीचं ठरेल.

अमेरिकेतील वृद्धांचं जीवन पाहिल्यावर वाटलं– अगदी अखेरच्या क्षणापर्यंत जगायची किती धडपड करतात हे लोक! निवृत्तीचं वय (आपल्याकडे ६० वर्षे) ही कल्पनाच तिथे नाही. स्वत: ठरवून काम करायचं थांबेपर्यंत नोकरी चालूच राहू शकते. निवृत्तीनंतरही पुरेसे पैसे हाताशी असतात; तेव्हा मजा करायची, हाच एक उद्देश!

निवृत्त होऊन मजा करणाऱ्या लोकांसाठी वापरला जाणारा एक नवा शब्द मला तिथे समजला 'रोमिओज.' (Romeo) म्हणजे ... Retired Old Men Eating Out.

वृद्धाश्रम या कल्पनेला आपल्याकडे नकारात्मक धार आहे. मुलं सांभाळत नाहीत, नीट वागवत नाहीत, (जे त्यांनी करणं पालकांना अपेक्षित असतं); म्हणून नाइलाजाने राहायची जागा म्हणजे वृद्धाश्रम. आणि, 'शक्यतो अशा ठिकाणी जायची वेळ आपल्यावर येऊ नये', अशी सर्वांची इच्छा असते.

अमेरिकेतील वृद्धांचं वृद्धाश्रमात जायचं कारणच वेगळं आहे. भरपूर पैसे कमवून मुलं जवळ असताना घेतलेलं घर, घरातल्या सगळ्या वस्तू, दारातली मोठीच्या मोठी लॉन हे सगळं सांभाळणं वाढत्या वयाबरोबर अवघड होत जाते आणि त्या वयात त्याची गरजही नसते.

मुलांनी जवळ राहणे, त्यांची काळजी घेणे, खर्च करणे या गोष्टी केव्हाच निकालात निघालेल्या असतात. आपल्यासाठी कोणी काही करावं, ही अपेक्षा मुलंही करीत नाहीत आणि पालकही. त्यामुळे सगळेच स्वावलंबन आचरत स्वत:ची कामं स्वत: करतात आणि स्वत:पुरतं व स्वत:साठीच जगतात.

आपल्याला म्हातारपणी लागणारं साह्य, वैद्यकीय मदत, समवयस्कांचा

सहवास मिळेल अशा ठिकाणी जाऊन राहणे आणि मजा करणे! आयुष्याचा उत्तरार्ध सुखात घालवायचा म्हणून लोक वृद्धाश्रमात स्व-खर्चाने जातात. तिथल्या वृद्धाश्रमात साधारणपणे चार प्रकारचे लोक असतात.

१. सक्षम वृद्ध

स्वतंत्र खोल्यांतून वृद्धाश्रमाच्या आवारात राहणारे, उत्तम आरोग्य असणारे, विविध उपक्रमांमध्ये सहभागी होणारे कार्यक्षम लोक. असे लोक आपले आपण हवे तिथे जाऊ शकतात.

अशा लोकांसाठी स्वयंपूर्ण अशा खोल्या दिलेल्या असतात. त्या खोल्यांची स्वच्छता, चादरी बदलणे, उशा बदलणे अशी कामे वृद्धाश्रमाचे कर्मचारी करतात. खोल्यांमध्ये छोटंसं पण सोईंनी परिपूर्ण असं स्वयंपाकघर असतं.

स्वत:ला हवं तसं जेवण तयार करणे किंवा सार्वजनिक भोजनालयात जेवायला जाणे– यातला कुठलाही पर्याय निवडता येतो.

२. स्मृतिभ्रंश झालेले वृद्ध

स्मृतिभ्रंश झालेल्या वृद्धांसाठी चोवीस तास देखरेख असणारा असा एक स्वतंत्र विभाग आहे. तिथल्या रुग्णांना बाहेर सोडले जात नाही. अगदीच एकटं जाण्याचा आग्रह कोणी धरला, तर त्याच्या शरीरालगत एक छोटी चिप लावली जाते. त्या चिपच्या आधारे ती व्यक्ती कोठे आहे, हे यंत्रणेच्या साह्याने जाणून घेऊन त्या व्यक्तीला परत आणता येते.

ज्यांना स्वत:विषयीची प्राथमिक माहितीही विसरायला होते, अशांसाठी वृद्धाश्रमाच्या आवारातच विविध उपक्रम राबवले जातात. अशा प्रकारच्या समस्या असणारे वृद्ध आपल्याकडे असतात, पण कुटुंबव्यवस्थेत ते सामावले जातात आणि कुटुंबाचे सदस्यच त्याची काळजी घेतात.

३. पूर्णतः परावलंबी वृद्ध

ज्यांना स्वत:च्या शरीरापुरतंही काही करता येत नाही, अशा अतिवृद्धांसाठी पूर्णपणे सेवा देणारा एक स्वतंत्र विभाग असतो. प्राथमिक वैद्यकीय सुविधांबरोबरच चोवीस तास देखरेखीला व देखभालीला व्यक्तीही पुरविली जाते.

ज्यांना व्हीलचेअरवरून उतरताही येत नाही, अशांसाठी वापरता येणारे वेगळे बाथ-टब खास बनवले आहेत.

४. पाळणाघरातले वृद्ध

चौथा प्रकार म्हणजे आपल्या जबाबदारीवर हिंडू-फिरू शकणारी, फक्त एकटंच किंवा दोघंच राहायला कंटाळलेली माणसं. असे लोक वृद्धाश्रमात न राहता

आपापल्या घरीच राहतात, पण रोज सकाळी वृद्धाश्रमाची गाडी त्यांना आणायला जाते. ते गाडीतून वृद्धाश्रमात येतात. दिवसभर तिथे थांबून सगळ्या उपक्रमांत भाग घेतात आणि रात्री पुन्हा त्यांना घरी सोडलं जातं. लहान मुलांच्या पाळणाघरांसारखी ही वृद्धांसाठीची व्यवस्था.

वृद्धाश्रमाच्या आवारात बाग, वाचनालय, चित्रपट पाहण्यासाठीची सोय, उपाहारगृह, हस्तकलेचा कक्ष, व्यायामकक्ष याबरोबरच ब्युटी पार्लरसुद्धा आहेत. आणि इथे राहणारे सर्व आजी-आजोबा आपल्या शरीराची, चेहऱ्याची, नखांची, केसांची काळजी घेऊन नीटनेटके राहताना दिसतात.

कॉरिडॉर्समध्ये भिंतीतली काचेची कपाटं दुतर्फा आहेत. त्यांत जुन्या आठवणी जपणाऱ्या वस्तू; लग्नातले मुलांचे, नातवंडांचे फोटो; त्यांनी पाठवलेली भेटकार्डे ठेवली आहेत. जाता-येताना सहज नजर गेली, तरी गतायुष्यातील स्मृती जाग्या होऊन आनंद मिळावा, यासाठी!

मी ज्यांच्याकडे राहिले होते, ते ८९ वर्षांचे गृहस्थ जेव्हा रोलरकोस्टरच्या भीतिदायक रायडर मध्ये बसले, तेव्हा मी आश्चर्यचकित झाले होते. (मी घाबरून ती राइड न घेण्याचं ठरवलं होतं.) पण परत आल्यावर त्यांनी जेव्हा हसत-हसत त्यांच्या दोन बायपास सर्जरी झाल्याचं सांगितलं, तेव्हा आश्चर्य वाटण्याचं आणि व्यक्त करण्याचं भानही मला उरलं नव्हतं.

अगदी अखेरच्या क्षणापर्यंत आनंद उपभोगत जगायचं, ही कल्पना मनात इतकी रुजलेली असते की, कधी कधी त्यांचं जगणं पाहून वाटतं की, ते जणू मरणारच नाहीत कधी! (मरणाचे असावे स्मरण– असे म्हणताना मरणाच्या स्मरणाने सावध न होता, आम्ही जास्त घाबरट तर होत नाही ना?)

समाजामध्ये एकेकटी राहणारी वृद्ध माणसं, त्यांच्या गरजा लक्षात घेऊन त्यांना आवश्यक ती मदत पुरवणाऱ्या अनेक संस्था अमेरिकेत आहेत. एकाच टोल फ्री नंबरवर फोन करून कुठल्याही प्रकारची मदत ते वृद्ध मागू शकतात.

मी ज्यांच्या घरी राहिले होते, त्या ७१ वर्षांच्या बाई काही (त्यांच्याहून) वृद्ध माणसांना रोज सकाळी एकदा फोन करायच्या. त्यांना काही मदत हवी आहे काय, हे पाहण्याबरोबरच ते एकटे राहत असल्याने जिवंत आहेत ना, हे पाहण्यासाठी हे फोन असायचे.

वृद्धांच्या शरीराच्या समस्या ओळखून त्यांना योग्य प्रकारे व्यायाम व्हावा, म्हणून खास त्यांच्यासाठी वेगळे व्यायामाचे वर्ग, भिशी मंडळे व क्लब आहेत. आई आणि मुलींनी एकत्र भेटण्यासाठी महिन्यातून एकदा होणाऱ्या 'मदर-डॉटर्स

क्लब'च्या महिन्याच्या सभेला हजर राहताना तर मला खूपच काही जाणून घ्यावंसं वाटत होतं. तिथे आलेली एक ९० वर्षांची आई स्वत: वाहन चालवत आपल्या ६४ वर्षांच्या मुलीला भेटायला आली होती.

एकटं राहणं स्वीकारल्यामुळे या लोकांची कार्यक्षमता जास्त टिकत असेल काय? एकूणच, तिथल्या लोकांचं जीवन आपल्याकडल्या आयुष्यापेक्षा खूपच कमी कष्टाचं आणि सुखासीन आहे. पण कुणी तरी आपलं सगळं करावं, या अपेक्षेने दुबळेपणा येत नाही ना– याचाही विचार व्हायला हवा; नाही का?

अमेरिकन कुटुंबातला अतिरिक्त कोरडेपणा जसा वाईट, तशीच आपल्याकडली व्यक्तिगत जीवनातली ढवळाढवळही वाईटच. त्यांचा उपभोगाचा अतिरेक वाईट, तसा आपला विरक्तीचा नुसता बोलबालाही अव्यवहार्य. थोडक्यात काय की, या दोन्हीमध्ये काही तरी सुवर्णमध्य हवा, हेच खरं! (लेखातून साभार)

वृद्धापकाळातही सकारात्मक पद्धतीने आपली वागणूक ठेवली, तर जीवनातला आनंद मिळवता येतो. निदान जो आहे, तो घालवावा लागत नाही, हेच खरे आहे. याबरोबरच आपले अर्धे-अधिक आयुष्य निरनिराळ्या वस्तू जमवण्यात गेले; आता त्यांतल्या कोणकोणत्या टाकाऊ आहेत ते ठरवण्यात अर्धे आयुष्य घालवायचे काय, हा प्रश्न समोर येतो.

असं समजलं, तरी त्या वस्तूंचा मोह सुटत नाही. हे माझं, ते माझं; माझं ते माझंच व तुझं तेही माझंच– अशी वृत्ती माणसाला आनंदाने जगूच देत नाही. उतारवयातले हे दिवस फक्त 'देण्याचे असतात; घेण्याचे व संग्रह करून ठेवण्याचे नाही' हे समजले की, उर्वरित आयुष्य सुखी होते. वानप्रस्थाश्रम सुरू झाला की, ही पथ्ये पाळावीत.

श्रीमती संध्या कर्णिक यांची ही अभ्यासपूर्ण मते पाहा, त्यांच्याच शब्दांत...

तसं सगळं अचानक एक दिवस ठरवलं आणि करून टाकलं, असा प्रकार घडला नाही. पण 'मागे वळून पाहण्याचे दिवस' सुरू झालेत, हे समजलं; कवी शंकर वैद्य म्हणतात तसं.

'प्रत्येक सकाळचा सूर्य तिला नवा दिसतो' हा वृत्तीमधला ताजेपणा हरवत चालला आहे, हेही जाणवलं. वयाची पन्नाशी उलटली. नव्या देशात येऊन जुने झालो. त्यालादेखील ३५ वर्षे उलटली. आता काय?

शाळेमध्ये अभ्यासक्रमात वाचलेल्या-शिकलेल्या चार आश्रमांमधला वानप्रस्थाश्रम आता पुन: पुन्हा आठवला आणि हवाहवासा वाटायला लागला. दोन्ही मुलांची शिक्षणं संपून, नोकऱ्या मिळवून आपापल्या क्षेत्रात ती उमेदीने आणि

उभारीने वावरत होती. गृहस्थाश्रमातल्या जबाबदाऱ्या हातावेगळ्या झाल्या होत्या.

त्याच सुमारास नुकतंच लग्न झालेला माझा मुलगा राहण्यासाठी घर शोधत होता. आमच्या भागात घरांच्या किमती भयानक होत्या. या भागात घर घेणे आर्थिक दृष्ट्या त्याला शक्य नव्हतं. तेव्हा वाटलं, आपलं घर मुलाला देऊन टाकावं. त्याचं हे उमेदीचं वय आहे. आपण दोन खोल्यांच्या सुटसुटीत, भाड्याच्या अपार्टमेंटमध्ये राहावं. घर सोडायचं ठरवलं की, किती तरी गोष्टी 'इदं न मम,' म्हणत हातावेगळ्या करता येतील.

मुलाच्या ताब्यात घर दिलं. कागदपत्रावर सह्या केल्या आणि ऑफीसमधल्या सहकाऱ्यांना ई-मेल पाठवली— 'ही आहे माझ्या घरातील वस्तूंची यादी. हे सगळं मोफत आहे. सगळ्या वस्तू उत्तम स्थितीत आहेत. तुम्ही येऊन घेऊन जा तुम्हाला हव्या त्या गोष्टी. सामान वाहून नेण्याची जबाबदारी तुमची.'

त्या ई-मेलला दणक्यात प्रतिसाद मिळाला. अर्ध्याहून अधिक फर्निचर, पिंगपाँग खेळण्याचं टेबल, बार्बेक्यू शेगडी, घरातल्या शोभेच्या वस्तू, पांघरुणं, पडदे, ब्लँकेट्स, छोटा फ्रीज, मायक्रोवेव्ह ओव्हन, बुक केस, काचेच्या वस्तू, बागेचं सामान, पियानो— सगळं सगळं मंडळींनी भराभर उचलून नेलं. जे काही उरलं होतं, ते एका संस्थेला देऊन टाकलं.

आम्हाला दोघांना लागेल इतकं आणि वीक-एंडला पाहुणे-मंडळी आली की गरज पडेल एवढं सामान, पुस्तकं आणि गाण्याचा-संगीताचा संग्रह एवढंच सामान घेऊन आम्ही भाड्याच्या घरात राहायला आलो. दारासमोर हिरवीगार टेकडी आणि अगदी शेजारी निळाभोर तलाव. मुलगा आणि सून आनंदाने नव्या घरात राहायला गेले. त्यांच्या मनासारखं सुरेख घर त्यांनी सजवलं. हवे ते बदल करून घेतले. आम्ही अगदी खूश. डोंगर चढता-चढता पाठीवरून मोठं कॅनव्हासचं बॅक-पॅक नाहीसं झालं तर कसं वाटेल... इथे तर आम्ही डोंगर उतरत होतो!

वानप्रस्थाश्रम हा समाजरचनेचा एक आवश्यक घटक आहे, तसाच तो एका विशिष्ट वयोगटातल्या मानसिक स्थित्यंतराचाही भाग आहे. कोणत्याही तऱ्हेचे धार्मिक-आध्यात्मिक सोपस्कार न करणारी मी; पूजा-व्रत, स्वामी यांच्या वाटेला न जाणारी मी... पण कोणत्या तरी एका क्षणी विरक्तीचा तो आवाज आतून उमटला खरा.

वानप्रस्थाश्रमात आपल्या हातची घरसंसाराची सूत्रं पुढच्या पिढीकडे देऊन आपण काठावर राहून, लौकिक गोष्टींचा हव्यास सोडून, वेळ पडेल तशी मुलांना मदत (शक्यतो मार्गदर्शन वगैरे नाही) करीत राहायचं— हे चित्र माझ्या

डोळ्यांसमोर होतं.

शाळा-कॉलेजच्या वयात मुंबईत वाढत असताना आई-वडिलांच्या, सासू-सासऱ्यांच्या अधिराज्यात खाली मान घालून, कुचंबणा सहन करत, धुमसत-उसासत राहणाऱ्या मुली मी पाहिल्या आहेत. पुढे अनेकदा व्हिजिटला भारतात गेल्यावर अडगळीसारखे कोपऱ्यात टाकून दिलेले वृद्ध व थकलेले आई-वडीलही पाहिले होते; आणि कुटुंबातला समतोल राखून समाधानानं जगणारी थोडीशी एकत्र कुटुंबे पण पाहिली होती.

एका छपराखाली राहणाऱ्या दोन पिढ्या (कधी तीन) हे एके काळी गृहीतच धरलं नव्हतं का? त्या तरुण वयात 'आपली वेळ येईल तेव्हा' असा विचारही मनात आला नव्हता. इथे म्हणतात तसं, I have places to go; things to do and peole to see. असंच आयुष्य होतं.

पण खूप उशीर होण्यापूर्वी आतून एक आवाज ऐकू यायला लागला. नव्या वस्तू खरेदी करण्याची, घरातल्या वस्तूंत नवी भर घालण्याची हौस संपली. जवळचे दोन-चार सोन्याचे दागिने होते, ते पण मी मोडले आणि पैशांचा कुठे कुठे उपयोग केला.

इच्छापत्र करून ठेवलं. आजार आलाच तर यंत्रं दाबायची नाहीत, औषध देऊन आयुष्यं लांबवायची नाहीत. मृत्यूनंतर सोपस्कार समारंभ करायचे नाहीत. हे सगळं लिहून ठेवलं. जमतील तेवढ्या गोष्टी आवरून ठेवल्या.

तर... मग पदरी काय उरलं? दोन गुणी मुलं व त्यांचे जोडीदार, एक गोजिरवाणा नातू, मायेची माणसं, बहीण-भाऊ, मित्रमैत्रिणी, बऱ्यापैकी धट्टीकट्टी प्रकृती, प्रवासाची स्वप्नं, हाती असलेला वेळ आणि उपेक्षित व गरजूंसाठी पैसा खर्च करावा, ही इच्छा. विसावा देणारी पुस्तकं आणि संगीताचा खजिना.

तूर्त तरी वानप्रस्थाश्रमाचे दिवस मजेत चालले आहेत. देशोदेशी फिरून येतो. पण येताना शॉपिंग केलेल्या वस्तूंनी बॅगा भरलेल्या नसतात; बरोबर असतात आठवणी, देखणी चित्रं अन् भेटलेली माणसं!

कधी रात्री जाग आली की अल्झायमर, डायमेंसिया, वृद्धपण, मागे लागलेले आजार– स्मृतिभ्रंश, परावलंबन, वेदना– अशी काही वटवाघळं उडताना दिसतात. अंगावर येतात. मनात येतं– जन्म नसतो आपल्या हातात, पण मरणावर का म्हणून आपला अधिकार नसावा?

सकाळ उजाडते. कॉफीचा मस्त वास येतो. दिवस सुरू होतो. संध्याकाळी घरी परत येताना जुन्या कवितेच्या ओळी आठवतात...

'चिवचिवणारी वाट असावी; दमछाटीची यावी घाटी
घाटीनंतर गडग्यापासी; पार असावा बसण्यासाठी' (साभार)

पाश्चात्त्य देशांतील वृद्धाश्रमाची फॅशन आता भारतातही चांगली रुजली आहे; ती आजच्या जीवनपद्धतीचा एक भाग बनत आहे. ती नि:संकोचपणे आता स्वीकारली जात आहे. जीवनाला असा वेग प्राप्त झाला आहे की, आता कुणालाच कुणासाठी थांबायला वेळ नाही.

अपरिहार्यतेमुळे म्हणा की अगतिकतेमुळे, वृद्धाश्रम ही काळाची गरज होऊ पाहत आहे. हे सामाजिक व सांस्कृतिक दृष्ट्या प्रगतीचे लक्षण मानता येत नसले, तरी तो समाजजीवनाचा एक अविभाज्य भाग बनू पाहत आहे.

काही वृद्धांना दुसरा काहीच आधार नाही व जो होता तो हिरावून घेतला गेला आहे, अशांनी जावे तरी कुठे? त्यांच्यासाठी वृद्धाश्रम ही सोय चांगलीच म्हणावी लागेल. रस्त्यावर भीक मागत बसण्यापेक्षा हे जगणे ते निवडतात. ही वाढती गरज लक्षात घेऊन सरकारसुद्धा वृद्धाश्रमांची निर्मिती करीत आहे.

जसजसे वय वाढते त्याप्रमाणे माणसाच्या विचारांत फरक पडतो. माणसाच्या गरजा बदलतात, त्यानुसार इच्छा बदलतात. आयुष्यभर घाण्याच्या बैलासारखे स्वत:ला जुंपून घेत माणूस पैसा मिळवण्यासाठी अविरत चालत असतो. यामागे उतारवयात हाच पैसा वापरून सुख घ्यावे, हाच त्याचा उद्देश असतो. निवृत्तीच्या काळात शांत आणि प्रसन्न जीवन जगण्याची इच्छा असते. आता नको ती धावपळ आणि ती माणसांची गर्दी– असे त्याला वाटत असते. वृद्ध लोकांची उतरत्या वयातली ही इच्छा लक्षात घेऊन भारतीय बाजारात घरांची एक नवी संकल्पना उदयास आली आहे. ती म्हणजे 'रिटायर होम्स'ची.

आपल्या देशातील मोठ्या शहरांतून– उदा. पुणे, मुंबई, दिल्ली, बंगळुरू, चेन्नई, कोलकता या शहरांतून रिटायरमेंट होम्सची मागणी वाढत असल्याचे सांगतात. या नव्या संकल्पनेतल्या घरांची वैशिष्ट्ये अशी की– उतार वयातील व्यक्तींच्या गरजा लक्षात घेऊन, त्या-त्या प्रकारच्या सुविधा या घरात पुरविल्या जातात.

चांगल्या दर्जाच्या बांधकामाबरोबरच अत्याधुनिक वैद्यकीय सोई-सुविधाही इथे पुरविल्या जातात. एखादी व्यक्ती अचानक आजारी पडली, तर तातडीने उपचार करता यावेत, हा त्यामागचा उद्देश असतो.

या रिटायरमेंट होम्समधे सुरक्षेची व्यवस्था केलेली असते, म्हणून ज्येष्ठ मंडळी निर्भयपणे यात वास्तव्य करून राहू शकतात. या घरांची व परिसराची स्वच्छता आणि हिरवळीची खास दक्षता घेतली जाते.

सर्व शहरांमधील निवृत्त लोकांची सामाजिक व आर्थिक स्थिती लक्षात घेऊन बिल्डर लोक या रिटायरमेंट होम्सची योजना आखतात. त्यांची किंमत अर्थातच काही लाख रुपये असते.

निवृत्तीनंतर लोकांची मानसिकता बदलत जाते. आपल्या समविचारी किंवा विचारधारेशी सुसंगत लोकांसोबत राहण्याची त्यांची इच्छा बळावते. तसेच काही सकारात्मक कामे करण्याकडे त्यांचा कल असतो. हे करण्यासाठी त्यांच्याजवळ पैसाही असतो. शिवाय त्यांची पेन्शन वगैरे रूपाने पैशाची आवकही सुरू असते. त्यामुळे रिटायरमेंट होम्सचे महागडे आयुष्य त्यांना परवडते. अलीकडे वरील मोठ्या शहरांतून बरेच बिल्डर्स रिटायरमेंट होम्स उभारत आहेत.

वृद्धाश्रमांचं हे चित्र प्रथमदर्शनी सुखावह वाटत असलं, तरी ते भारतीय संस्कृतीत वाढलेल्या व ती संस्कृती रोमारोमांत भिनलेल्या इथल्या वृद्धांना ते मानवत नाहीच. वृद्धाश्रम ही कल्पनाच त्यांना जीवघेणी वाटते.

वृद्धाश्रमात जाण्यास भाग पडलेल्यांकडे व ज्यांच्या विपरीत वागण्यामुळे अथवा असहकाराच्या वागणुकीमुळे त्यांना वृद्धाश्रमाची वाट धरावी लागली आहे, असा समज झाल्यामुळे म्हणा, की त्यात तथ्य असेल म्हणून म्हणा; या गोष्टीकडे पाहताना समाजाचा दृष्टिकोनही तिरस्काराचाच दिसून येतो.

म्हणून वृद्धाश्रमात जाण्याचे टाळून आपली व आपल्या तथाकथित घराण्याची अब्रू जपण्यासाठी हे अभागी वृद्ध तोंड दाबून बुक्क्यांचा मार सहन करीत आपले उर्वरित आयुष्य रेटत असतात. ज्यांच्यावर या वृद्धांची नैतिक व कायदेशीर जबाबदारी आहे, तेसुद्धा बेशरमपणे त्यांना घरातली अडगळ समजून त्यांच्यावर उपकार केल्याचे भासवीत त्यांच्या 'वर' जाण्याची वाट बघत असतात.

ज्या वृद्धांच्या जवळ आयुष्याच्या अखेरीस पैशांचे गाठोडे असेल अथवा वारसांना लाभ मिळवून देण्यासारखी काही मालमत्ता असेल, त्यांच्या माथी असे भोग कमी प्रमाणात येतात. आपले जे काही किडुकमिडुक जमवलेले आहे, त्याचा भलेही ते उपभोग घेणार नाहीत व ते आपल्या वारसासाठी जपून ठेवतील; परंतु वारसांच्या हवाली मात्र आताच करणार नाहीत.

असे वृद्ध सभोवतालाचा कल ओळखून वागतात. त्यांना माहिती असते की गूळ असला की मुंगळे त्याला चिकटतात आणि गूळ सरला की मुंगळे तिकडे फिरकतही नाहीत. किंवा तळ्यात पाणी असले की पशू-पक्ष्यांपासून सगळेच त्या तळ्याच्या काठी येतात व रमतात; परंतु एकदा का तळे आटले की, तिकडे कुणीच वाट वाकडी करीत नाही. तसे या वृद्धांचे होत असते.

रामभाऊंचे तसेच झाले. आयुष्यभर मर-मर कष्ट करून त्यांनी मुलांसाठी वीस एकर शेती कमावून ठेवली. आपल्या व बायकोच्या हौसा-मौजा कायमच्या दूर ठेवल्या. चहा व पानसुपारीचेही व्यसन वा आवड जोपासली नाही. चांगल्या कपड्यांची किंवा दागिन्यांची हौस मनात आले तरी भागवली नाही.

हाडे खिळखिळी झाली, देह अस्थिपंजर झाला, दुखणे अंगावर काढले; परंतु डॉक्टरांना पैसे देऊन औषधे घेतली नाहीत. चार पैसे जमवले, ते शेतीत घातले व आणखी शेती वाढवली. मनाला समाधान वाटले. परंतु रामभाऊंचं देवमाणसासारखं वागणं त्यांच्या अखेरच्या काळात आडवं आलं. आपल्या धूर्त व लोभी चिरंजीवांच्या प्रेमात ते आंधळे झाले. कुणी म्हणतं, त्याच्या दुष्ट स्वभावाला ते भ्यायले. कुणी म्हणतं, मुलाच्या कपटी गोड-गोड बोलण्यामुळे ते भुलले.

ते काहीही असो; रामभाऊंची असलेली शेती धरणात बुडाली. तिचा मिळालेला सरकारी मोबदला मुलाने आपल्या वाट्याचा घेतलाच, वरून रामभाऊंचा वाटाही परत करण्याच्या बोलीवर तो घेऊन गेला. घरातील एकमेव सदस्य म्हणजे त्यांची धर्मपत्नी. तिने खळखळ केली. तिला समोर वाढून ठेवलेले भविष्याचे कडू घासांचे ताट दिसत होते. परंतु रामभाऊंचे पुत्रप्रेम धृतराष्ट्रालाही लाजवणारे होते. त्यांनी मानले नाही कुणाचेच. होते नव्हते ते सगळे मुलाच्या हवाली केले व हात वर करून मोकळे झाले. मुलगा बेइमान झाला. आधीपासून वेगळा राहतच होता; आता रामभाऊंना भाकरी घालणे तर दूरच, त्यांना मारहाण करण्याची भाषा करतो.

आयुष्याचा अखेरचा आधार म्हणजे आपली धनपूंजी; ती तर निघून गेलीच होती, आता पुन्हा मागचे कष्टाचे दिवस पुढे आले. रामभाऊ हे संतवृत्तीचे गृहस्थ. त्यांना या नफा-तोट्याचे काही वाटत नसले, तरी आयुष्याच्या या वळणावर काही तरी हरवल्याचे दु:ख हे आहेच.

ते मनाला समजावण्यासाठी म्हणतात–

"नसे दु:खात उद्वेग; सुखाची लालसा नसे; नसे तृष्णा..."

या स्थितप्रज्ञ वृत्तीचा ते आसरा घेतात... परंतु प्रत्यक्ष जीवन वेगळेच असते. माणसाला पोट नावाचा एक अवयव आहे व तो रोज सकाळ-संध्याकाळ आपले खाद्य मागतो. त्याची भूक केवळ शब्दांनी भागत नसते, त्यासाठी भाकरीचा तुकडाच हवा असतो आणि ही भाकरी पैशांनी मिळत असते. ती अखेरच्या श्वासापर्यंत हवी असते. तिच्यासाठीच या जगण्याचे प्रयोजन असते.

...आणि मिळवलेली भाकरी कुणी तरी हिसकावून नेल्याचे दु:ख तर फारच वेदनादायी असते. ते रामभाऊंच्या वाट्याला आलेले आहे. आयुष्यभर अत्यंत

नियोजनपूर्वक वागणारे रामभाऊ अखेरच्या क्षणाला भुलले व फसले.

आपल्या पाल्यांसाठी किंवा पुत्रासाठी यातला वाटा जरूर ठेवावा. तसे वाटणे साहजिक व नैसर्गिक आहे. परंतु त्यासाठी कायदेशीर इच्छापत्र करता येते, याचे तर भान ठेवावे की नाही? भरवसा तरी द्यावा कुणाकुणाचा? इच्छापत्र म्हणजे काय, ते कसे करावे याची माहिती असणे आजकाल आवश्यक झाले आहे. वृद्धांनी ते करून ठेवणे, हेसुद्धा आवश्यक झाले आहे.

इच्छापत्र म्हणजे काय व ते कसे करावे, याबाबतीत अनेकांना माहितीच नसते. असली तरी ते करून ठेवण्याचीच त्यांची इच्छा नसते. ते अशासाठी की, इच्छापत्र या शब्दापाठोपाठ मरण या अप्रिय शब्दाचे येणे गृहीत धरलेले असते. मरण तर कुणालाच नको असते. किंबहुना, ते एवढ्यातच आपल्याला येणार नाही, असे प्रत्येक जण समजत असतो. शिवाय आताच काय घाई आहे; करू सावकाश– अशी चालढकल सुरू असते.

दुसरा महत्त्वाचा प्रश्न या वृद्धांसमोर असा असतो की, इच्छापत्र करणे म्हणजे कुणाला तरी काही ना काही आपल्या मृत्यूनंतर देण्याचा तो संकल्प असतो. आपल्यालासुद्धा काही मिळावे, अशी अपेक्षा धरून बरेच आप्त म्हणविणारे रांगेत उभे असतात. ज्या मालमत्तेचे अथवा संपत्तीचे इच्छापत्र करावयाचे, ती गोष्ट तर गुप्त ठेवायची असते. ते मृत्युपत्र करणाऱ्याच्या निघून जाण्यानंतर उघडावयाचे असते. तोपर्यंत एक तर अनेकांची उत्सुकता ताणलेली असते, शिवाय अनेक तर्कवितर्कही केले जात असतात. त्यावरून आधीच भांडणेही उद्भवतात.

काही वेळा या वृद्धांकडून मृत्युपत्र करवून घेण्याची संबंधित हितचिंतकांना किंवा वारसांना प्रचंड घाई झालेली असते. आपल्या मनासारखे करून घेतले की, त्यांची निश्चिंती होते. अर्थात यामुळे मृत्युपत्राची गुप्तता वगैरे काही राहत नाही. संबंधित वारस वा हितचिंतक हे आपल्या पोळीवर जास्त तूप ओढून घेण्यासाठी हा खटाटोप करीत असतात.

वर उल्लेख केलेला रामभाऊंचा अनुभव याबाबतीत अत्यंत बोलका व तेवढाच चीड आणणारा आहे. आपल्या दूरच्या नात्यातल्या चुलत्याकडे ते दत्तकपुत्र म्हणून गेले. त्यासाठी चांगली नोकरी सोडली. दत्तकविधान रजिस्टर केले होते. रामभाऊ आपल्या दत्तकवडिलांकडे राहावयास गेले. त्यांना दत्तकविधानामुळे दत्तक पित्याच्या औरसपुत्राचे वारसाहक्क प्राप्त झाले होतेच.

काही वर्षे बरी गेली, परंतु त्या गावातील काही विघ्नसंतोषी मंडळींच्या हे डोळ्यांवर आले. त्यांनी त्या दत्तकपित्याच्या मनात काहीबाही भरवून रामभाऊंशी

उभा दावा मांडला. त्यांनी एक तथाकथित पांडुरंगाचे मंदिर निर्माण करून रामभाऊंना दिलेली जमीन नव्याने इच्छापत्र करून मंदिराकडे वळती करण्याचा प्रयत्न केला. अर्थात ही मंडळी त्यात अपयशी ठरली; परंतु रामभाऊंना कोर्टकचेरीचा मनस्ताप सहन करावा लागला. समाजात अशीही माणसे असतात.

अप्पा म्हणतात, "ते काही असले, तरी वृद्धांनी आपल्या हयातीत इच्छापत्र करून ठेवणे हितावह असते. कुणाला काय द्यायचे, हा ज्याचा-त्याचा प्रश्न असतो; परंतु आपल्या निघून जाण्यानंतर आपले जे काही उरले आहे, ते योग्य रीतीने ज्याला-त्याला मिळावे, ही अंतिम इच्छा त्यामुळे पूर्ण होईल. इच्छापत्र म्हणजे काय, ते कसे करावे, याविषयीची माहिती प्रत्येक वृद्ध वा ज्येष्ठ नागरिकाला असणे आवश्यक आहे."

इच्छापत्र म्हणजे काय?

१. आपल्या पश्चात स्वत:च्या संपत्तीची विभागणी किंवा वाटणी कशी व्हावी याची लिखित स्वरूपात स्पष्टपणे मांडलेली इच्छा म्हणजेच इच्छापत्र. ते एका व्यक्तीला किंवा त्यापेक्षा जास्त व्यक्तींना सामाईकपणेही करता येते.

२. इच्छापत्राचे मुख्य दोन प्रकार आहेत.

अ) विशेष इच्छापत्र– युद्धात वा मोहिमेवर असलेल्या भूसैनिक वा वायुसैनिक वा नौसैनिक यांच्यासाठी आहे. हे युद्धजन्य परिस्थितीत करता येते. मोहीम वा युद्ध संपल्यानंतर एका महिन्याच्या आत हे इच्छापत्र करावे लागते.

ब) सामाईक इच्छापत्र– दोन किंवा त्यापेक्षा अधिक व्यक्तींनी सामाईकपणे केलेले इच्छापत्र असते. सामाईक इच्छापत्र एका इच्छापत्रकाराच्या मृत्यूनंतर बदलता येत नाही; मात्र ते सर्व जिवंत असताना कितीही वेळा बदलू शकतात.

३. इच्छापत्र का करावे? आपल्या पश्चात आपली स्थावर वा जंगम संपत्ती कोणत्याही प्रकारचा गोंधळ, गैरसमज, तंटा-बखेडा; फसवणूक किंवा कायदेकानून न होता; आपल्या इच्छेप्रमाणे वाटता यावी, असे जर वाटत असेल; तर त्याला एकच उत्तर– ते म्हणजे इच्छापत्र.

४. इच्छापत्राची वैशिष्टे कोणती? इच्छापत्राची अम्मलबजावणी व्यक्तीच्या मृत्यूनंतरच होते. आपल्या हयातीत पूर्वी केलेले इच्छापत्र केव्हाही रद्दबातल करता येते किंवा बदलता येते.

५. इच्छापत्र कोण करू शकतो? संतुलित मन व परिपक्व वय (अठरा वर्षांनंतरचे) असलेली कोणतीही व्यक्ती इच्छापत्र करू शकते. आजारी व्यक्ती इच्छापत्र करीत असल्यास इच्छापत्रकाराच्या मानसिक स्थितीबाबतचा

शेरा इच्छापत्रावर डॉक्टरांकडून लिहून घ्यावा.

६. इच्छापत्र कशाचे करता येते? स्वकष्टार्जित व पूर्ण मालकी असलेली स्थावर-जंगम मालमत्ता व संपत्ती याचे इच्छापत्र करता येते. वडिलोपार्जित मालमत्ता वाटप होऊन त्यावर स्वत:ची मालकी प्रस्थापित झाली असणे आवश्यक आहे.

७. इच्छापत्रात लाभार्थी कोण होऊ शकते? पती, पत्नी, नातेवाईक, वयाने लहान-मोठी कोणीही व्यक्ती, एखादी हिंदू देवता, मंदिर, मठ, आस्थापन, संस्था, स्थानिक स्वराज्य संस्था इ. लाभवारस होऊ शकतात. लाभवारस व्यक्ती ही नात्यातीलच असली पाहिजे असे नाही किंवा वेडसर व्यक्तीही लाभवारस होऊ शकते. यासाठी लाभाधिकाऱ्याच्या संमतीची आवश्यकता नसते. मात्र संस्था, देवता वगैरे बाबतीत नोंदणी अधिकाऱ्यांकडे इच्छापत्र रजिस्टर करणे आवश्यक आहे.

८. इच्छापत्र करताना कोणत्या कायदेशीर तरतुदींकडे लक्ष द्यावे? इच्छापत्रावर स्पष्ट व ठळक सही करावी किंवा व्यक्ती निरक्षर असल्यास अंगठ्याचा ठसा उमटवावा.
प्रथम दोन साक्षीदारांसमोर स्वत: सही करावी, नंतर साक्षीदारांनी तुमच्यासमोर सही करावी; अन्यथा ते इच्छापत्र अवैध ठरते.
प्रत्येक पानावर वरीलप्रमाणे तिघांनी सही करणे चांगले.
खाडाखोड अजिबात करू नये.

९. साक्षीदार कोण असावेत? कोण नसावेत.
लाभाधिकारी किंवा त्याची पत्नी किंवा लाभाधिकारी किंवा तिचा पती; किंवा इतर कोणीही नातेवाईक साक्षीदार नसावेत.
साक्षीदार आपल्यापेक्षा वयाने लहान असावेत.
कुटुंबाचा डॉक्टर एक साक्षीदार असल्यास उत्तम.
साक्षीदार सचोटीचा, चांगल्या आर्थिक स्थितीतला असावा.
आपल्या हयातीत एखाद्या साक्षीदाराचा मृत्यू झाल्यास नवे इच्छापत्र तयार करणे चांगले

१०. व्यवस्थापक कोण असावेत? आपल्या ओळखीची परिपक्व, विश्वासू, दृढनिश्चयी, समजूतदार व आपल्यापेक्षा वयाने लहान व्यक्ती असावी.

११. इच्छापत्र करण्याचे विशेष फायदे कोणते?
इच्छापत्र न केल्यास हिंदू वारसाहक्क कायद्यानुसारच मालमत्तेची वाटणी होते.

मात्र ज्या व्यक्तींना एरवी वारसाहक्काने मालमत्तेत वाटा मिळण्याची शक्यता नसते, त्यांच्यासाठी इच्छापत्रात तरतूद करता येते. उदा.– नोकर, मित्र वगैरे.

१२. इच्छापत्राबाबत कोणती काळजी घ्यावी?

इच्छापत्रातील तरतुदींबाबत गुप्तता ठेवावी. विशेषत: लाभाधिकाऱ्यांना याबाबत कोणतीही माहिती देऊ नये.

इच्छापत्र केले असल्याबद्धल एखाद्या जवळच्या व्यक्तीला किंवा व्यवस्थापकाला माहिती द्यावी. इच्छापत्र सुरक्षित जागी– उदा. बँकेच्या लॉकरमध्ये– ठेवावे व त्याची माहिती व्यवस्थापकाला आणि लाभधारक नसलेल्या विश्वासू व्यक्तींना द्यावी. इच्छापत्राची एक प्रत व्यवस्थापकाला द्यावी. इच्छापत्राची नोंदणी केल्यास (Registration) ते अधिक विश्वसनीय ठरते. नोंदणी केलीच पाहिजे, असे नाही.

१३. इच्छापत्र कसे तयार करावे?

इच्छापत्र लिखित स्वरूपात सुवाच्य अक्षरात हवे. बॉलपेन अथवा शाईने लिहिलेले असावे. टंकलिखित हवेच, असे नाही; असल्यास चांगले. साधा कागद चालतो, परंतु टिकाऊपणासाठी बाँडपेपर वापरणे चांगले. इच्छापत्राची एकच प्रत काढावी. इच्छापत्रात आपली पूर्वपीठिका नमूद करावी.

१४. इच्छापत्रात बदल करावयाचा असल्यास कसा करावा?

किरकोळ बदल इच्छापत्राला पुरवणी किंवा परिशिष्ट जोडून करता येतो. मात्र, महत्त्वाचे बदल करावयाचे असल्यास नवे इच्छापत्र करावे. इच्छापत्रकाराने घटस्फोट घेतल्यास वा पुनर्विवाह केल्यास इच्छापत्रात बदल करावा. इच्छापत्रातील व्यवस्थापकाचा मृत्यू झाल्यास इच्छापत्र नव्याने करावे.

१५. इच्छापत्र रद्द कसे करावे?

केलेले इच्छापत्र तीन प्रकारे रद्द होऊ शकते.

–नवीन इच्छापत्र करणे.

–इच्छापत्र नष्ट करणे.

–लग्नापूर्वी केलेले इच्छापत्र लग्न झाल्यास आपोआप रद्द होते.

इच्छापत्राच्या बाबतीत आणखी काही महत्त्वाच्या गोष्टी—

कोणत्याही कायद्यानुसार कोणावरही इच्छापत्र करण्याची जबरदस्ती करता येत नाही वा कायदेशीर जबाबदारी टाकता येत नाही. तसेच इच्छापत्र दाखवण्याची अथवा जाहीर करण्याची सक्ती करता येत नाही, कारण इच्छापत्र हे खासगी व गोपनीय मानले जाते.

जबरदस्तीने ज्या इच्छापत्रावर सही घेतली आहे, ते वैध ठरू शकत नाही; ते अवैध ठरते. ज्या संपत्तीवर इच्छापत्रकाराचा कुठलाच हक्क नाही, अशा संपत्तीबाबत जर इच्छापत्रात तरतुदी असतील; तर त्या इच्छापत्राची अम्मलबजावणी होणार नाही व ते इच्छापत्र अवैध ठरेल.

एखादे इच्छापत्र खरे नाही, असा दावा करणाऱ्याला 'ते इच्छापत्र खोटे आहे' हे सिद्ध करावे लागत नाही; तर ते इच्छापत्र खरे आहे असा दावा करणाऱ्याला ते खरे आहे, हे सिद्ध करावे लागते. ती इच्छापत्रकाराची जबाबदारी असते. एखाद्या व्यक्तीचे नामांकन केले असेल, तर ती व्यक्ती इतर वारसांसाठी विश्वस्त म्हणून संपत्ती धारण करते, असे मानले जाते. म्हणून त्या इच्छापत्रात त्या संपत्तीबाबत लाभवारस नेमणे अनिवार्य ठरते.

इच्छापत्राचा नमुना–

१) मी खाली सही करणार (पूर्ण नाव)

वय... राहणार... (पूर्ण पत्ता)

माझे पश्चात माझ्या संपत्तीचे वाटप विनातंटा-बखेडा व सुलभ रीतीने व्हावे, या हेतूने स्वखुषीने व संतुलित मानसिक अवस्थेत असताना माझ्या स्वकष्टार्जित मिळकतीचे मी स्वतःच्या इच्छेप्रमाणे खालीलप्रमाणे मृत्युपत्र (will) करून ठेवीत आहे.

२) माझी सर्व मिळकत माझ्या नोकरीच्या, व्यवसायाच्या उत्पन्नातून केली असून मी माझ्या मनाप्रमाणे तिची विल्हेवाट करण्यास पूर्ण मुखत्यार आहे.

३) माझ्या कुटुंबातील खालील व्यक्ती या मृत्युपत्राच्या लाभाधिकारी आहेत.

माझी पत्नी सौ. --------- वय   ..

व दोन मुले १ --------- वय   ..

२ --------- वय   .. आहेत. त्यांचे शिक्षण चालू आहे.

मुलाचे लग्न झाले असून त्याची पत्नी सौ --------   वय ..

मुलगा किंवा मुलगी --------- आहे.

४) माझी स्थावर व जंगम मिळकत खालीलप्रमाणे–

स्थावर : १) मी राहत असलेले माझ्या मालकीचे घर फ्लॅट नं....... या सोसायटीमध्ये, या वॉर्डात .... नंबरचा आहे.

५) माझ्या मालकीची शेती सर्व्हे नं.– गट नं– ठिकाण– गाव– तालुका– जिल्हा– आहे.

६) माझ्या मालकीचा प्लॉट ---------या गावी------ या लेआऊटमध्ये

--------- या वर्णनाचा, त्याच्या चतु:सीमा ----------------- अशा आहे.

वरीलप्रमाणे माझी स्थावर मालमत्ता आहे. त्याव्यतिरिक्त इतर कुठे माझी मालमत्ता नाही. माझ्या मृत्यूनंतर ही मालमत्ता माझ्या पत्नीच्या नामे ---------हिच्या नावे होईल व तिच्या मृत्यूपर्यंत यावर तिचाच हक्क राहील. तिच्या पश्चात या मालमत्तेचे वाटप माझा मुलगा --------- मुलगी --------- यांना ------- या प्रमाणात देण्यात यावी.

जंगम मिळकत --------- ---------

१) बँक, पोस्ट, कं. डिपॉझिट, विमा, नॅशनल सेव्हिंग सर्टिफिकेट नं., शेअर्स अंदाजे रक्कम, खाते नंबर यातील सर्व रक्कम, सर्व दागदागिने, चांदीची भांडी, घरातील शिल्लक व चीजवस्तू माझ्या पत्नीने मुला-मुलीला द्याव्यात.

माझी सर्व देणी, हॉस्पिटल-औषधपाण्याचा खर्च, धार्मिक खर्च, सरकारी कर, देणग्या हे सगळे देऊन झाल्यावर माझ्या पत्नीला दरमहा ------- रुपये मिळतील असे व्हावे. व्यवस्थापकाने रकमा वसूल करून वरील देणी दिल्यावर वाटणी करावी.

५ श्री. --------- --------- पत्ता ---------

यांना व्यवस्थापक म्हणून नेमले आहे. हे माझे अखेरचे मृत्युपत्र आहे.

--------- या रोजी केलेले मृत्युपत्र रद्द करीत आहे. त्यापूर्वी मी मृत्युपत्र केलेले नाही. केलेले असल्यास या लेखान्वये ती सर्व रद्द करीत आहे.

६ स्थळ --------- .दि ---------

सही

७ आम्ही साक्षीदार (पूर्ण नाव)

१ --------- राहणार -----------------

२ --------- राहणार -----------------

आमचे देखत --------- यांनी सही केली असून त्यांचेदेखत आम्ही सह्या केल्या आहेत.

सही	सही
पूर्ण नाव	पूर्ण नाव
स्थळ	दिनांक

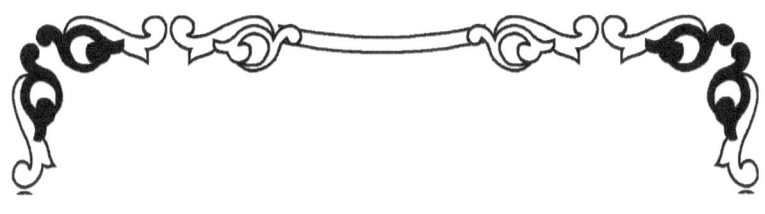

१७
सकारात्मक दृष्टिकोन

सकारात्मक दृष्टिकोन म्हणजे सुखाची पहिली पायरी असे इन्फोसिस फाउण्डेशनच्या श्रीमती सुधा मूर्ती यांनीही म्हटले आहे. 'वाइज अँड अदरवाइज' या गाजलेल्या पुस्तकातील आपल्या लेखात श्रीमती सुधा मूर्ती यांनी आपला एक अनुभवच कथन केला आहे. तो त्यांच्याच शब्दांत वाचा–

माझ्या आईकडे एक गिरिजाबाई नावाची मोलकरीण होती. ती खूप गरीब घरची होती, परंतु नेहमी हसतमुख असायची. आपल्या गरिबीच्या आयुष्याबद्दल ती चकार शब्दही काढत नसे. थोडक्यात, ती समाधानी होती. तिला मी दुःखी चेहऱ्याने कुरकुरताना कधीच पाहिलं नाही.

तिच्याविषयी आम्हाला एकच माहिती होतं– ते म्हणजे तिच्या नवऱ्याने तिला टाकलं होतं. शिक्षण नसल्यामुळे तिच्यावर लोकांच्या घरी स्वयंपाक करून पोट भरण्याची वेळ आली होती.

अशीच एक दिवस घरात गिरिजा आणि मी अशा दोघीच असताना तिला विचारलं, ''गिरिजा, तुझा नवरा कुठे आहे गं? कधी भेटतेस का तू त्याला?''

त्यावर ती शांतपणे थोडा वेळ माझ्याकडे बघत राहिली आणि नंतर म्हणाली, ''त्याने दुसरी बाई ठेवली आहे. तो तुमच्या शेजाऱ्याकडे डायवर म्हणून कामाला आहे.''

गिरिजाचे बोलणे ऐकल्यावर मला धक्काच बसला... ती आपल्या नवऱ्याला रोज बघत होती आणि तीही दुसऱ्या बाईबरोबर!

''मग तुला तिचा राग नाही येत?'' मी विचारलं.

''सुरुवातीला यायचा. पण आता मी विचार करते– मी तर नशिबवान आहे. मला फक्त एकाच मुलाला वाढवून मोठं करायचं आहे. माझा मुलगा हुशार आहे, आज्ञाधारक आहे. त्याच्या वडिलांनी आम्हाला टाकलं म्हणून

त्याला माझी जास्त काळजी आहे.

"समजा– जर मी एकटीच असते किंवा मला जास्त मुले असती किंवा माझं मूल जर बेजबाबदार असतं; तर मला किती अडचणी आल्या असत्या? देवाने माझ्यावर ती एक मेहेरबानी केली आहे. माझ्यापुढे निदान असले प्रश्न तरी नाहीत."

"तुला तुझ्या भविष्याची काळजी नाही वाटत?"

"मी कशाला काळजी करू? आणि काळजी करून कधी कुणाचे प्रश्न सुटतात काय? तुमच्या आईने आम्हाला राहायला आऊटहाऊस दिलं आहे. मी प्रामाणिकपणे काम करते. तुम्ही सगळे खूश आहात. मला कधीही कसलीही गरज पडली, तर मी तुमच्याकडे मदत मागू शकतेच ना!

"आणि तसंच बघायला गेलं, तर माणसाच्या गरजा कधी संपतच नाहीत. पण माझा मुलगा जेव्हा मोठा होईल, तेव्हा तो आपल्या बापासारखा वागणार नाही. कारण त्याने मला त्रास सोसताना पाहिलंय.

"अम्मा, मी जास्त शिकलेली नाही. पण आयुष्यानं मला एक गोष्ट शिकविली आहे– आयुष्याकडे बघताना नेहमी सकारात्मक दृष्टी ठेवून बघायचं, म्हणजे आपल्यालाही बरं वाटतं आणि आपल्याभोवती असणाऱ्या लोकांनाही."

मला गिरिजाचं कौतुक वाटलं. एक अशिक्षित कामगार स्त्री... प्रत्येक गोष्टीकडे सकारात्मक दृष्टीने बघण्यास शिकली होती आणि आयुष्याचा आनंद घेत होती.

नुकतीच मी हार्वर्ड मॅनेजमेंट स्कूलमध्ये बिझिनेस मॅनेजमेंटचा कोर्स करण्याकरिता गेले होते. त्यांनी तिथे आम्हाला एक सर्वांत महत्त्वाचा धडा शिकविला; तो म्हणजे, "तुम्हाला जर सुखी व्हायचं असेल, तर तुम्ही ते आपलं आपणच शिकाल व आत्मसात कराल."

हीच गोष्ट गिरिजा शिकली होती– कोणताही मॅनेजमेंटचा कोर्स न करता!

(सुधा मूर्ती यांच्या 'वाइज अँड अदरवाइज' या पुस्तकातून साभार)

सकारात्मक दृष्टिकोन ठेवून माणूस सुखी जीवन जगू शकतो. जे आहे त्यात समाधान मानावे, असे तर संत तुकारामांनीही सांगितले आहे. ते म्हणतात,

'ठेविले अनंते तैसेचि राहावे;

चित्ती असू द्यावे समाधान'

किंवा कवी मंगेश पाडगावकर म्हणतात त्याप्रमाणे 'पेला अर्धा भरला आहे, असंही म्हणता येतं; पेला अर्धा सरला आहे, असंही म्हणता येतं. तेव्हा पेला अर्धा भरला आहे म्हणायचं, की पेला अर्धा सरला आहे असं म्हणायचं– ते तुमचं तुम्हीच ठरवायचं आहे. आणि कसं जगायचं? कण्हत-कण्हत; की गाणं

म्हणत?' असा प्रश्न ते करतात.

विशेषत: वृद्धांनी उगाच नव्यांच्या वागणुकीतल्या केवळ उणिवा न शोधता त्याकडे सकारात्मक दृष्टीने बघावं, प्रसंगी त्यांची प्रशंसा करावी आणि यातले काहीच जमत नसेल, तर मौन धारण करावे. 'मौनं सर्वार्थ साधनम्' असे म्हटले आहे, त्याची आठवण ठेवावी.

जागतिक कीर्तीचे मानसशास्त्रज्ञ डॉ. फ्रॉइड यांच्या मतानुसार, सकारात्मक विचारामुळे आणि भावनेमुळे रक्ताभिसरण चांगले होते. शरीर सतेज राहते. रोग दूर पळतात. बहुतेक रोग हे मानसिक असतात. नकारात्मक विचारामुळे व अशुद्ध पाण्यातील जंतूंमुळे बहुतांश रोग बळावण्यास मदत होते.

ज्येष्ठांच्या अनुभवाचा अवकाश तर खूप मोठा असतो. वयाच्या या वळणावर विचार प्रगल्भ झालेले असतात. जीवनाची मौज व त्याचबरोबर क्षणभंगुरताही त्यांना कळालेली असते. अनेक टक्केटोणपे खाऊन, तावून-सुलाखून निघालेलं आतापर्यंतचं आयुष्य भोगून, आता केवळ मन:शांती मिळावी व शेवटचे दिवस गोड व्हावेत, हीच एकमेव आशा त्यांना लागलेली असते.

त्यांनी तरी आयुष्याच्या या वळणावर काही आकाडतांडव न करता घडणाऱ्या प्रत्येक घटनेला सकारात्मक दृष्टीने बघावे व स्वीकारावे— मान-अपमान, राग-लोभ, नफा-तोटा या गोष्टींना मनात थारा न देता. विनोबा आपल्या 'गीताई'त म्हणतात—

नसे दु:खात उद्वेग;
सुखाची लालसा नसे;
नसे तृष्णा भय क्रोध!

पूर्वायुष्यातील आठवणींवर माणूस जगत असतो हे जरी खरे असले, तरी त्या आठवणी आपला केवळ अहंकार जपणाऱ्या असू नयेत. उगाच झाल्या-गेल्याचा खेद करीत बसण्याचा रोग मनाला लावणाऱ्या असू नयेत. मुख्य म्हणजे, भूतकाळाबद्दल खेद किंवा भविष्याबद्दल खंत बाळगू नये, हे सूत्र लक्षात ठेवावे.

॰॰॰

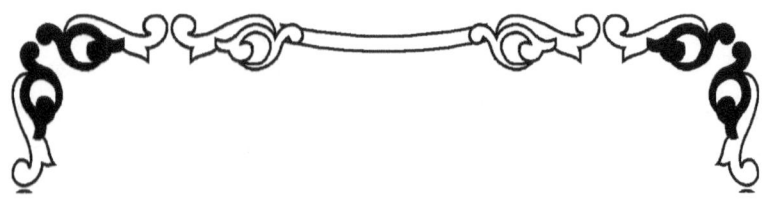

१८
आरोग्यम् धन-संपदा

आपले मानसिक व भावनिक आरोग्य आपल्या सभोवती वावरत असणाऱ्यांनी सांभाळावे व ज्येष्ठांनी सकारात्मक दृष्टी ठेवून त्यांना सहकार्य करावे, हा महत्त्वाचा भाग आपण पाहिला. परंतु या मानसिक स्वास्थ्याबरोबरच शारीरिक स्वास्थ्य हेही तेवढेच महत्त्वाचे असते. सुदृढ शरीरात सुदृढ मन वास करीत असते अशा अर्थाची एक म्हण इंग्रजीत आहे. (Sound Mind In Sound Body.) अर्थात– शरीरं आद्यं खलु धर्म साधनम्।

तरुण वयात शरीराच्या फारशा तक्रारी नसतातच, परंतु म्हातारपणात त्या एक-एक करून समोर येतात. शरीराचा एक-एक अवयव असहकार पुकारतो. या अवयवांची नियमित निगा राखणे, हे एक महत्त्वाचे काम आपल्यावर येऊन पडते. शरीर चालते-फिरते असले, तर दैनंदिन कामे सहज पार पाडता येतात. शरीर साथ देत नसेल, तर परावलंबित्व येते.

म्हणून ज्येष्ठांनी आपले शारीरिक आरोग्य सांभाळणे, हे तेवढेच महत्त्वाचे असते. त्यासाठी नियमित घ्यावयाची औषधे, करावयाचा व्यायाम, पाळावयाची पथ्ये, वेळोवेळी करावयाचे मेडिकल चेक-अप या गोष्टी सर्वस्वी त्यांच्याच हातांत असतात. त्यासाठी आपल्या नेहमीच्या डॉक्टरांना भेटा. काही त्रास असेल, तर तो सांगा आणि तो नसेल, तरी तपासणी करून घ्या. मला तसा कुठलाही त्रास नाही तरीही मला संपूर्ण शरीराची तपासणी करून घ्यायची आहे, असे डॉक्टरांना सांगा. शारीरिक तपासणी आपल्या डॉक्टरांच्या मदतीनेच करावी. त्यांच्याकडे तपासणी होत नसेल किंवा ते इच्छुक नसतील, तरच आपल्या भागातील इतर कोणत्याही डॉक्टरांशी संपर्क साधावा.

अशा प्रकारचे चेक-अप करण्यापूर्वी हे समजून घेतले पाहिजे की, चेक-अप करून आपण आपल्या डॉक्टरांवर उपकार करीत आहोत, अशी भावना

होऊ नये. आपल्या शरीरातील आजाराचा शोध घेण्यासाठी व त्यावर योग्य उपचार (आजार असेल तर) करण्यासाठी चेक-अप करतात.

चेक-अपसाठी नियम

अशा चेक-अपसाठी पूर्णपणे उपाशी राहणे आवश्यक असते. रिकाम्या पोटी म्हणजे १० ते १२ तासांपासून पोटात काहीही गेलेले नसावे. सकाळी उठल्यावर चहा किंवा कॉफीसुद्धा घेऊ नये. म्हणजे रात्री ९ वाजता जेवण घेतले असल्यास सकाळी ७ ते ९ च्या दरम्यान तुमच्या रक्ताची रिकाम्या पोटी चाचणी (फास्टिंग टेस्ट) झाली पाहिजे. अशा चेक-अपला किमान तीन ते कमाल आठ तास लागतात.

समजून घ्या–

आपल्या चेक-अपमध्ये नेमक्या कोणकोणत्या तपासण्या केल्या जाणार आहेत, हे पूर्णपणे समजून घ्या. दुर्धर आजार नसल्यास स्कॅनिंगची गरज पडत नाही. कॉर्डिऑलॉजी म्हणजे ह्दयाचे चेक-अप. हे अतिशय महत्त्वाचे आहे.

रक्त, लघवी आणि विष्ठेची तपासणी–

चेक-अप करण्याचा निर्णय झाल्यावर रक्त, लघवी, विष्ठा यांचे नमुने (रिकाम्या पोटी व सकाळचेच) असले पाहिजे. डॉक्टर तुम्हाला दोन वेगवेगळ्या बाटल्या लघवी व विष्ठा जमा करण्यासाठी पहिल्याच दिवशी देतील. त्या सोबत घेऊनच चेक-अपला यावे.

बहुतेक सर्व ठिकाणी पॅथॉलॉजी लॅब सकाळी ९ ते १० या वेळेत उघडतात. म्हणून सकाळी ९ ते १० या वेळात चेक-अपसाठी आपल्या डॉक्टरांच्या दवाखान्यात जाणे अपेक्षित आहे.

सकाळी दवाखान्यात आल्यावर रक्ताचे सॅंपल घेतले जाईल. त्यानंतर जेवण झाल्यावर दीड ते दोन तासांनी तुमचे जेवणानंतरचे (पोस्ट मील) सॅंपल घेतले जाते. याकरिता घरूनच जेवणाचा डबा आणणे सोईचे राहील.

वय जास्त असल्यास किंवा अन्य काही अडचण असल्यास रिकाम्या पोटी व जेवणानंतरचे हे रक्ताचे सॅंपल आणण्यासाठी कुणाला तरी घरीसुद्धा पाठवू शकतात, हे लक्षात घ्यावे.

आपल्या डॉक्टरांना रक्ताच्या सॅंपलवरून Complete Haemogram / LFT KFT / Lipid Profile / FBG / PPBG / VDRL / Blood Group / TFT / PSA या चाचण्या करावयास सांगाव्यात. विष्ठेमधून रक्त जात आहे काय, हे Cocult Blood या चाचणीने कळेल. लघवीमधून Microalbumin जात आहे काय, हे जरूर पाहावयास सांगावे.

छातीचा एक्स रे व संपूर्ण पोटाची सोनोग्राफी–

रिकाम्या पोटी रक्ताचे सँपल घेतल्यावर जेव्हा तुम्हाला लघवीची इच्छा असेल; तेव्हा तुमचे डॉक्टर तुमच्या पोटाची सोनोग्राफी लघवी करण्यापूर्वी तसेच लघवी केल्यानंतर; करतील. सोनोग्राफीनंतर छातीचा एक्स-रे काढला जातो.

हार्ट (हृदयाचे) चेक-अप

वरील सगळ्या चाचण्यांचे रिपोर्ट आल्यानंतर डॉक्टर तुमच्या हृदयाचे चेक-अप करतील. ते स्वत: एम.डी. असतील, तर फारच चांगले; अन्यथा ते तुम्हाला एखाद्या एम.डी. डॉक्टरांकडे पाठवतील. डॉक्टरांकडे चेक-अपला जाताना जुनी कागदपत्रे (ईसीजी, इको किंवा तत्सम रिपोर्ट अगदी जुना चष्मासुद्धा) आवर्जून सोबत न्यावा. हृदयाच्या चेक-अपमधे ईसीजी, '२ डी इको, तसेच गरज पडल्यास टी.एम.टी.ही तपासणी हृदय विशेषज्ञाच्या सल्ल्याने होईल.

अतिरिक्त चेक-अप– अतिरिक्त चेक-अपमध्ये डोळे, नाक, कान व घशाची तपासणी करून घ्यावी. या चेक-अपमध्ये एखाद्या आजाराचा शोध लागला (उदा. मधुमेह), तर त्या वेळी डॉक्टर तुम्हाला काही अतिरिक्त चेक-अपचा सल्ला देऊ शकतात. त्या वेळी अतिरिक्त वेळ व पैशांची गरज भासू शकते.

हे चेक-अप आरोग्याबद्धल जागरूक असलेल्या साठीच्या पुढे गेलेल्या प्रत्येक स्त्री-पुरुषाने केले पाहिजेत. ज्यांचे वय ६० वर्षांच्या वर आहे किंवा जे कोणत्याही रोगाने पीडित आहेत (उदा.—बी.पी. किंवा डायबिटिज) किंवा जो काही वर्षांपासून नियमितपणे तंबाखू खात असेल किंवा दारू पीत असेल, अशा व्यक्तीसाठी तर हे आवश्यक आहेच.

शारीरिक आरोग्य सांभाळणे जसे महत्त्वाचे; तसेच मनाचे आरोग्य जपणे, हेही महत्त्वाचे. मन:शांती मिळून शांत झोप लागणे, यासाठी तर हा सगळा आटापिटा असतो. नियमित व्यायामाची सवय लावल्यास आणि निसर्गाच्या सान्निध्यात राहिल्यास आवश्यक तो प्राणवायूचा पुरवठा शरीराला होऊ शकतो. त्यामुळे नव्या पेशी कार्यन्वित राहतात. रक्ताभिसरणक्त व्यवस्थित होते. स्मरणशक्ती वाढते. त्याला मानसिक समाधानाची जोड असल्यास ज्येष्ठांचे उर्वरित आयुष्य चांगले जाते.

आजकाल ही व्यायामाची माहिती दूरदर्शनवरील अनेक चॅनल्सवरून दररोज दाखवण्यात येते. पूज्य रामदेवबाबांचे योगदर्शन प्रत्यक्ष कृतीतून दाखवण्यात येते. आरोग्याच्या काही टिप्स आणि सल्ला देण्यात येतो. जाणकार व्यक्तींची शिबिरे भरवण्यात येतात. आहाराविहाराविषयी व व्यायामासंबंधी, तसेच ध्यानधारणेविषयी त्यातून माहिती देण्यात येत असते. अशा शिबिरांना हजेरी

लावून आपले आरोग्य सुधारण्यासाठीची माहिती मिळवता येते.

व्यायामाचा एरोबिक्स हा प्रकार महत्त्वाचा आहे. त्यात प्राणवायू मिळतो. यात जॉगिंग करणे, वेगाने चालणे, हळूहळू धावणे, जागच्या जागी उड्या मारणे, हातांच्या निरनिराळ्या हालचाली करणे, असे साधे व्यायाम प्रकार आहेत. त्यामुळे शरीर मोकळे होते.

वय वाढते तसा स्मृतिभंशाचा विकार जाणवतो. यासाठी न्यूरोबिक्स करण्याचा सल्ला देतात. यात शरीराच्या उलट-सुलट हालचाली करण्यास सांगतात. उदा.— उलटे चालणे, डाव्या हाताने लिहिणे वगैरे. विरुद्ध बाबी केल्यास मेंदूला चालना मिळते. मेंदू सतर्क होतो. प्राणायाम या व्यायामप्रकारातील भ्रामरीमुळे मेंदूत विचार प्रवृत्त होतात आणि स्मृतिभ्रंशाचा धोका टाळता येतो.

उतारवयात मानसिक समाधानासाठी अध्यात्मासारखा चांगला उपाय नाही. पैशाभोवती वृत्ती केंद्रित झाली की, त्याचे इतरांशी संबंध बिघडतात. काही वेळा ते विच्छेद होतात. त्यामुळे मानसिक शांती नष्ट होते. रक्तदाब वाढतो, क्रोध उफाळतो आणि त्याचा परिणाम हृदयावर होतो. त्याच्यामागून अनेक रोग उद्भवतात.

अध्यात्म या सर्व गोष्टींपासून दूर राहण्यास शिकवते. म्हणून आपल्या दैनंदिन व्यवहाराला अध्यात्माची जोड असणे आवश्यक आहे. सर्वांप्रति समभावाची शिकवण अध्यात्मच देते. आपला धर्म पाळताना दुसऱ्यांच्या धर्मांचा आदर करण्यास आपले धर्मग्रंथ सांगतात. उगाच स्वतःला श्रेष्ठ व दुसऱ्याला कनिष्ठ समजू नये आणि ‘कर्मकांड म्हणजे धर्म’ असा चुकीचा अर्थ लावू नये.

हे जग सर्वशक्तिमान परमेश्वराने निर्मिले आहे व आपण सगळे त्याचीच लेकरे आहोत. म्हणून सर्वांशी बंधुभावाने वागावे, हे अध्यात्म शिकवते. आपला अहंकार दूर पळविते. सर्व दुःखे नाहीशी होतात आणि माणूस हसतमुख होतो. प्रसन्नता म्हणजे दुसरे काय असते आणखी?

अध्यात्माची जोड जीवनाला असली की जीवनाकडे सकारात्मक दृष्टीने बघण्याचा दृष्टिकोन आपोआप प्राप्त होतो. आपल्या अंतरंगांत डोकावून बघता येते व आपले दोष काढून टाकता येतात. दुसऱ्यांचे दोष न पाहता, गुण पाहण्याची बुद्धी प्राप्त होते. आपण मुला व सुनांमध्ये राहत असतो. त्यांच्या प्रत्येक कृतीतील सद्गुण पाहावेत. दोष शोधत बसू नये. तसे आढळल्यास त्याचा उगाच बाऊ न करता त्यांना उदार अंतःकरणाने क्षमा करावी. अध्यात्म हे शिकवते.

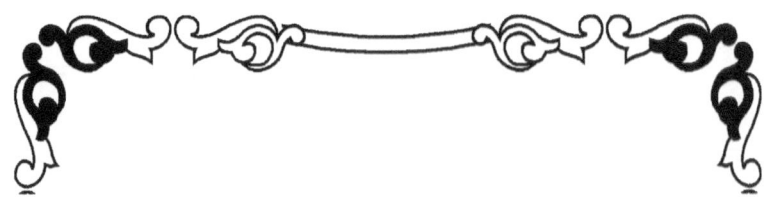

१९

शेवटचा दिवस गोड व्हावा...

अप्पा म्हणतात, "जीवनाकडे सकारात्मक दृष्टिकोनातून पाहिल्यास, कोणत्याही गोष्टीचा उगाच बाऊ करण्याची आपली प्रवृत्ती हळूहळू नष्ट होईल. हा आपल्यात झालेला बदल आपल्यालाच दिसून येईल. आपण नको त्या गोष्टीचा उगाच बाऊ करीत होतो, ही आपली चूक लक्षात तर येईलच; त्याचबरोबर ती आपली चूक प्रांजळपणे स्वीकारण्याचं नैतिक बळही आपल्यात येईल. प्रचंड दुःखातही कणखरपणे वागणारे लोकही आपल्याला भेटत असतात.

"वृद्धत्व किंवा म्हातारपण हे काही संकट किंवा त्याचा बाऊ करण्यासारखे दुःख थोडेच आहे? तो तर आपल्या आयुष्यातल्या नाटकाचा अखेरचा प्रवेश! आपण हे अखेरच्या अंकातले नाट्य कसे फुलवायचे, हे आपल्याच हातात असते— बाबा आमटे व साधनाताई आमटे यांनी आनंदवनात फुलवले तसे! आपल्याला जे आयुष्यभर करता आले नाही, ते आता या बंधनमुक्त जीवनाच्या बोनस म्हणून मिळालेल्या तुकड्यात बसवण्याचा निदान प्रयत्न करायला काय हरकत आहे?

"सर्वांत आधी ज्येष्ठ नागरिकांनी आपल्याला वाटत असलेली व्यर्थ निराशा झटकली पाहिजे. या निराशेच्या वाटा सकारात्मकतेच्या विचाराने सिंचन केल्या पाहिजेत. सतत काम करून स्वतःला गुंतवून ठेवले पाहिजे. सतत आपल्या पिढीचे गुणगान न करता नव्या पिढीचे कौतुक करून स्वागत केले पाहिजे.

"...आणि सर्वांत महत्त्वाचे म्हणजे, माणुसकीच्या शोधात फिरले पाहिजे. आपल्यापेक्षाही अनेक बाबतींत गरजवंत असलेल्यांना शोधून त्यांच्या उपयोगी पडले पाहिजे. त्यांना केलेली मदत व त्यांच्या मुखावर पसरलेले हास्य बघण्याचा आनंद, यापरते सुख नाही."

डॉ. प्रकाश आमटे यांनी स्व. बाबा आमटे व साधनाताई आमटे यांच्या जीवनातील सकारात्मकतेचे उदाहरण देताना सांगितले, की "साधनाताई व बाबा

राहायचे त्या घराच्या छतावरून सापाची पिल्ले व विंचू पडायचे. विंचू, इंगळ्यांच्या सहवासात राहणे सोपे नव्हते. शिवाय बाबा कुष्ठरोग्यांची सेवा करतात म्हणून समाजातील व जवळच्या लोकांकडून होणाऱ्या हेटाळणीचे दंश तर फारच भयानक होते.

''या सर्व स्थितीला बाबांनी उत्तर दिले ते आपल्या सकारात्मक वागण्यातून, जगण्याच्या व जगवण्याच्या प्रचंड जिद्दीने. दुःखितांना-वंचितांना सोबत घेऊन दिवस काढणे होते ते. आपले एकटे ओसरीत बसून दिवस घालवणे नव्हते. बाबांचा आत्मविश्वास त्यांच्या पाठीशी होता. तोच त्यांच्या कवितेतून झिरपला.

''ते म्हणतात,

''कोंडलेल्या वादळांच्या या पाहा अनिवार लाटा
माणसांसाठी उद्याच्या येथूनी निघतील वाटा
पांगळ्यांच्या सोबतीला येऊ द्या बलदंड बाहू
दुःख उधळावयास आता आसवांना वेळ नाही.''

आमटे कुटुंबाचे जीवनच एक धगधगते यज्ञकुंड आहे. बाबांचे वय झाले असताना व प्रकृती साथ देत नसतानाही त्यांनी वरोऱ्याच्या माळरानात आनंदवन फुलवले. त्यांच्या मुलांनी उच्च विद्याविभूषित होऊनही निबिड अरण्यातल्या आदिवासींसाठी आपले आयुष्य खर्च करण्याचा वसा घेतला. हेमलकशाच्या घोर जंगलात आदिवासींच्या जीवनाला बहर आणला. ते म्हणतात—

''जग सुंदर करू या, हा संकल्प प्रत्येकाच्या अंतर्मनात असतोच. जगाचे वाईट व्हावे, असे कुणाला वाटेल काय? काहीही झाले तरी आपण चांगुलपणा सोडू नये. वाईटपणाचे अनेक प्रसंग आले तरी त्यातून समविचारी व्यक्तींची मदत घेत मार्ग काढला पाहिजे. हा मार्ग शोधण्याचे काम आपले, ज्येष्ठांचे आहे.

''हे जग सुंदर आहेच. आपण आपली दृष्टी बदलली पाहिजे, म्हणजे त्यातील सौंदर्य दिसेल आणि दृष्टी बदलण्यासाठी आधी अंतर्मनातील गैरसमजांना तिलांजली दिली पाहिजे. केवळ दुःखाचे कढ नकोत; त्यावरील उपाययोजनाही हवी. जीव लावला की माणसेच काय, प्राणीही जवळ येतात.''

'माणूस माझे नाव; माणूस माझे गाव
दहा दिशांच्या रिंगणात यापुढे माझी धाव'

हे बाबांचे शब्द आहेत. बाबांनी आनंदवनात माणुसकीचे गाव वसविले. सतत जगाच्या पुढे धाव घेतली. आता तर ते क्षितिजापार धाव घेऊन गेले आहेत. त्यांच्या माणुसकीचा सुगंध अजूनही दरवळतोय.

'हाव सोडली तर ही धाव घेता येते.' प्रसंग कितीही कठीण असोत, ते हातोहात सुटतात. आमच्यापुढे असे कोणते कठीण प्रसंग आहेत? म्हणून ज्येष्ठांनी उमेद हरू नये.

त्याउलट, नव्या उमेदीने नव्या वाटा चोखाळाव्यात. आतापर्यंत आपण केवळ आपल्या कुटुंबाच्या मर्यादित परिघात वावरलो. निढळाची कमाई 'स्व' आणि 'स्वकीयांसाठी' गोळा केली. आता नव्या उमेदीने समाजासाठी काय करता येईल, याचा विचार करू.

आपले नसलेले दुःख उगाळत बसतो; त्याऐवजी वंचितांचे अश्रू पुसता येतात काय, हे पाहू. त्यासाठी उर्वरित आयुष्यात घाम गाळू. नव्या पिढीच्या मनाची सुसंस्कारित मशागत करू. त्यातून मानवतेचा समाज उभा राहील. बाबा म्हणतात तसे—

"नांगरू स्वप्ने उद्याची; येथली फुलतील शेते
घाम गाळीत ज्ञान येथे; येथूनी उठतील नेते
याचसाठी वाहिली ही; सर्व निढळाची कमाई
दुःख उधळावयास आता; आसवांना वेळ नाही!"

समाजसेवा हीच ईश्वरसेवा असे मानले व स्वतः सुखी होण्यापेक्षा दुसऱ्यांना सुखी करण्यात खरे अध्यात्म आहे, ही धारणा ठेवली की; म्हातारपणातलं एकटेपणाचं दुःख यत्किंचितही जाणवणार नाही. जसजसा काळ निघून जाईल व आपण काही वेगळे करून दाखवू शकलो, असे मागे वळून पाहता दिसू लागेल; तसतसे आपल्याला कृतार्थ झाल्यासारखे समस्यांबाबत वाटत राहील. शेवटचा दिवस गोड होईल. वैयक्तिक तृष्णेची हाव संपुष्टात येईल. आपले मन निश्चिंती पावेल. ज्यासाठी आपण उभे आयुष्य पालथे घालतो, ती मनःशांती मिळेल. मनःशांती मिळवण्यासाठीच तर हा सगळा आटापिटा असतो ना! याच्यासाठीच तर सगळी धडपड असते ना!

संत तुकोबा म्हणतात तसे—
"तुका म्हणे आता पावलो निश्चिंती
खुंटलिया हाव तृष्णेचिया ।
याजसाठी केला होता अट्टहास
शेवटचा दिवस गोड व्हावा ।"

अप्पा प्रत्येक मासिक सभेच्या वेळी वृद्धांच्या समस्यांच्या बाबतीत एक गोष्ट सांगत. समाजात फिरून वृद्धांच्या आयुष्याचा घेतलेला वेध त्यात असे. शक्य त्या

वेळी प्रसंग पाहून, जमेल त्या ठिकाणी अप्पा त्या कुटुंबासोबत चर्चा करीत आणि वृद्धांच्या विषयी असलेल्या नव्या पिढीच्या सदस्यांशी संवाद साधून, चांगले काही निष्पन्न होण्यासाठी प्रयत्न करीत. काही वेळा दुभंगलेल्या मनांना सांधण्यात यश येई. झालेल्या चुकांचा पश्चात्ताप व्यक्त करून, झाले-गेले विसरून जाण्याचे संकल्प होत. समज-गैरसमजांचा ऊहापोह होऊन ते काळजातून काढून टाकले जात.

मात्र अनेकदा त्यात अपयश येई, तर क्वचितच यश पदरात पडे. आमच्या खासगी आयुष्यात लुडबुड करण्याचा तुम्हाला काय अधिकार, असेही प्रश्न विचारले जात. अशा वेळी अप्पांचे मन खट्टू होई. नसते दुःख आपण कशासाठी विकत घेतो आहोत, असा उद्विग्नतेचा विचार मनात येई. परंतु निदान आपण वृद्धांच्या आजच्या जगण्याच्या प्रश्नांना हात घालून त्यांच्याविषयी सहानुभूती व्यक्त करू शकतो. त्यांच्या प्रश्नांची चर्चा करून ते धसास लावण्याचाही प्रयत्न करतो. यामुळे त्यांच्या मनाला सुख लाभते, यातच आपले समाधान आहे, असे अप्पा म्हणत.

आपली काळजी कुणी तरी वाहते आहे याची जाणीव या वृद्धांना करून देणे, ही गोष्टसुद्धा त्यांना दिलासा देणारी ठरते. त्यांना समवयस्कांशी चर्चा करायला मिळणे आणि समदुःखी जनांमध्ये वेळ घालवायला मिळणे, हेसुद्धा एक प्रकारे आनंद देणारेच ठरते. ही कामे आपल्या या पेन्शनर्स क्लबमधून आपण करतो, याचेही अप्पांना वाटणारे समाधान मोठे आहे.

'सर्वे ऽपि सुखिनः सन्तु ।
सर्वे सन्तु निरामया ।।'

असे अप्पांना वाटते. तो दिवस उजाडण्याची केवळ वाट बघणे, हेच तुमच्या-आमच्या हातात आहे. काय?

सदानंद सिनगारे शिक्षण - बी. ए.

जन्मतारीख- ३१ जानेवारी १९४९

पत्ता- जिजामाता मार्ग, सिव्हिल कोर्टाजवळ,
खामगाव, ४४४३०३. जि. बुलडाणा

फोन- ०७२६३/२५३६३० मोबा.९४२२५६८१२७

प्रकाशित साहित्य

क्र.	पुस्तकाचे नाव	प्रकार	वर्ष	प्रकाशन
१.	आभाळाचे रंग	कवितासंग्रह	१९९७	एकमत, अकोला
२.	सिंहासन	कवितासंग्रह	१९९९	कलम, पुणे
३.	अंधारगुहा	कथासंग्रह	२००३	डिंपल, मुंबई
४.	डिफेस	कवितासंग्रह	२००३	डिंपल, मुंबई
५.	चिरेपायरीचे	कथासंग्रह	२००६	डिंपल, मुंबई
६.	गुंतलेले धागे	ललित लेख	२००६	पूजा, जळगाव जा.
७.	परतीचे ऋतू	कवितासंग्रह	२००९	पूजा, जळगाव जा.
८.	डॉलरचे झाड आणि कथा	कथासंग्रह	२०१०	मैफल, भुसावळ
९.	संस्कारक्षम कथा	बालकथा	२०१०	पूजा, जळगाव. जा.
१०.	गोष्टीरूप राजा	बालकथा	२०१०	पूजा, जळगाव. जा.
११.	सुखाच्या सावल्या	ललित लेख	२००९	कीर्ती, औरंगाबाद
१२.	अरण्यकाळोख	कादंबरी	२००९	स्वरूप, औरंगाबाद
१३.	मु. पो. खेर्डा	आत्मकथन	२०११	मधुराज, पुणे.
१४.	काही शोध, काही बोध	बालकथा	२०११	पूजा, जळगाव जा.

प्रकाशनाच्या वाटेवर - १. संधिकाली या अशा - वैचारिक लेखन २. पत्रांचा इतिहास - ऐतिहासिक लेखन ३. वाघुरकाठचा तपस्वी - चरित्र

पुरस्कार-सन्मान १. विदर्भ साहित्य संघाचा गो. रा. दोडके ललित गद्य पुरस्कार- गुंतलेले धागे २. अंकुर साहित्य पुरस्कार, ललित गद्यासाठी- गुंतलेले धागे ३. शब्दरंजन पुरस्कार, भिवंडी-ठाणे, आभाळाचे रंग ४. शब्दरंजन पुरस्कार, भिवंडी, ठाणे- डिफेस व सिंहासन काव्यसंग्रहास ५. तुका म्हणे, ग्रंथ परीक्षण पुरस्कार, बुलडाणा ६. कवी अनंत फंदी पुरस्कार- मु. पो. खेर्डा या आत्मकथनास ७. भि. ग. रोहमारे ट्रस्ट ग्रामीण साहित्य पुरस्कार मु. पो. खेर्डा. ८. बुलडाणा जिल्हा शिवसेना साहित्यरत्न पुरस्कार. ९. स्व. शशिकलाताई स्मृती बालसाहित्य पुरस्कार- 'काही शोध-काही बोध.' १०. इतर लेखनासाठी लहान- मोठे ४८ साहित्य पुरस्कार